NGON NGU

NGÔN NGỮ
TẠP CHÍ VĂN HỌC NGHỆ THUẬT

HAI THÁNG MỘT KỲ

NGÔN NGỮ SỐ 2 - 1 THÁNG 7 NĂM 2019

*

THƯ VÀ BÀI MỜI GỞI VỀ:

- Luân Hoán: lebao_hoang@yahoo.com
- Song Thao: tatrungson@hotmail.com

TÒA SOẠN, TRỊ SỰ:

Lê Hân
tel: 408-722-5626
email: han.le3359@gmail.com

NGON NGU

THƯ TÒA SOẠN

Không còn chuyện tình cờ mà có, bất ngờ mà thành như số ra mắt, Ngôn Ngữ số 2 đến với các bạn chậm rãi, thư thả trong việc kêu gọi, gom bài; cùng lúc chúng tôi nghe ngóng những đánh giá, cảm tình từ bạn đọc, bạn văn. Lời thưa nhanh nhất không có gì lạ hơn việc chân thành cảm tạ tất cả.

Sinh hoạt văn học nghệ thuật là trò chơi đa dạng. Việc thực hiện một tạp chí nằm trong lãnh vực này. Chúng ta mừng có nhiều khuynh hướng, nhóm viết cùng hoạt động. Điều chúng tôi chưa thể và thật khó để làm được là mời gọi đông đảo người sáng tác chung sức với nhau.

Sau số thứ nhất, Ngôn Ngữ nhận ra còn hơi nghèo những cây bút thành danh có uy tín, nhiệt tình khuyến khích bằng cách vui vẻ góp bài trực tiếp. Có chăng sự nghi ngờ đường hướng, lẫn khả năng của nhóm chủ trương cũng là nguyên nhân? Chúng tôi xin lặp lại. Tinh thần văn học nghệ thuật là yếu tố căn bản của Ngôn Ngữ. Làm báo tại quê người vào thời điểm này, không còn mục đích thương mại, mà là nghiêng về chuyện tiêu pha thời gian, trong giai đoạn hưởng nhàn của người có tuổi. Chúng tôi chọn việc này để chơi trong thích thú. Tuy gặp không ít khó khăn, nhưng tin tưởng vào sự tiếp tay, cùng tấm lòng yêu văn chương nghệ thuật của bạn đọc, bạn văn. Hết lòng với chữ nghĩa tiếng Việt hẳn không phải riêng ai.

Chúng tôi trân trọng mời gọi những cây bút già tuổi nghề, đồng thời hoan hỉ đón nhận những người tự tin hân hoan khởi đầu.

Nội dung mỗi số báo, hy vọng có đủ những bài biên khảo, nhận định, giới thiệu tác giả tác phẩm, công bố những sưu tập tài liệu văn học... Phần sáng tác, bao gồm tạp văn, tùy bút, truyện ngắn, hồi ký, thơ... từ từ vói tới hội họa và âm nhạc.

Hiện tại chúng tôi chưa thể gởi báo biếu đồng đều đến người viết, bởi cước phí tính theo chiều dài khoảng cách của địa chỉ. Đã bỏ công viết còn phải bỏ tiền mua, một chuyện khó chấp nhận. Và cũng vì thế, bài vở muốn có được những sáng tác mới nhất, thật khó khăn. Thêm vào đó, người viết nào cũng nôn nóng phổ biến ngay sau khi ưng ý, hơn là ngâm chờ một thời gian không ngắn. Cạnh tranh với các phương tiện quảng bá tân tiến, sách báo lừ đừ đứng sau cùng. Nhưng chúng tôi tin tinh thần yêu chữ nghĩa trên giấy vẫn còn hấp dẫn một số độc giả.

Trong số Ngôn Ngữ thứ hai này, chúng ta có hơn 40 nhà thơ, mỗi nhà thơ chỉ xin giới thiệu một bài, ngắn dài tùy nghi. Hơn 11 truyện ngắn, 6 biên khảo, 1 giới thiệu tác phẩm, 1 phiếm, 1 bản tin văn nghệ Việt Nam và thế giới. Đề tài bao quát, không hạn chế, được cảm nhận, suy tư viết bởi nhiều lứa tuổi khác nhau. Mong rằng Ngôn Ngữ sẽ tiếp tục được độc giả thông cảm, ủng hộ.

Chân thành cảm ơn tất cả.

thân tình,

Luân Hoán

thay mặt nhóm chủ trương

MỤC LỤC

Chuyện Tình Thơ Dại

HỒ ĐÌNH NGHIÊM

A.

Tôi học ban điêu khắc. Bạn khá đông nhưng tôi thân C nhất. C vừa lên năm thứ 3, chọn ban sơn dầu, lớp nằm trên lầu 2, phòng ốc luôn đóng kín, cửa có dán giấy báo đằng sau lớp kính trong, vây bọc thứ giang sơn riêng tư, một phần muốn bảo vệ chút gì cho cô người mẫu khỏa thân toàn phần. Hổ ngươi, chỉ mười hai cặp mắt săm soi nhìn ngắm là quá lắm rồi. Vô phận sự xin miễn vào. Cửa đã khóa.

Vì tối ngày phải vọc với đống đất sét, môi trường khá lầy lội, so ra công việc tôi trông dơ bẩn hơn C. Hắn chỉ lấm lem chút màu dầu ở mấy ngón, gió máy không lọt vào, có khi hắn đứng có lúc hắn ngồi trước giá vẽ, thong dong, hắn không biết đau lưng mỏi tay như kiểu tôi đâu. Nói chung, hoàn cảnh hai nơi chứa lắm khác biệt. C hiền lành, ít nói. Hiền lành biểu lộ ở trong tranh vẽ, ở nét cọ, ở màu sắc. Hắn chẳng là đứa xuất sắc, hắn không biết cách phung phá nhằm tìm tới một thủ pháp riêng. Hiền tới mức e dè, sợ vượt khỏi những khuôn mẫu có tính từ chương áp đặt. Nhưng nhìn chung, thật sự chưa có đứa nào muốn nổi loạn cả. Và cái sự lành có ở C khiến tôi thân thiết hắn.

Hai đứa có chung một sở thích, tìm tới quán cà phê mỗi tối. Chỉ riêng cái quán nằm gần ngã tư Âm Hồn ấy thôi, bởi nhạc ở đó họ chỉ phát những bản thịnh hành của Mỹ, Anh. Tôi và C không mấy thích sự nghèo nàn trong nhạc Việt, ít nhạc cụ, hòa âm đơn điệu, cung bậc đơn sơ giọng hát yếu hơi các thứ. Những quán khác đông khách vì họ chuộng nghe thơ Nguyễn Tất Nhiên phổ nhạc, trăm năm qua sông rộng rồi xúi phải ngoắt mòn tay, rồi mưa trên tượng đá giả dụ thế. C và tôi đồng quan điểm khi nhìn nhận ra sự quyến dụ đầy mãnh lực của âm nhạc, rằng có khi bạn chả hiểu gì về ca từ ngoại quốc nhưng chính giọng ca đó, cách thể hiện đó, âm giai đó đã quyện lấy, đã tạo sóng xô vào lòng mình, từng đợt, xiêu thân. When a Blind Man Cries của Deep Purple do Ian Gillan trình bày chẳng hạn. He Ain't Heavy, He's My Brother của The Hollies chẳng hạn. Heart Of Gold của Neil Young chẳng hạn. Rồi Bread, rồi CCR, Simon & Garfunkel… biết cơ man nào mà kể xiết. Mỹ mang quân đội sang tham chiến và họ đem theo những tâm tình xao động tới bất an có trong âm nhạc, vỗ về, mơ tưởng, tìm quên, nguôi ngoai, mong cách xa sự thật.

C có khiếu viết văn, trường có in ra một đặc san chuyên đề Mỹ Thuật. C gửi bài và được chọn đăng. Tôi nghĩ, hắn ít nói, những đứa như vậy sẽ có lắm chuyện để dàn trải bằng chữ viết. Gia đình C chẳng dư dả gì nếu không muốn nói là có hơi chật vật bởi đồng lương công chức của người bố thanh liêm mang về, trang trải. C nhận được học bổng toàn phần, cái ăn cái tiêu phải đi qua sự tính toán. Tôi thường bao C cái vé ciné nếu có xuất phim hay. Cà phê và chiếu bóng, niềm vui của chúng tôi chỉ biết nương nhờ vào ngần ấy thứ. Cho đến một hôm thì C không còn là người bạn thiết thân của tôi nữa. Chúng tôi xa nhau, chẳng mấy lâu thì xa cách thật sự theo cuộc di tản lắm thương đau, đổ vỡ, mất tăm mất tích.

B.

Năm 1974, tôi học lớp 12. Vào tuổi đó, lớn sầm đầu, tôi chưa đón nhận một cuộc tình đúng nghĩa. Ba má tôi từng "đi đêm" với ông bà H, họ có cửa hàng xuất nhập cảng vật liệu xây dựng, họ có người con trai đang du học ở Bỉ và theo "ký kết chùng lén giữa hai bên", tôi sẽ làm vợ người đó khi chàng ta vinh hiển về nước với tấm bằng kỹ sư cơ khí. Xa mặt cách lòng, ngay học trò tiểu học cũng thông hiểu chuyện giản dị đó. Trung trinh chờ chồng, lần hồi cổ văn cũng loại bớt đi bao "gương sáng". Chớ nên xử ép phận gái ở hậu phương, nắng quá thì buộc hoa phải héo thôi.

Nhà tôi nằm trên con đường "huyết mạch" của thành phố. Nhiều cửa hàng bán buôn, tấp nập kẻ qua người lại. "Đóng đô" trên lầu, thỉnh thoảng tôi bị gọi xuống trông hàng cho ba má tôi đi lo công chuyện. Tôi ngồi vào cái ghế đặt sau quầy, nơi ba tôi vẫn trụ yên ở đó với tờ nhật báo đăng đầy tin chiến sự hoặc cúi mặt vô cuốn truyện chưởng của Kim Dung. Tôi ngồi, lơ đãng nhìn ra đường phố lấm lem màu sắc của bao tà áo vụt qua. Tầm 5 giờ chiều, hè phố bên kia vẫn luôn có một anh chàng thơ thẩn lộn hồn lộn vía rảo bước. Cách lòng đường chẳng mấy rộng, tôi nhìn rõ tướng tá có vẻ "bụi đời" của anh ta. Tóc dài, áo quần màu sắc hài hòa, đeo cái túi xách của quân đội Mỹ, anh ta bôi chữ ARMY nằm đằng sau, giữ US lại để kẻ sơn thành hàng chữ A TIME FOR US. Trông anh ta có vẻ lạc loài, dễ bị cảnh sát chặn lại hỏi thăm.

Một ngày như mọi ngày, dù ngày đó nắng nhuộm vàng góc phố hay mưa gió vần vũ xám ngoét ngập lụt bầu trời, thời tiết vui buồn tùy hứng nọ chẳng ảnh hưởng đến bước chân thích lang thang một mình của anh chàng kia. Từ hoài nghi lạ lẫm dần dà đâm quen mắt nhìn, tôi xuống "coi hàng" chăm chỉ hơn, tự mình đánh cuộc có khi nao chàng ta bỏ thói rong ruổi? Khi mình nhìn ra cái khác thường, đi trật thứ thời khóa biểu êm ả kia, lòng mình có đâm vẩn vơ gợn đón thứ suy diễn lao lung? Không đâu, ngay cả nước sông dâng lên, lãng mạn tràn bờ gây lụt lội úng thủy, bóng dáng chàng kia vẫn còn đó, vẫn kín đáo gửi sang một ánh mắt đâm xuyên qua triệu hạt mưa giăng. Và lần này thì có khác biệt, như thể mọi con đường đều phải gặp điểm kết thúc, phải dừng chân. Anh ta băng qua "dòng sông" nước cạn lao xao sóng mấp mé thềm nhà, anh ta như đang hóa thân thành một "bạn hàng" đã toan tính sẵn món đồ sẽ mua. Anh ta chẳng nhìn hàng hóa treo đầy trong gian nhà trông hoa cả mắt. Mắt anh ta nhìn tôi, anh nói ra một câu khá bất ngờ, khá đột ngột, khá cả tin: Đất ở đây ngó vậy mà cao hơn chỗ tôi ở, nhà bị ngập lụt, mọi thứ bị nhấn chìm, may còn giữ được cái truyện ngắn tôi viết xong tháng trước là còn khô ráo, tặng bạn xem, tìm nhặt chút ấm áp trong mùa giá rét đang chiếm ngự.

Sau buổi đột kích bất ngờ nọ, tôi được biết người ấy học Mỹ Thuật, người ấy lại vui chân ghé tặng một bức tranh vẽ chân dung tôi theo trí nhớ trên giấy nhỏ, bên dưới có viết hàng chữ sắc nét, mượn tựa đề một bản nhạc của The Marmalade: "Reflections Of My Life". Khác quan niệm thủ cựu của ba má tôi, tôi có cảm tình với những người mê muội tự tìm kiếm vẻ đẹp. Tôi vụng nghĩ, anh chàng này thuộc loại rớt mồng tơi nhưng ngược lại, lòng anh ta sở hữu được một thứ mà bọn giàu có không tài nào với tới được. Những gì anh ta tạo ra, trao gửi riêng tôi, đã khiến cho con tim tôi đang mềm yếu dần. Tôi lộng kính tấm tranh treo bên chỗ nằm, tôi đắp mền ngang tới cổ và tôi luôn gặp giấc mộng đẹp sau khi đọc hết những trang giấy viết chữ ngay hàng thẳng lối có tên tác giả là C.

C.

Cuốn theo sự hoảng loạn của mọi người, tôi rời bỏ thành phố nhốn nháo lòng không kịp mọc sự tính suy để nổi trôi vào phương Nam bằng vào chiếc Honda 65 phân khối. Với hành lý là một bao cát - thứ dùng để đổ đầy đất vào, đắp thành ụ quanh nơi ẩn náu nhằm che chắn bom rơi đạn lạc - nhét cứng tài sản mà tôi có, cột ở yên sau. Xe mang tôi nhọc mệt lên đèo xuống dốc, xe vượt qua những chiếc xe đò nằm ụ giữa đồng không mông quạnh. Máy xe bỏng khét để rồi nó sẽ chính thức ngơi nghỉ ở một nơi chốn mà đứa đang cầm tay lái điều khiển cũng mơ hồ tới bến đậu tạm yên sóng gió.

Tôi phơi mặt ở mấy quán cà phê đông người suốt ngày hòng nhìn thấy một gương mặt thân quen. Chẳng một ai. B có tặng tôi tấm ảnh nhỏ, chừng như dung mạo dịu dàng kia đã theo gia đình vào tận Sài Gòn. Tấm ảnh nằm trong đống giấy tờ tùy thân tôi gài kín túi may trước ngực, bất khả phân ly. Chỉ mới năm ngày trước chứ bao nhiêu, hôm đó, tôi mời B đi uống cà phê. B đồng ý kèm câu nói: Mai này không rõ sẽ ra sao, nghe ba bảo giặc đã tới sát bên lưng. Quán trỗi lên khúc ca của James Taylor: You've got a Friend. Đôi mắt to của B nhốt vừa đủ khuôn mặt khờ khạo của một đứa chẳng biết nói năng. Nếu bạn rơi xuống sự phiền muộn, hãy nghĩ đến tôi, hãy gọi tên tôi, tôi sẽ đến bên bạn… Lời bài nhạc làm tôi thêm bấn lòng. Đưa B về tới nhà, có thể vì mai này chẳng biết ra sao, que sera sera, B đứng yên cho tôi ký gửi vào môi một nụ hôn. Tiếng đại bác nổ đâu đó thật gần.

Chiếc xe gắn máy chạy không kịp so với vận tốc mà vết dầu loang đang vấy nhuộm từng thước đường. Máu đỏ, cờ đỏ về ngự trị giữa thứ cảnh quang bạc ác đầy nghi kỵ. Rất hoang mang, tôi đành quay đầu trở lui chốn cũ. Tôi đến trường ghi danh học tiếp một chặng đời dở dang. Không thấy A, và hầu như bọn theo học môn điêu khắc đều đã "vui chân" đâm đầu đi tìm cách mưu sinh thực tiễn. Trường ốc mang vẻ mặt bạc nhược thiếu sinh khí, ghẻ lạnh tựa một cuốn sách long bìa tróc gáy, xộc xệch và đảo lộn các chương hồi. Chẳng còn vẽ cô người mẫu khỏa thân, chỉ tập trung vẽ tranh cổ động, chân dung lãnh tụ và lao động cuốc đất trồng sắn khoai cải thiện trên bãi cỏ bao quanh ngôi trường. Một mai rau rác sẽ tăng trưởng chen chân mọc cùng khắp và như thế nếu A buồn chân về thăm lại chốn cũ, hắn ngỡ nơi từng chôn kỷ niệm cũ đã trở thành một hợp tác xã, đất đai nọ thích hợp cho việc cung cấp thực phẩm tươi xanh "cây nhà lá vườn".

Tôi ra phố tìm B. Những cánh cửa sắt luôn kéo kín. Cực lòng hỏi thăm, đứa em trai B cho hay: Chị B không đi học nữa, dọn lòng đợi lấy chồng, anh Y du học từ Bỉ về thăm, bất ngờ bị kẹt ở lại... Vậy thì giờ này chị B ở đâu? Đứa con trai nhìn tôi như nhìn một gã công an khu vực: Sao biết được, rày đây mai đó, có thể đang ở nhà anh Y.

Nhà Y ở chốn nào, đó không phải là một địa chỉ cần truy tầm. Khi người ta sang sông, hình ảnh con đò cập bến bờ xa không đủ cay mắt nhìn với theo? Vậy thì rốt cuộc sóng đã xô tôi giạt về với lẻ loi, chẳng thể vỗ về những nỗi đau của bao điều khó hiểu ập tới. Cô đơn cũng khiến tôi yếu đuối, vẽ không được mà viết văn cũng chẳng ra hồn ra vía. Miếng cơm manh áo đã giết tôi, chôn sống tôi ngập đầu với bao thủ đoạn thấp hèn, tráo trở để trường tồn.

X.

Đó là một ngày đáng nhớ. Khi chưa tới, nó sẽ tới, để tránh quên, người ta đánh dấu mẫu tự X trong cuốn lịch. X hiện ra, thế một cột mốc buộc phải lưu tâm. Nghe đâu ban đầu quan viên hai họ định tổ chức ở quán cơm Âm Phủ, nhưng hai đàng gái trai đều không phải thuộc hạng duy vật, họ duy tâm một mực sống thờ với dị đoan nên thay đổi địa điểm. Chẳng có nhà hàng mang tên Thiên Đàng, đành "đăng ký" vào tiệm ăn Ngự Viên, sức chứa tối đa là 60 nhân mạng.

Tuy đã qua khỏi cuộc kiểm kê tài sản, hai họ đồng chủ xị vẫn chừng như chưa bị bầm dập lao đao. Nở mặt nở mày chút nào hay chút đó. Tuy cô dâu chú rể ăn vận y phục nom bình thường, nhưng ở đôi uyên ương kia giấy rách vẫn giữ lấy lề. Vì ngày trọng đại, một năm mới có ngày rằm, hãy để cho họ diện vào bộ áo quần mới cáu, may trước "giải phóng" chưa có dịp thích hợp để ái ngại che thân.

Thời cổ xưa, Lord Byron, một thi sĩ xứ sương mù lắm huyền thoại từng hạ bút: "Tất cả những bi kịch đều chấm dứt bằng cái chết. Còn hài kịch thì lại kết thúc bằng một hôn lễ". Cô dâu trông không nhập vai trọn vẹn trong vở hài kịch ấy. Bởi B chừng như ý thức "phông màn, sân khấu" này có vẻ thích hợp cho vở bi kịch hơn. B tránh nhìn tới chiếc bàn đặt cuối phòng, nơi xẩy ra cuộc tao phùng đi ngoài dự tưởng: C đã gặp lại A. Gặp với hoài nghi, với cái giáp vòng quá đỗi nhỏ bé.

A sẵn lòng tường thuật cho C nghe về câu chuyện nước chảy đá mòn: Cớ sự đã tới chữ chung thì tưởng cũng nên nói rõ một lần cho ra đầu ra đuôi, tao có tình ý với B trước mi, khó hiểu là B chẳng dứt khoát. Chạy vào Sài Gòn tình cờ lại gặp B nhưng đã trễ, B đi bên người chồng sắp cưới... Chú tao, cậu tao, nội ngoại gì cũng có người làm lớn ngoài Hà Nội, thời bây giờ chẳng kiếm ra ô dù để che thì chịu đời chi thấu với gió mưa. Tao giúp B sở hữu cái giấy phép được tụ họp tiệc tùng, tránh lôi thôi và ngày mai tao ra Bắc thăm gia đình chú bác dượng dì tập kết ngày xưa. Mi có thể giận tao, trách tao nhưng đừng hờn ghét B. Lấy chồng như Y là một chọn lựa hợp lý, vì tương lai, vì mong có một lối thoát thân. Tao nghĩ, trước sau gì hoàn cảnh cũng xúi B làm một đứa phản bội tổ quốc. Từ phút giây này, mi phải nên tự mình tìm ra một con đường sống. Cần tao giúp không? Vào Sài Gòn làm công nhân viên ở Tổng cục Hóa chất chẳng hạn?

Cuối bữa tiệc, tìm ra khoảng hở thuận lợi, B đi lại gần C, nắm bàn tay C với đôi mắt long lanh: Cảm ơn anh đã tới, đã vẽ bức tranh đẹp làm quà cưới. Cho B xin địa chỉ thường trú của anh hiện nay, khoảng bốn hôm nữa tụi này vượt biên, B sẽ gọi anh đi cùng. Mấy lượng vàng của hồi môn dư sức mua lấy cho anh một chỗ ngồi trên ghe. Anh nghĩ sao? Tụi mình có phúc cùng chia có hoạn nạn cùng gánh.

C ôm siết B, tưởng chừng giữa đại dương hung hiểm đã vừa vớ được một chiếc phao. Có đôi lúc, một vài kẻ đã nở được nụ cười sau bi kịch. B sáng suốt đẩy C ra, B phải trở lại với vai trò thích hợp trong vở hài kịch chưa buông màn. Một câu chuyện tình, nghĩ cho cùng, người ta có thể tạo dựng ra lắm phiên bản khác nhau. Duy nhân vật chính vẫn chẳng đổi thay, B quay lưng nhưng gửi lại đằng sau thứ hương mùi thủy chung, thơm dịu, dằn vặt khứu giác.

Hồ Đình Nghiêm

Liên lạc Tác giả: Hồ Đình Nghiêm
hodinhnghiem@hotmail.com

Đọc bản thảo tập thơ
"Lửa Và Hoa Bên Bờ Năm Tháng Hai Ngàn"
của Đặng Tấn Tới

MANG VIÊN LONG

Bản thảo tập thơ "Lửa và Hoa – BÊN BỜ NĂM THÁNG HAI NGÀN" đã được người con trai của Đặng Tấn Tới in vi tính, hoàn chỉnh vào tháng cuối năm 1999, gồm có 4 bản, tranh bìa của Bùi Giáng, thiết kế bìa Liên Hương Design, dày 374 trang, 306 bài thơ, trên giấy Galgo, bìa cứng (khổ 15x20). Sau phần thơ, còn có 15 trang dành cho "Đọc Lại Và Viết Thêm" về Thơ (I), Tâm Thu Kinh (II) và Thi Thiên (III). Dầu chỉ thực hiện in vi tính 4 bản, nhưng có thể xem như một tập sách hoàn chỉnh; từ việc chọn lựa co chữ, trình bày bìa và ruột đều rất mỹ thuật, công phu - không thua kém bất kỳ một ấn phẩm mỹ thuật nào. Đây là tập thơ thứ 6 của Đặng Tấn Tới (nếu không tính tập thơ đầu tiên là "Lễ Tấn Phong Tình Yêu" ký bút danh Vũ Thúy Thụy Ca, xuất bản năm 1961, lúc Đặng Tấn Tới 17 tuổi mà ĐTT không muốn đưa vào tác phẩm của mình, dẫu đó là một tập thơ đẹp cả nội dung và hình thức, một thời làm ngạc nhiên văn thi hữu): Mưa Mắt Tình (1968), Tâm Thu Kinh (1970), Tuyệt Huyết Ca (1972), Thi Thiên (1973) và Trúc Biếc (1974). Như vậy, "Lửa và Hoa - Bên Bờ Năm Tháng 2000" là tập thơ được anh sáng tác ròng rã trong 26 năm (từ năm 1974 đến tháng 12 năm 1999).

Đặng Tấn Tới đã trao cho tôi "giữ giùm" một bản (trong 4 bản đã in) từ gần mười năm nay, sau chuyến vào Saigon giải phẫu não lần thứ hai trở về lại quê.

Tôi đã có dịp đọc thơ Đặng Tấn Tới từ tập thơ đầu tiên (Lễ Tấn Phong Tình Yêu), đến tập thơ sau cùng (Trúc Biếc - 1974), bởi tôi và anh ở cùng một xóm, học chung một lớp tiểu học trường làng, và cùng nhập học trường tỉnh trung học Cường Để vào niên khóa năm 1958... Được đọc thơ, được sống gần gũi nhau từ thuở tóc còn để chỏm, được chia sẻ những nỗi vui buồn, ước vọng trong cùng một hoàn cảnh đất nước đang chiến tranh, tôi hiểu anh tương đối rõ: Anh luôn là người bạn văn đồng hương chí tình của tôi qua bao năm tháng thăng trầm; là người kiệm lời nhưng chân tình, trầm mặc nhưng tha thiết, trọn đời hết lòng vì sự đổi mới, và tin yêu Thi Ca...

Bài thơ đầu tiên mở đầu cho 306 bài thơ có tên "Ngày Sau":

"Đi vào mây nước thẳm
Còn hạt cát vu vơ
Ngày sau ai nắm được
Cảm thật đến ban sơ"

Mối cảm thông trong thơ anh giữa người xưa & người sau & người nay thật mênh mông, man mác; có gì như còn vướng vất nỗi bâng khuâng, chất chứa bao hoài niệm, bao nhớ nhung, bao niềm ước mơ đồng cảm huyền nhiệm chưa thể giãi bày trọn tình. Chủ đề nầy, cũng là một phần quan trọng trong tác phẩm, và chúng ta dễ nhận thấy, mối liên hệ bàng bạc gần như xuyên suốt trong dòng thơ anh:

"Tài tử duyên còn gặp
Thất thanh cười khóc nhau
Trăng tình chung chảy máu
Hừng hực lửa thơ mầu"

(Gửi Người Xưa Đã Để Lại Cho Người Sau)

Thế giới thơ của Đặng Tấn Tới, vì thế, dường như bao giờ cũng mong manh, mênh mang một nỗi niềm, đau đáu một hoài vọng của sự tột cùng khổ đau hay hạnh phúc của hôm qua, hôm nay và ngày mai:

"Chút lòng trong cát bụi
Sáng ngoài hương cỏ cây

Đêm trăng tơ mềm núi
Ta còn nhau ngắm mây"

(Còn Nhau)

Hay trải lòng hoan hỉ như đất trước mọi gian nguy, thăng trầm, khổ đau hay hạnh phúc:

"Đất trải lòng chân thật
Thân trần lượng nước qua
Đâu hận thù còn mất
Vô tình rêu thắm hoa"

(Sukhavaggo Dhammapada)

Thơ Đặng Tấn Tới từ tập thứ 2 (Tâm Thu Kinh - 1970) đến tập bản thảo hôm nay (2000), chảy dài suốt ba mươi năm, đều thấm đẫm tư tưởng Phật giáo; nhưng từ lăng kính triết lý Đạo Phật, dòng thơ anh soi chiếu một cách vi tế, như nhiên đến các ngõ ngách đời sống riêng chung; từ phận người, quê hương, đến vạn hữu (...) với một phong cách bày tỏ hiện đại, bên cạnh tài năng sử dụng nhuần nhuyễn các thể thơ với nhiều cách tân, nhiều từ ngữ sáng tạo nhạy bén, gợi cảm. Dòng thơ nhất quán như một dòng chảy huyền nhiệm, uyển chuyển, tinh khôi, chuyên chở bao ý tình sâu thẳm, thâm thúy. Có bài như những câu kệ, công án, hay của giây phút thiền quán tỉnh thức, xuyên qua những điều giản dị quanh đời sống, như cỏ cây, gió, mây, trăng, nước (...). Không gian thơ mở ra bát ngát, dường như gần, dường như xa; nhưng trong cái ảo diệu linh hoạt ấy, lại có sức truyền cảm hấp dẫn người đọc lạ kỳ. Chẳng hạn:

"Ngàn thu trang cỏ vắng
Nở hoa sương một đêm
Một thoảng hương dịu mềm
Long lanh lòng bất tuyệt"

(Ngũ Tuyệt)

Hay khúc III trong sáu khúc của "Thu Tâm" (Vũ lãnh hương hồn điếu thư khách – Lý Hạ)

"Đèn lạnh nghiêng lòng sách
Chữ rơi vàng lá đưa

Người xa, thu bước quạnh
Đồng vọng tiếng ma xưa"

Và "Ngàn Mây" - tặng Nguyễn Tôn Nhan:

"Trắng trưa trời cố quận
Bước qua, lòng sang đâu
Thấy nhau lần mây chuyển
Ánh lộng nước không mầu"

Tâm tình của nhà thơ bàng bạc trong suốt từng câu chữ của "Lửa và Hoa…" trong gần 30 năm sống ẩn nhẫn, thầm lặng với thơ. Trang thơ nào cũng ắp đầy nỗi niềm cô đơn, quạnh hiu kiếp nhân sinh lạc lõng, cũng tràn ngập ước vọng trời thơ một đời da diết kiếm tìm; cho dù có đôi khi tấc lòng cũng chùng xuống cung bậc của nỗi "xa xôi gởi lại ánh tơ tằm":

"Trang giấy vàng ươm, tình mãi vắng
Xa xôi gởi lại ánh tơ tằm
Lòng Quê, mây sớm chơi cùng núi
Sông biếc nào in, nguyệt vẫn rằm."

(Trước Trang Giấy – tặng Nam Chữ)

Hay tỉnh táo hơn với "Nhân Một Câu, Nhắn Gởi…" (tặng tác giả "Giọt Trăng" *):

1.

"Ai đọc thơ tôi mà hỏi thơ?
Thôi thì, thơ mộng, lửa trời hơ
Đất Quê sớm tối còn hơi ấm
Vẫn lộng Đường Đi, điểm sáng chờ

2.

Ai đọc thơ, ai xuất bản thơ!
Đôi điều rất thật lại vu vơ
Cũng là chút mộng còn lưu dấu
Qua cả trăng sao, suốt bến bờ."

Tiếp nối "Cát Bụi Thơ":

"Đây xương máu còn xanh sông núi

Nợ linh hồn vẫn suối tinh mơ
Bao nhiêu bước mất, chân chờ
Gặp hoài trong cát bụi thơ tuôn trào"

Bên cạnh hai thể thơ ngũ ngôn và thất ngôn tứ tuyệt rất mới là sở trường của Đặng Tấn Tới, anh còn rất thành công ở thể thơ Haiku và lục bát biến thể hiện đại từ nhiều chục năm trước, để chuyên chở cái cốt tủy của xúc cảm sâu lắng, của tư tưởng uẩn khúc, mong manh.

Bất chợt vài bài thơ Haiku:

"Thức dậy
Ánh trăng đầy trời
Lòng ta ơi!"

(Lòng Trăng)

"Không đâu
Con ong đậu
Giàn bầu xanh"

(Sống Động)

"Lá ngô đồng
Ồ lá ngô đồng
Thu không"

(Thu Không)

"Tình Yêu
Cho rất nhiều điều
Như thật."

(Kỳ Diệu)

Hai đoạn 6/8 (1 và 2) trong 10 đoạn của bài "Những Ngày…":

1.

"Những ngày bụi chuối sau hè
Cành tre trước ngõ, tiếng ve lưng trời
Máu đầm nhịp thở bên người
Hỏi gì Quê cũ, Không Lời chốn đây

2.

Những ngày cát bụi thơ ngây
Em về bên nội trăng đầy bước đi
Đêm đêm sao sáng nghĩa gì
Một ông sao sáng, hai vì sáng sao
Những ngày mặt đất chiêm bao
Bởi đêm rất thật đã trao cho trời.(...)"

Một số hình ảnh thường nhật của nhà thơ sau năm 1975 - "Đào Gốc, Qua Sông Về Trồng Kiểng", cũng đã được Đặng Tấn Tới khắc chạm như một bức phác họa tài tình rất mực, ghi dấu kỷ niệm một thời:

"Đào cây, dứt rễ, sang sông
Âm dương nửa gánh bềnh bồng trên vai
Gốc xưa chớm nụ ngày mai
Bao la mây nước sáng vài giọt vui"

Và cảnh "Về Vườn" của kẻ sĩ "lỡ mùa theo đậu sắn":

I.
"Ngày xa, không ước hẹn
Về lại, chuyện đâu ngờ
Vườn hoang khô đất đá
Chân ngập ngừng bâng quơ
Lỡ mùa theo đậu sắn
Vui vận trúc am che
Nuôi thánh thai tròn lớn
Phiêu phiêu ngọn gió hè

II.
Vườn xưa người bỏ lại
Hôm sớm anh em về
Xới đất trồng rau cải
Bình thường mộng gối Quê
Rào thưa như hạn bước
Sách nát, chí đâu cùn
Một nhát cuốc Vô Trước
Đầm đìa mạch Nước phun"

Hay trong bài thơ có tựa đề dài nhất (21 chữ): "Chiều Uống Rượu Với Cụ Sáu Nơi Xóm Nhỏ Vừa Say, Khinh Khoái Chia Tay, Hẹn Giữa Tuần Trăng Lại Uống":

"Chơi quàng qua xóm nhỏ
Quên "làng-không-có-đâu"
Gặp người bên mái cỏ
Trò khỉ rỡn đôi câu
Cuộc đời cũng lắm chuyện
Đắng cay mà nhẹ tênh
Không ghiền vẫn cứ uống
Men rượu chiều lênh đênh
Gợn mây và mảy bụi
Vơ vẩn mộng lưng trời
Chữ "vừa" cùng lĩnh ý
Hẹn một chén trăng mời"

Tập bản thảo "Lửa & Hoa, Bên Bờ Năm Tháng 2000" dày 374 trang, gồm 306 bài thơ đã được Đặng Tấn Tới sáng tác trong gần 30 năm, nhưng trong giới hạn của một bài tạp bút chỉ làm công việc "giới thiệu & ghi lại đôi điều cảm nhận" - nên trước khi "tạm khép" tập bản thảo, xin mời quý bạn cùng đọc thêm hai bài thơ có tựa là "Quê Nhà" (I & II), để cùng đồng cảm và chia sẻ với nhà thơ về những năm tháng "về vườn":

QUÊ NHÀ

I.
"Không lưu lạc đất khách
Quê nhà chớm bạc đầu
Bao năm thân thế huyễn
Một sớm thẹn mày râu
Nào đâu đường lối trúc
Hoang thôn bước dãi dầu
Chẳng được như người trước
Am cỏ chỉ vô cầu
Ngâm tràn câu thanh khí
Giọt lệ thấm ngàn thâu"

QUÊ NHÀ

II.

"Bao năm dài kín cửa
Bụi vẫn bám tình quê
Chưa quên hết một chữ
Có chăng ta đã về
Thời thế không lời nói
Phàm thánh chẳng còn chi
Núi xanh lòng xử sĩ
Trăng tỏ ý trời ghi"

Mang Viên Long

(*) Tập thơ của quách tấn

n.g.ô.i s.a.o
PHAN HUYỀN THƯ

Khi bạn muốn là một ngôi sao.
Màu vàng?
Nghiễm nhiên bạn sẽ vẫy vùng trong biển máu.
Màu đỏ?
Bạn sẽ như lưỡi dao oan nghiệt đâm nát những giấc mơ hiền lành.
Màu thiên thanh?
Bạn hồn nhiên vô nghĩa khi tham vọng những điều không hiện thực.
Màu tím biếc?
Ai cũng tưởng bạn là sao Hôm, sao Mai nhưng thực ra bạn phân thân nên chỉ là một
Bạn sống chỉ để chết bằng quán tưởng, đợi chờ.
Bạn vẫn muốn là một ngôi sao nhấp nháy sắc màu?
Nếu muốn...
Xin hãy là ánh sáng lấp lánh trong mắt người đang yêu
Long lanh ưu phiền trong mắt người đang khóc
Vụt lóe ngang trời như ánh chớp số phận
Một ngôi sao?
Không màu mà lại muôn màu.
Chỉ lấp lánh xa xa...
bạn bỗng nhiên rực rỡ ảo vọng như một mắt lưới tạo hóa giăng ra để vớt những linh hồn phiêu dạt
Vẫn đang trôi trong triệu triệu năm tuổi
Thiên hà
Luôn yêu đương đắm đuối và đau khổ thật thà ...
Bạn ơi, nếu muốn chúng mình hãy là những ngôi sao không màu sáng trong nhau.

Phan Huyền Thư

P/s: Nhớ ngày Thơ. Với Vũ, Cường, Thuỵ Anh, Hưng, Mật, Mai và 360 độ. 12.Feb. 2019

T

Thơ Đề Trên Bục Cửa

LÊ VĂN TRUNG

Ta chép bài thơ lên bục cửa
Người về đọc nốt
Một lần
Quên
Cởi áo - tình - nhân
Lau hạt bụi
Bám vào nỗi nhớ đã rêu xanh

Thơ ta là những câu Huyền Ngữ
Tinh kết từ sương của đất trời
Người về sương chạm lời thơ vỡ
Giọt lệ tình xưa cũng vỡ, trôi

Bục cửa mùa trăng ngồi chải tóc
Người như tượng đá từ trăm năm
Tóc rối hồn ta vừa ẩm mục
Đọc nốt thơ
Rồi
Cũng lãng quên

Bao giờ trở lại gian nhà cũ
Lòng bỗng như vừa chợt nhớ ra
Có kẻ đề thơ lên bục cửa
Đợi chờ tàn úa những cơn mơ.

Lê Văn Trung

Ngôn Ngữ Giờ

NGÀN THƯƠNG

ngôn ngữ giờ đã cạn
chẳng còn gì cho em
lòng mênh mang xa vắng
giữa dòng sông êm đềm

nhiều đêm nghe tiếng vọng
âm thanh của một thời
nổi trôi theo vận nước
phận người mãi chơi vơi

thôi đừng mơ trở lại
chuyện hão huyền đổi thay
khi cuộc đời tan tác
buồn hơn vui mọi ngày

tìm nhau trong tiếng sóng
vỗ dậy bờ sinh ly
gió xoay màu quê cũ
se thắt nẻo ai về

ngôn ngữ giờ đã cạn
cơn lốc xoáy tan tành
hóa thành dải khăn trắng
quấn lên đầu em - anh.

Ngàn Thương

Vui Sống

VƯƠNG DUY

Đôi khi trong sinh lộ nỗi buồn
Bài thơ tuyệt tích
Ý thơ chìm trong quỷ dị
Vì thiếu vắng
Quê Hương
Thiếu vắng chân trời
Ta bước loanh quanh trong cõi đời chật hẹp
Bức tường được dựng lên
Giam hãm ta trong cô đơn tuyệt cùng
Để phá tan bức tường
Ta không có người ủng hộ
Vì chung quanh ta những cái đầu
Đều hóa đá
Đôi khi trong tuyệt lộ
Ta xây lên niềm vui sống
Trong sự giao cảm
Trong chữ nghĩa
Trong tư tưởng
Để vui cái – hằng – ngày – tuyệt – vọng.

Vương Duy

Đến Bao Giờ

NP PHAN

đến bao giờ thì những ô cửa sổ
sẽ mở tung để đón ánh ban mai
đêm đã quá dài
sự chờ đợi đã chùng xuống
chỉ còn sự hồ nghi
đánh đu cùng giấc mơ hoang đường

những dã tâm
không còn trong trứng nước
ranh giới mù mờ
sáng tối chẳng phân ly
những mảng trời dạt phía mù sương
bơi trong tiềm thức
đến bao giờ thì cập bến vô biên

dòng sông trôi nhẫn nhục
thinh lặng bãi bờ
đến bao giờ tiếng ca thôi đồng vọng
một nửa tà dương
một nửa bình minh
trộn lẫn vào nhau
trôi đi
trôi đi
trôi đi
về phía đại dương tỉnh thức

cánh cửa đã khóa chặt
gọi mãi mà vừng không chịu mở ra
đến bao giờ những bước chân
mới thôi mời gọi phù hư
đến bao giờ
những tàn phai thôi ám ảnh
trong bát ngát trùng vây

NP phan

T

Gừng Muối

CHU VƯƠNG MIỆN

hạt muối mặn ba năm còn mặn
lát gừng cay chín nước còn cay
[ca dao]

hết tiền tình cũng rã ngay
thôi thì đêm cũng như ngày hỡi ôi
nguyên là cục đá lòng đôi
đút lò đã hóa thành vôi trắng hều

đầy tiền đầy ắp tình yêu
vơi tiền tình uống thuốc liều đi đoong
tội tình một lũ đàn ông
vo ve chả khác đàn ong đàn ruồi

dư tiền mặt óng vàng tươi
cạn tiền chả có con ruồi bu quanh
cũng đành thôi? cũng đành đành
giai nhân chừ cũng lâm hành đường xa

thương gần chán quá thương xa
chẳng qua kẻ cắp bà già một đôi
đôi mua cũng vẫn là đôi
đôi sim đôi chẩu đôi sồi đôi nưa

trời hành tháng 8 chưa mưa?
tháng 9 lá đỏ cuối mùa lá bay
lá bay bỏ lại chốn này?

Chu Vương Miện

Chiến Trường Của… Từ Điển

NGUYỄN HUY CÔN

Cuộc "chiến tranh" về từ điển hiện hình rõ rệt khi xuất hiện một hình thức từ điển mới vào những năm đầu của thế kỷ 21. Đó là các đĩa CD,VCD hay DVD (và trước đó ít lâu là băng cassette), gọi chung là *từ điển nén* - tuyên chiến thẳng với từ điển giấy truyền thống. Không kinh ngạc sao được khi một chiếc đĩa có đường kính vài centimet có thể thay thế dễ dàng cả một bộ từ điển giấy khoảng 20 quyển. Và giá của chúng cũng rẻ bất ngờ: chỉ khoảng 200 đôla khi mà bộ từ điển giấy tương đương hơn một ngàn đôla. Nếu kể tới thông tin nén được nối với Internet thì chất lượng cao và đổi mới hơn hẳn với những hình ảnh sinh động, chuyển ngữ nhiều và nhất là không giới hạn về nội dung từ điển. Có nhiều ví dụ: Collection Encarta 2002 của Microsoft đã được chuyển ngữ rất nhiều và cập nhật dễ dàng trên mạng mà chỉ có 160 đôla, hay Encyclopedia Universalis thu gọn 28 quyển trong 2 đĩa, vô số hình minh họa giá chỉ có 210 đôla, rồi Encyclopédie Universelle Larousse chuyên nói về Afghanistan. Đó là chưa kể La Grande Encyclopédie 2002 Micro Application chỉ với 30 đôla phân tích đầy đủ về sự nghiệp của J.F. Kennedy, chiến tranh thế giới thứ hai, Afghanistan, Iraq. Thế mạnh của từ điển nén trên "chiến trường" là ở chỗ nó có bản đồ của toàn thế giới, của từng quốc gia, (muốn phóng lên để xem cỡ nào tùy thích), có thể xem vài vạn bức tranh, trên nền những bản nhạc nổi tiếng như Dòng sông xanh, Hành khúc Thổ Nhĩ Kỳ hay Gửi Elisa, v.v…

Từ điển nén khác với từ điển truyền thống trên giấy ở chỗ đề tài đa dạng, hình thức thể hiện phong phú. Nó có thể trích đoạn vài trăm kiệt tác văn chương mà cũng có thể trình bày hấp dẫn tình hình chiến sự Trung Đông hay chuyện toàn cầu hóa. Người sử dụng có thể tham khảo một sản phẩm rõ ràng qua hình ảnh ba chiều chứ không bị hạn chế như từ điển giấy. Từ điển nén có nhiều ưu điểm: dễ sử dụng, đầy đủ và có tính giáo dục cao. Tất cả được sắp xếp theo chủ đề chứ không theo thứ tự chữ cái như từ điển giấy. Ví dụ, từ điển bách khoa tương tác Oxford là một từ điển tiêu biểu thuộc loại này. Thế mạnh của từ điển nén còn ở chỗ tạo điều kiện cho người "đọc" tra cứu ngôn ngữ trên mạng, không chỉ một ngôn ngữ mà hàng trăm thứ tiếng, từ ngôn ngữ chung đến thuật ngữ chuyên ngành. Chúng tôi đã có dịp giới thiệu vấn đề này trong một số tạp chí. Chính vì những ưu điểm nổi trội đó mà các loại từ điển trên giấy, dù đã tồn tại hàng trăm năm cũng vẫn "xin thua", nhường thị trường cho từ điển nén. Chẳng hạn, sau 244 năm phục vụ toàn cầu, Encyclopedia Britannica đã phải ngừng xuất bản để nhường bước cho Bách khoa toàn thư trực tuyến!

Có bạn hỏi: thế ở thời "Từ điển cổ điển" không có sự cạnh tranh hay sao. Có chứ, nhưng âm ỷ, kín đáo; ganh nhau trong từng câu chữ. Đó là trường hợp giữa Từ điển Larousse của Pháp với Từ điển Robert Benjamin. Nếu trong bộ Mon Premier Larousse giải thích cho các em thiếu nhi rằng: "Một con vật có thể sống nhưng một hòn đá không thể hít thở" thì Từ điển Robert Benjamin giải thích thêm là "những hòn đá không sống, thì cũng không chết " (cho lứa tuổi 6-8) và "hòn đá không thể hưởng lạc thú của con người" (cho lứa tuổi 8-12). Chưa hết, nhà xuất bản Robert còn trình bày đến 6 nghĩa trở lên của một động từ cho trẻ lứa tuổi 9-12. Lại nữa, qua bộ Super Major Larousse, người ta lại luyện cả những tình huống ngoại lệ của văn phạm Pháp ngữ cho các trẻ em, và mở rộng đối tượng phục vụ của từ điển cho những ai từ 7 đến 77 tuổi(!).

Tuy nhiên, sự "bội thực" từ điển tại Pháp cũng xảy ra trong hai thập niên 1970-1980 khiến công chúng Pháp quay lưng lại với từ điển làm thị trường này tuột dốc.

Cũng may là đến đầu thế kỷ 21, từ điển tại đây "hồi phục" được, và khi đó quà Giáng sinh ở Paris là Từ điển chiếm đến hơn 60% (từ điển dạng sách và đĩa), và các phụ huynh lại có thói quen cứ hai năm lại mua một bộ từ điển mới cho con em mình.

Điều đáng mừng là từ điển chuyên sâu vẫn phát triển và có đất sử dụng: nào từ điển về rượu vang, về hoa, về bánh kẹo. Cũng may là thị trường từ điển cho người lớn vẫn xuất bản bình thường. Đó là các từ điển ngôn ngữ về từ đồng nghĩa, phản nghĩa, từ nguyên, ngạn ngữ,v.v… Bên cạnh đó còn có cả các từ điển chuyên sâu về chăm sóc con cái, về bệnh truyền nhiễm và cả quốc kỳ nữa!

Cũng ở đầu thế kỷ 21, các từ điển "ăn theo sự kiện" cũng có đất dụng võ. Chẳng hạn, người ta đã cho ra đời từ điển bóng đá khi Pháp đoạt danh hiệu vô địch bóng đá thế giới, rồi từ điển về World Cup cũng tràn ngập kèm theo những phụ lục giới thiệu về du lịch và văn hóa của những nước đăng cai Nhật, Hàn (từ giữa năm 2001). Ngay cả sự kiện 11-9-2001 ở Mỹ mà cũng là đề tài của nhiều thứ từ điển ra đời: nào là từ điển lịch sử ngoại giao, từ điển lịch sử chiến tranh, thi nhau xuất bản tại Mỹ, Anh, Đức… Ngay cả chiến tranh ở Afghanistan cũng cuốn theo một cuộc chiến tranh về chữ nghĩa: con đường tơ lụa, vũ khí sinh học, các đời Tổng thống Mỹ, rồi cả thuốc phiện và… khủng bố nữa.

Quả là chiến trường từ điển có một thời khắc nghiệt!

Nguyễn Huy Côn

TÀI LIỆU THAM KHẢO

• *Guerre dans le dictionnaire – Challenges, 2-2002.*

• *Nguyễn Huy Côn – Từ điển Bách khoa tương tác Oxford, Tạp chí* Từ điển học & Bách khoa thư tháng 5-2010.

• *Nguyễn Huy Côn – Từ điển đa ngôn ngữ trên mạng, Tạp chí* Từ điển học & Bách khoa thư tháng 9-2012.

• *Nguyễn Huy Côn – Bách khoa toàn thư và Encyclopedia Britannica, Tạp chí* Từ điển học & Bách khoa thư tháng 5-2013

Ánh Sáng Trước Mặt

LÊ VĂN THIỆN

Vợ chồng ông Mùi từ một làng quê miền Trung vào Sài Gòn thăm con. Không phải du lịch, thăm suông, mục đích chuyến đi là làm quen vợ cho thằng con lớn.

Đến nơi, trời mờ sáng. Xuống tàu, không ai đón, hai người lúng túng. Chỗ lạ, người đông, loay hoay chẳng biết nên đi về hướng nào. Rồi, nhờ hỏi han, nhờ taxi, bốn mươi phút sau họ cũng đến nơi cần đến: nhà người em họ, trong một con hẻm đường Hoàng Diệu, quận 4.

Sau khi ăn điểm tâm và dạo một vòng thăm chợ Xóm Chiếu, về nhà, anh chị bước vào cuộc trò chuyện căng thẳng, giống như cuộc họp đúc kết, rút tỉa kinh nghiệm canh tác của hợp tác xã. Nói thoải mái, vợ chồng anh Lập, chủ nhà, đã đi làm, mấy đứa trẻ đi học. "Chán, chẳng đứa nào ra đón". "Ông biểu đừng đón rước mà". "Tôi biểu, nhưng hai thằng vẫn đón mới phải". Bà Mùi xuống giọng, nhỏ nhẹ: "Ta chớ nên khắt khe, tụi nó nhiều việc. Ông thấy đấy, ngoài đường kia, người ta đi hấp tấp... Thằng Khôi làm cách đây hơn sáu mươi cây số". "Còn thằng Quyền?". "Không thấy cũng biết, nó mệt, phờ người ra vì chạy xuôi ngược, lo tiền bạc, nhờ chỗ này mượn chỗ kia... nghĩ coi, lương nó hẻo". Ông Mùi nói, với giọng bực tức: "Ai buộc nó? Chưa đổi được chiếc xe Tàu, lương lậu còn nằm sát đất đã tính cưới vợ". "Vợ chồng duyên số. Cũng có thể nó coi đó là chuyện bình thường... Ai cấm người đi xe sáu triệu cưới vợ?". "Chắc nó quên, mình vào đây là vì nó... Nó định làm đám cưới lớn, lấy gì làm?". "Muốn tiếp cận giai cấp cao phải trải qua thủ tục rườm rà đó". Một bà gánh một gánh hàng khá nặng, chạy chậm, rao to một câu nghe như hát, không rõ rao gì. "Nếu bạn gái ở Tuy Hòa vào, chúng nó có đón không?". "Đừng khó, xét nét, ông ơi... Nhìn lại mình xem, trước kia ta đối đãi với cha mẹ thế nào?". "Mua cho ta cái tủ, cái giường, gửi cho vài triệu bạc, chắc thằng Khôi nghĩ nó đã làm tròn bổn phận. Đồ... toàn một lũ heo!". "Chớ nên nặng lời, tụi nó đang trên đường gia nhập vào giới trí thức. Trí thức là mềm mại, dịu dàng". "Tôi làm ruộng... Tôi không thèm quan tâm tới mấy cái trí thức". Bà Mùi không giận. "Giọng ông vẫn trẻ trung ngang bướng". "Ngồi trên taxi tôi không nhìn phố phường, đèn đóm, chỉ nghĩ: nếu bạn gái từ Tuy Hòa vào, bọn nó có đón không".

Trọn buổi sáng nhị vị nằm dài trên giường xem tivi, chẳng bỏ mục nào, ca nhạc, thể thao, hoạt hình, dạy hát... cốt để giết thì giờ. Hai thằng con gọi điện chào hỏi, nhưng chưa thấy đứa nào đến. Thằng Khôi làm cơ khí ở một hãng gì đó "nằm cách Biên Hòa hơn hai mươi cây số". Thằng Quyền là nhân viên một công ty thực phẩm ở Bình Chánh. Nghe nói thế, nhưng ông Mùi không có một khái niệm rõ ràng nào về vị trí của các địa danh ấy... Mỏi cổ, mờ mắt, tắt tivi, hai người lại nói tiếp câu chuyện bỏ dở. "Lần đầu chúng ta đi Sài Gòn, một sự kiện có ý nghĩa!". "Thôi mà, đừng bơm cho nó phình to ra! Lần đầu, đúng, nhưng không gán cho nó cái nhãn "sự kiện"... Mình nằm trong đám đông vô danh, dạng con nhái... Ta nên thương con. Tụi nó khổ đã lâu, đã thiệt thòi nhiều... Vào đây học, con nhà người ta xài mỗi tháng hơn triệu bạc, con mình chỉ tám trăm... Tôi nhớ mãi, hồi năm kia thằng Khôi đi Đà Lạt chơi với bạn, ta chẳng cho nó xu nào". "Không có một đồng, lấy gì cho?". "Khi nó tốt nghiệp, lẽ ra phải gửi tiền thêm vài tháng để nó ăn đi tìm việc, ta lại cúp ngay". "Quen tật vu khống, không tiền sao gọi là cúp!". Từ cổ ông Mùi phát ra những tiếng gừ gừ, đó là dấu hiệu cho biết ông đang nổi cáu. "Hơi buồn đấy, nhưng mình nên rộng lượng". "Chúng nó sẽ phải trả giá". "Ông định làm gì?". "Dùng tiếng trả giá hơi nặng, tôi muốn nói bọn nó sẽ được "đáp lễ", ví dụ như sau này cha mẹ vợ chúng nó quy tiên tôi sẽ không vào". "Khéo lo xa, họ chẳng chú ý đến ta đâu". "Vài trăm ngày, ba bốn năm nữa tôi vẫn sẽ còn nghĩ: nếu bạn gái chúng ở Tuy Hòa vào, chúng có ra đón không".

*

Ông Mùi thuật lại buổi làm quen ở nhà ông sui mới. Anh Lập nghe, thích thú, háo hức... Ông Châm – cha vợ Quyền – chưa đến sáu mươi, tóc bạc, người thấp, hay cười, siêng nói. Người nói nhiều thường dễ tính? Chỉ có bà chị ruột ông Châm hỏi ông Mùi mấy câu, những người kia coi như ông không có mặt. Ông hiểu, mình chẳng có gì nổi trội để thiên hạ nhìn ngắm. Không buồn, ông còn mừng, nếu họ bu vào hỏi chuyện chắc ông cuống! Ngồi đây, giữa căn phòng lộng lẫy, nước da nâu của ông dường như sậm hơn, bộ veston (đồ mướn) ông mặc có vẻ chật chội. Ông ngồi dán trên ghế, nhìn quanh, nhìn quanh. Ông nhớ, đây là lần thứ tư trong đời ông diện đồ lớn, mệt!... Ông Châm nâng ly, hớp ngụm bia, nói hơi lớn: "Sống là đối phó, đối phó với hoàn cảnh, với tha nhân, với số phận". Ông hỏi ông Mùi về phong cảnh làng quê miền Trung – do đâu mức sống của nông dân thấp – sống nhiều đời ở đó sao không nghĩ ra được cách tránh bão hiệu quả – đặc điểm của các tỉnh nằm gần nhau: Quảng Ngãi, Bình Định, Phú Yên là gì... Ngồi cùng bàn với ông Mùi, ngoài chủ nhà còn có bốn ông khác. Ai cũng trắng đẹp, mặt mũi đăm chiêu, chẳng nói gì. Họ để ông Châm độc diễn. Ông nhận định về giá vàng, giá đô la. Rồi qua, tình trạng tranh mua tranh bán của các đầu nậu nhà đất. Và, sự xô bồ, nhộn nhạo trong thời kỳ "tiến về phía hiện đại" của giới trẻ. Ông Mùi chăm chú nghe, đầy vẻ kính trọng. Ông ấy giỏi, biết nhiều quá! Giỏi là phải, ở giữa thành phố đầy ắp tiện nghi này, không biết gì mới đáng buồn. Có một câu ông Châm nói hai lần: "Trong hàng chục triệu người sao tôi không kết thân với ai, lại kết anh... đó là duyên số. Dù không biết ai sắp đặt, nhưng tôi yên tâm với sự sắp đặt này". Có một câu ông ấy hỏi, ông Mùi không trả lời được: "Tại sao ta gọi thanh niên mười tám tuổi là người trưởng thành. Mười tám, không phải mười sáu, hai mươi? Người trên mười tám mà còn dại, ta gọi "vị thành niên" được không?" Ông Mùi ú ớ, ấp úng, cười trừ! Khi tiễn khách, ông ấy nói một câu ông Mùi không hiểu: "Có vui nào mà không buồn, có được nào không mất, có ràng buộc nào không có hậu ý".

Anh Lập hỏi, bà Châm ra sao, đãi ăn có gì đặc biệt. Bà Châm? Ông Mùi ngồi yên, nghĩ một lúc. Bà ấy thường thường, như dân quê, không giống người quý phái. Bà cao hơn chồng, ít nói hơn chồng, hay hỏi "tại sao", hay nói "thế à". Khâu đãi đằng, bữa tiệc có sáu bàn, món ăn nhìn chung hơi giống những đám cưới ở ngoài quê, chỉ có bia ngoại là xịn. "Tôi không ngờ họ sang trọng đến thế", ông Mùi nói như kết luận. "Anh không sợ?" - Anh Lập hỏi. "Lúc đầu cũng hơi khớp, mới đứng trước cửa đã hãi, nhưng rồi, mình trấn tĩnh được ngay. Chẳng quái gì phải sợ! Ta không nhìn vào két sắt nhà họ, không có ý nhờ cậy họ, thì ta có thể ung dung, phải không?"

*

Tối, anh Lập đưa ông Mùi ra chợ Xóm Chiếu ăn bò vò viên. Bà Mùi và chị Thoa, vợ anh Lập, ở nhà to nhỏ chuyện trò, tâm sự. Nhà bên cạnh có người nói lớn tiếng, mẹ chửi con, bên này nghe rõ. Chị Thoa nói nhỏ: "Lúc túng thiếu hoặc giận chồng, bà ấy lôi con ra chửi". "Nếu bà ta tụng suốt buổi chắc mình điên?". "Rồi cũng quen, chị à. Ban đầu chán lắm". "Quen?" - bà Mùi không tin. "Chớ sao, như quen khổ vậy". Bà Mùi nói như đã nghĩ trước: "Tôi nghèo lâu, nhưng không quen. Mình biết mình khổ là không quen".

Ngoài đường, con đường nhỏ, xe qua lại không ngớt. Bà Mùi thoáng nhớ vườn nhà mình, cái vườn xanh um xoài mít, rộng hơn năm sào. Khu phố này nhà cửa san sát, nhỏ hẹp. Đã non ba mươi năm, chị Thoa bỏ đồng ruộng lại sau lưng. Ở đây làm việc nhẹ, không gồng gánh, tránh được mưa nắng, nhưng nhịp sống hối hả, chụp giựt, cũng khiến người ta mệt. Mệt kiểu "công nghiệp". Vậy là có nhiều lối khổ... Anh Lập khuân vác, và làm những việc không tên khác ở các kho hàng, các chành lúa gạo. Chị Thoa buôn bán lặt vặt bên chợ phường. Hai người đi tối ngày, không có chủ nhật, hiếm khi nghỉ. Không dễ ăn. Thế nhưng, Quyền, Khôi đều tính chuyện xin làm cư dân phường phố, tránh xa cày cuốc. Bằng cấp sẽ đỡ đầu sức trẻ. Ông Mùi ủng hộ ý thích của các con, ông nói: "Từ khi có trời đất, hai bên nội ngoại chúng ta đều bám làng xóm, nay hai đứa tiến về thành là hợp lẽ!"

"Bà Châm nghiêm hơn chồng. Bà nói cười, đi đứng giống các diễn viên đóng vai mẹ trong những phim truyền hình". "Tướng sang không?" - chị Thoa hỏi. "Thường, trung bình. Nếu thả bà ấy vào làng tôi chắc sẽ được mọi người gọi bằng "chị", chị thôi, không tới cấp "bà"". "Chị quan sát kỹ đấy... Nhiều người lẽ ra chỉ đáng vai "cô", nhưng nhờ lắm tiền nên được thiên hạ nể, tôn cao thành "bà"... Bảo rằng không phân chia giai cấp, dẹp bỏ thành kiến, nhưng sâu kín bên trong vẫn còn nhiều mốc phân cách, xếp hạng con người: tôn giáo, sang hèn, sắc tộc, trình độ". "Bao trùm lên trên là cái nhãn giàu nghèo... Bà Châm nói một câu đáng nhớ". "Đáng nhớ, nhưng thú vị không?". "Bà ấy bảo, sang năm sẽ ra nhà tôi chơi". "Hấp dẫn đấy!". Nghe chị sui nói vậy, bà Mùi giật mình. Bản mặt của mỗi gia đình là cái nhà, nhưng nhà bà hơi khiêm tốn, nhỏ và cũ, tầm thường và xấu. Nó nằm đó, đã ba mươi năm, trước mặt mọi người... Ngay từ lúc này phải nghĩ đến ngày "trọng đại" đó, ngày bà Châm về thăm. Mối lo này, suy cho cùng, xuất phát từ sự tự ti của người "giai cấp" thấp. Mong rằng bà ấy chỉ nói cho vui, nói xong quên ngay, không về. Chị Thoa đưa ra một nhận xét, để bà Mùi bớt lo: "Trọng tâm của vấn đề là đám cưới, các chuyện râu ria xung quanh đều phụ".

Bà Mùi bị bất ngờ khi thấy chồng đón nhận tin này rất bình thản. Ông bảo, tất nhiên, họ sẽ ra. Thăm sui gia là việc của họ. "Bà lo ngại, sợ họ chê cười? Thằng Quyền từng nói nhiều lần: ta không cưới nhà cửa, xe cộ của họ... Nhà cửa lụp xụp? Họ chỉ ở chơi vài hôm, còn ta, ta gắn bó với nó đã mấy mươi năm. Nghèo, mỏng mảnh, đáng thương, chính do các điểm ấy mà ta khuyến khích con hướng về thành phố. Tương lai nằm ở đó... Thôn quê hiền hòa, thân quen bao đời nhưng đã lạc hậu, ẩm mốc". Ông nhớ lời ông Phát, bạn thân, động viên ông trước hôm lên đường: "Mình không nhìn vào tủ tiền của họ, không định nhờ cậy họ việc gì, thì chẳng sợ".

Bà Mùi không nói nhiều về nàng dâu. Nhìn phớt qua, có thể chấm "nó" trên trung bình. Khá cao, trắng, nhẹ nhõm, thanh tú. Chỉ vậy. Mỗi người có mắt nhìn, cách đánh giá khác nhau. Thực lòng, bà Mùi chú ý đến cặp "đối tác" sui gia hơn là cô dâu.

*

Sau cuộc làm quen, họ ở chơi thêm bốn ngày. Sài Gòn là đây, người kìn kìn, xe cộ cuồn cuộn. Bước ra cửa thấy ngay xe và người... Tối đến, lên giường, bà Mùi lại nhớ vườn cây nhà mình. Mới mấy ngày sao thấy lâu như hàng tháng. Đã ngoài hai mươi năm, nay bà mới xa nhà lâu ngày. Bà nhớ bầy gà, hai con chó, tiếng chim kêu giấc xế chiều, và cả cái nhà nhỏ "đặc trưng" của sự khổ... Khôi đãi cha mẹ một đêm cải lương, Quyền đưa nhị vị đi chơi gần trọn một ngày ở khu giải trí ST. Vui, lạ, chủ yếu là vui... Có một biến đổi thấy rõ, là tính tình ông Mùi. Chỉ một tuần, từ người khó tính, cố chấp, ông trở nên trầm tĩnh, dịu dàng. Hình như có chất gì đó, như thuốc tẩy rửa, đã tác động mạnh vào nhận thức về đời của ông. Ông ít nói hẳn. Ông quên mất chuyện hai thằng con không ra ga đón mình. Ông thấy rõ, chúng nó không vô tâm. Chúng làm việc nhiều, tất bật, quay mòng, khổ. Rất khổ. Cái khổ "công nghiệp", lớn, mới, khác xa khổ mưa gió cày bừa, nhưng cũng là khổ. Mình nên thương chúng nó. Rút kinh nghiệm, chớ vội phê phán những điều mà ta chưa thấy rõ, chưa nghiền ngẫm kỹ.

Ngày hai lão nông lên tàu về quê, trên sân ga, Quyền giúi vào tay mẹ một phong bì, trong đó là tiền "để bố mẹ ăn đi đường". Tuyệt, chu đáo, ông Mùi xúc động! Đột nhiên, ông nhớ lời ông Châm: "... có được nào không mất, có ràng buộc nào không có hậu ý" ./.

Lê Văn Thiện

Nghiêm Sỹ Tuấn
Cánh Én Mùa Xuân

NGÔ THẾ VINH

Dẫn nhập: Chiến tranh, không phải là chấp nhận hiểm nguy, không phải là chấp nhận giao tranh. Ở một thời khắc nào đó, với người chiến binh, là sự chấp nhận thuần túy và giản đơn cái chết. La guerre, ce n'est pas l'acceptation du risque, ce n'est pas l'acceptation du combat. C'est à certaines heures, pour le combattant, l'acceptation pure et simple de la mort. A. de Saint-Exupéry (Pilote de guerre)

TIỂU SỬ

Nghiêm Sỹ Tuấn, bút hiệu là Yển Thử, [bút hiệu này chỉ được dùng một, hai lần cho mấy bài thơ 28 Sao trên báo Tình Thương], sinh ngày 7 tháng 2 năm 1937 tại Nam Định, Bắc phần trong một gia đình thanh bạch và đông anh em. Cắp sách tới trường muộn màng ở tuổi 14. Hoàn tất học trình Trung học và Đại học trong khoảng thời gian 14 năm. Những năm học Y khoa, Nghiêm Sỹ Tuấn là Thư ký tòa soạn báo Sinh viên Y Khoa Tình Thương từ số ra mắt tới số 13 [khoảng thời gian từ 01-1964 tới 01-1966] tới ngày Anh ra trường, là tác giả nhiều bài viết sâu sắc, mang nặng những suy tư về các vấn đề văn hóa, xã hội và vận mệnh đất nước.

Hình bên trái: Sinh viên năm thứ ba Y Khoa Nghiêm Sỹ Tuấn,
ĐHYK Sài Gòn niên khóa 1961-1962,
[tư liệu BS *Đinh Xuân Dũng];*
Hình bên phải: Nghiêm Sỹ Tuấn, như một Ông Đồ với khăn đóng áo dài trong mấy ngày Tết cùng với các em, hình chụp năm 1963, Tuấn là anh cả trong một gia đình thanh bạch đông anh em
[tư liệu Nghiêm *Mậu, em gái Nghiêm Sỹ* Tuấn] (1)

Nghiêm Sỹ Tuấn tốt nghiệp bác sĩ Y khoa 1965 ở tuổi 28. Không là quân y hiện dịch, nhưng Nghiêm Sỹ Tuấn tình nguyện gia nhập binh chủng Nhảy Dù, là một y sĩ tiền tuyến có mặt trên nhiều trận địa khắp bốn vùng chiến thuật, hai lần bị chiến thương, nhưng Anh vẫn tình nguyện ở lại đơn vị tác chiến, anh hy sinh trên chiến trường Khe Sanh sau Tết Mậu Thân, khoảng tháng 4 năm 1968, ở tuổi 31 ngay giữa tuổi thanh xuân.

Năm 2010, khi Tập San Y Sĩ Canada thực hiện số báo chủ đề *Tình Thương, Một Thời Nhân Bản*, mọi người đều cảm nhận được dấu ấn rất rõ nét của Nghiêm Sỹ Tuấn ngay trong tòa soạn và xuyên suốt trên nội dung tờ báo Tình Thương.

Tính đến nay 2019, Nghiêm Sỹ Tuấn mất cũng đã hơn nửa thế kỷ. Sau này mới được biết, sau Nghiêm Sỹ Tuấn, còn có thêm hai người em trai của Anh cũng hy sinh trên những trận địa khác. Chỉ riêng gia đình anh đã cống hiến ba người con trong cuộc Chiến Tranh Việt Nam, một hy sinh và mất mát thật vô cùng lớn lao. [1]

ĐI TÌM CHÂN DUNG NGHIÊM SỸ TUẤN

Năm Nghiêm Sỹ Tuấn tử trận, cũng là năm lớp Y khoa 68 ra trường. Tính đến nay, qua hơn nửa thế kỷ, trải qua rất nhiều hoàn cảnh và những thử thách khác nhau, với bao nhiêu biến động và thăng trầm của đất nước, có thể nói các bạn của Nghiêm Sỹ Tuấn là những người sống sót, và để rồi chẳng thể ngờ rằng nay vẫn còn có dịp nhìn về một chặng đường quá khứ, tìm lại khoảng thời gian đã mất.

Viết về báo Tình Thương sẽ thiếu sót nếu không viết về Nghiêm Sỹ Tuấn [NST]. NST không những đã ghi dấu ấn trên tờ báo Sinh viên Y khoa Tình Thương năm xưa mà cả ngay trong tòa soạn, trên các bạn đồng môn trong nhóm Tình Thương, và hơn thế nữa theo Đặng Vũ Vương thì NST đã gián tiếp ảnh hưởng đến hướng đi cuộc đời của nhiều người sau này. Trong bài viết cho Tập San Đại Học Quân Y, cũng chính Đặng Vũ Vương đã ví NST như là một *"sao chổi"* thoáng bay qua vòm trời Tình Thương, tuy ngắn ngủi nhưng đã để lại dấu tích lâu dài và sâu đậm trên bạn hữu và những ai đã một lần tiếp xúc với Tuấn.

Nghiêm Sỹ Tuấn giỏi chữ Hán, tiếng La Tinh, anh có năng khiếu về ngoại ngữ: tiếng Pháp, tiếng Anh, anh còn học thêm cả tiếng Đức cùng với Trần Xuân Dũng ở Goethe-Institut Saigon. Khi cùng dịch tác phẩm *Dưới Mắt Thượng Đế* của Hans Killian, Nguyễn Vĩnh Đức chủ yếu dịch từ bản tiếng Pháp *Sous le Regard de Dieu* của Max Roth, trong khi Nghiêm Sỹ Tuấn còn cẩn trọng tham khảo thêm từ bản gốc tiếng Đức *Hinter Uns Steht Nur Der Herrgott.*

Cho dù đã vô cùng bận rộn với học trình bảy năm Y khoa, từ phòng thí nghiệm tới giảng đường cho tới các bệnh viện, Nghiêm Sỹ Tuấn vẫn dành thời gian cho các sở thích về nhiều bộ môn nghệ thuật: thơ nhạc họa và ngoài sách Y khoa, anh đọc nhiều sách Triết học.

Nghiêm Sỹ Tuấn có cá tính rõ rệt, một con người tài năng và lý tưởng, Anh không xuất thân từ một danh gia vọng tộc mà gốc gác bình dân như tuyệt đại đa số các gia đình Việt Nam khác, nhưng anh là hình ảnh kẻ sĩ hiếm hoi, được kết tinh từ những phẩm chất làng xã Việt Nam, với truyền thống và nề nếp giúp xã hội Việt Nam đứng vững và tồn tại qua bao ngàn năm thăng trầm của lịch sử. Nghiêm Sỹ Tuấn chính là mẫu người quân tử Đông Phương hiếm hoi thuần Việt còn vương sót lại ở hậu bán thế kỷ 20.

Nghiêm Sỹ Tuấn viết văn khi đang còn là một sinh viên, có thể là sớm hơn. Từ 1963, cùng với các bạn Y khoa làm báo Tình Thương như *"một diễn đàn cho những ý tưởng nhân bản, hướng tới một xã hội lý tưởng và không mang nặng tính chủ nghĩa"* [GS Trần Ngọc Ninh]. Ngay từ các bài viết xuất hiện rất sớm trên tờ báo Tình Thương, Nghiêm Sỹ Tuấn đã quan tâm tới các vấn đề cơ bản của đất nước: giáo dục, xã hội, và thời sự.

Nghiêm Sỹ Tuấn chỉ để lại vài truyện ngắn, mấy bài thơ, một cuốn nhật ký viết dở dang và có thể còn ở đâu đó là những trang bản thảo đã bị thất lạc. Chắc chắn anh còn những hẹn hò khác, nhưng Anh đã vội vã mang đi, chôn sâu dưới mảnh đất của một quê hương Việt Nam tự do mà Anh đã hết lòng yêu mến và đã đem chính sinh mệnh của Anh ra để bảo vệ.

Giữa thập niên 1960s, khi đang làm báo sinh viên Tình Thương, là những năm đầy biến động của đất nước, ngoài tiền tuyến chiến tranh ngày càng ác liệt lan rộng dâng cao với rất nhiều chết chóc, trong khi hậu phương là một mặt trận khác với những cuộc biểu tình dắt dây, với vòng kẽm gai và lựu đạn cay trải dài trên khắp các đường phố… Nghiêm Sỹ Tuấn đã tỏ ra không đồng ý với mọi xáo trộn nơi hậu phương giữa cuộc chiến tranh, mà theo anh thì chỉ có lợi cho cộng sản và tuy anh không lớn tiếng phản đối nhưng bản thân anh luôn luôn đề cao tính kỷ luật và trật tự.

Không chỉ với tác phẩm tâm đắc Những Người Đi Tìm Mùa Xuân, nhưng Para Bellum là một tác phẩm quan trọng khác, mang nặng những suy tư về chiến tranh và hòa bình của Nghiêm Sỹ Tuấn. Chính kiến của Nghiêm Sỹ Tuấn rất rõ ràng trong truyện ngắn *Para Bellum / Chuẩn bị Chiến tranh*:

... Anh đã cố gắng thoát khỏi thân riêng, tìm kiếm và tạo dựng cộng hưởng nơi người. Hiển hiện đâu đây, nét dẫn khởi đang muốn trở thành dẫn lực.

... Chiến tranh chỉ xấu và tàn bạo trong mắt những người đứng xa chỉ trỏ. Nên người phải ngừng hay tiếp tục nó với những lý do đẹp đẽ. Cha ông chúng ta xưa kia đã nhất định tiếp tục nó, và đã chiến

thẳng, chắc vì hiểu rằng trật tự và kỷ luật trong sức mạnh con người là một cảnh tự nó đẹp, dễ làm cảm động, dễ làm thán phục.

... Hò hét, đả phá, để làm lại từ đầu? Được lắm, miễn trăm miệng cùng hò, trăm tay cùng phá. Và quan hệ nhất là trăm tay ấy còn cùng phải cất xây. Nhưng ngàn năm và trăm năm tranh đấu có lẽ hơn nhiều, chúng ta thừa hưởng dễ dàng quá, nên chóng mệt mỏi. Đến độ không dám kiến tạo...

... Mầu xám đất màu, đục lờ nước ruộng, áo tơi nón lá cày cuốc dưới mưa phùn mù mịt giá căm, đò đồng xộc xệch tròng trành trên mông mênh ruộng ngập, vốn là những phong cảnh lạt lẽo của quê hương. Bởi vì chúng ta đã sinh ra và sống ở đó.

Bởi có ai mất thời giờ ngồi trong bóng tối ngắm cử chỉ tầm thường mà trang nghiêm của người nông phu gieo mạ, bóng tay vươn đến tận sao trời?

Giữa một thế nước chông chênh, Nghiêm Sỹ Tuấn với ý thức tự do, Anh đã đi tới một chọn lựa: tự nguyện dấn thân vào một cuộc chiến tranh thảm khốc với tinh thần của Hội nghị Diên Hồng từ 700 năm trước:

... Làm gì có xương nào phơi vô nghĩa, càng vô nghĩa bao nhiêu càng ý nghĩa bấy nhiêu. Vả chăng xương nào thay được xương mình. Trái đậu thì hoa tàn. Hạt giống có chết cây mới nẩy mầm xanh, sao nói là vô nghĩa được... Cũng đừng buồn thấy lan nhược nở đỏ rồi rơi êm giữa rừng gai cằn cỗi. Cô đơn, đau khổ, gắng chịu một mình. Có thế mới thấy hết vẻ đẹp thanh tao của giếng êm, trăng rạng.

Nghiêm Sỹ Tuấn không chủ trương hay cổ động chiến tranh vì ý thức hệ, mà Anh chấp nhận nhập cuộc chỉ để phục vụ công lý, chống lại sự dối trá bất công để đạt được ổn định, công bằng xã hội và hạnh phúc cho con người.

Nghiêm Sỹ Tuấn đã đột ngột ra đi trong sự thương tiếc của mọi người, luyến tiếc cho một cuộc hành trình đầy kỳ vọng và hứa hẹn. Mất Nghiêm Sỹ Tuấn chúng ta mất đi tinh hoa của một thế hệ trí thức mà nhân cách, tư tưởng là biểu hiện cao đẹp của một kẻ sĩ trong thời chiến của những năm 60. Nghiêm Sỹ Tuấn là điển hình tính nhân bản của truyền thống y khoa, của một người y sĩ sẵn sàng dấn thân để phục vụ con người khổ đau trong hoàn cảnh bất thường của đất nước.

Nhóm SVYK khoá 1965, hình chụp ở bệnh viện năm 1963;
hàng ngồi: *từ trái, Đỗ Thức Diêu, Nguyễn Văn Lâm, Nguyễn Ngọc Trân, Đinh Xuân Dũng, Lê Khắc Minh, Huỳnh Ngọc Phương;* **hàng đứng**: *Trần Tiễn Huyến,* **Nghiêm Sỹ Tuấn**, *Huỳnh Trúc Lâm, Trần Bá Cơ, Nguyễn Hoàng Hải, Tôn Thất Chiểu, Nguyễn Tiến Hải, Dương Hữu Thành, Đinh Hà, Lê Hữu Lộc, Nguyễn Anh Tuấn, Ngô Thanh Quế. Trong nhóm này thì ĐT Diêu, NS Tuấn, NV Lâm, NA Tuấn và Ngô Thanh Quế đều đã qua đời.*
Ghi chú của BS Nguyễn Hoàng Hải. [tư liệu của BS Đặng Vũ Vương]

những người đi tìm
MÙA XUÂN

Hình bên trái: bìa báo Tình Thương số 2 Xuân Giáp Thìn;
Hình bên phải: truyện ngắn tâm đắc Những Người Đi Tìm Mùa Xuân của Nghiêm Sỹ Tuấn.
Anh là Thư ký Tòa soạn báo SVYK Tình Thương từ số ra mắt tới số 13.
[tư liệu Ngô Thế Vinh]

Với Nghiêm Sỹ Tuấn, văn chính là người: Anh là một nhân cách lớn do sự nhất quán giữa tác phẩm và cuộc sống qua mọi hoàn cảnh cho tới ngày Anh mất. *Thác là thể phách, còn là tinh anh.* [Nguyễn Du]

Tuyển Tập Nghiêm Sỹ Tuấn vượt lên trên sự vinh danh một cá nhân, với tâm hồn phóng khoáng và kiến thức cao rộng như Anh, Nghiêm Sỹ Tuấn không cần đến điều đó. Nhưng làm sao chuyển tải được *"thông điệp dấn thân, hy sinh"* của Nghiêm Sỹ Tuấn tới các Bạn Trẻ Việt Nam như những người tiếp bước Anh *"Đi Tìm Mùa Xuân"* cho đất nước, đó mới là ước vọng của Nghiêm Sỹ Tuấn.

Đối tượng của cuốn sách này không phải chỉ là một thế hệ sắp qua, mà chính là các thế hệ đang tới: đó là mối ưu tư của Nghiêm Sỹ Tuấn từ hơn nửa thế kỷ trước đối với các vấn đề căn bản của con người, của đất nước mà cho đến nay vẫn còn dở dang và nguyên vẹn. Lớp Người Trẻ, như lực lượng tiên phong sẽ nhận lãnh trách nhiệm bảo vệ các hệ thống giá trị vĩnh hằng, những chuẩn mực về quyền của con người – mà bản *Tuyên Ngôn Nhân Quyền*, vẫn mãi là một thông điệp sống động khẳng định quyền người dân được sống trong tự do với đầy đủ phẩm giá và nhân cách.

Nghiêm Sỹ Tuấn là một trí thức, một kẻ sĩ dấn thân, một quân nhân gương mẫu, Anh là hình ảnh tuyệt đẹp của phục vụ và hy sinh. Anh chết quá trẻ ở tuổi 31, thời gian của tích lũy và đi tìm vốn sống. Kiến thức và vốn sống đó chưa có thời gian để đơm hoa kết trái, những trang viết của Nghiêm Sỹ Tuấn chỉ mới là những bản nháp, anh chưa có tác phẩm lớn *nhưng cuộc sống anh đã là một tác phẩm lớn cống hiến cho đời.* Nguyễn Vĩnh Đức, Chủ bút đầu tiên của báo Tình Thương, đã quý mến gọi Nghiêm Sỹ Tuấn là *"Người Thư Sinh Muôn Thuở"*. Mang vóc dáng của một thư sinh nhưng Anh rất mạnh mẽ. Anh là một tượng đài đơn độc và cũng là một biểu tượng tuyệt đẹp trong suốt cuộc Chiến Tranh Việt Nam. Ai đã từng tiếp xúc biết tới Nghiêm Sỹ Tuấn đều mang lòng ngưỡng mộ và cả hãnh diện có được một người bạn như Anh.

Hình bên trái: Nghiêm Sỹ Tuấn, người thứ hai trong hàng trước giờ lên máy bay cho một saut nhảy dù
[tư liệu BS Vũ Khắc Niệm]
Hình bên phải: Di ảnh Nghiêm Sỹ Tuấn, Y sĩ Trung úy Tiểu đoàn 6 Nhảy Dù, tử trận tại chiến trường Khe Sanh tháng Tư 1968.
[tư liệu DS Vũ Văn Tùng]

Cuốn sách này ra đời muộn màng hơn nửa thế kỷ sau ngày Anh mất, không thuần chỉ là một tưởng niệm, một nén nhang tưởng nhớ người Y Sĩ Tiền Tuyến Nghiêm Sỹ Tuấn, nhưng còn là một thông điệp với tầm nhìn xa của Nghiêm Sỹ Tuấn để lại cho các thế hệ mai sau, tiếp bước Anh đi *Tìm Mùa Xuân cho Dân tộc*.

Từ khi có dự định biên soạn một Tuyển Tập Nghiêm Sỹ Tuấn, chúng tôi đã tìm kiếm và liên lạc với mọi nguồn để có thêm thông tin về NST. Nhưng với thời gian đã qua hơn nửa thế kỷ, các tài liệu cũng như hình ảnh về NST hầu như đã bị xóa nhòa. Chúng tôi vẫn cố vận dụng mọi tư liệu còn thu thập được, qua sách và báo – đặc biệt là qua bộ báo SVYK Tình Thương, và cả qua các bạn hữu mà chúng tôi có được địa chỉ eMail, số phone nhưng vẫn không đầy đủ. Chúng tôi tạ lỗi về những thiếu sót, ngoài ý muốn ấy.

Cuốn sách này không có mục đích lợi nhuận, nhưng do nhu cầu cataloging của các thư viện và phát hành sách nên vẫn cần có một số ISBN với giá bán, và lợi nhuận nếu có được sẽ gửi tặng Tập San Y Sĩ Việt Nam tại Canada, một tờ báo có thể nói duy nhất của Y giới Hải ngoại từ tiền thân là tờ Nội San Y Sĩ VN Canada với số đầu tiên từ tháng 7, 1976 cho tới nay vẫn sống bền bỉ 43 năm, khoảng thời gian tồn tại ngót nửa thế kỷ ấy đã như một thành tích kỷ lục.

Ngô Thế Vinh
Sài Gòn 1963 – California 2019

(1) Cô Nghiêm Mậu là em gái Nghiêm Sỹ Tuấn, khi gặp lại DS Bùi Khiết bạn thân của NST ở San Diego khoảng năm 1998, đã kể lại, gia đình cô còn có thêm 2 người anh trai trong quân lực VNCH cũng tử trận sau anh Nghiêm Sỹ Tuấn.

Vài hàng về tác giả Ngô Thế Vinh:

Y sĩ Trung úy Ngô Thế Vinh 1969

Ngô Thế Vinh, sinh năm 1941, Thanh Hóa, nguyên quán Hà Nội, di cư 1954, trung học Quốc Học Huế, Chu Văn An Sài Gòn. Tốt nghiệp Y Khoa Sài Gòn 1968. Chủ bút báo SVYK Tình Thương. Y sĩ trưởng Liên Đoàn 81 Biệt Cách Dù, Y Khoa Phục Hồi Letterman General Hospital San Francisco 1972, Trường Quân Y. Tù cải tạo từ 1975 tới 1979, định cư ở Mỹ 1983, tốt nghiệp Nội Khoa các BV Đại học New York. Bác sĩ điều trị và giảng huấn tại Bệnh viện Nam California. Tác phẩm: Vòng Đai Xanh 1971, Mặt Trận ở Sài Gòn 1996, Cửu Long Cạn Dòng Biển Đông Dậy Sóng 2000, Mekong Dòng Sông Nghẽn Mạch 2007.

trong lòng ai chẳng giả chân?
riêng tôi chân giả cả trong lẫn ngoài
bút hiệu đẹp, chắc không sai
pháp danh dính chất Phật đài cũng ngon
luân chuyển hoán đổi vòng vòng
cái tôi luân hoán thong dong bình thường
thân tự tại, hồn bốn phương
có đủ địa ngục thiên đường trong tôi

Luân Hoán

Bàn về Khúc Ngâm Người Tiết Phụ Đời Đường

VÕ KỲ ĐIỀN

Tôi nhớ có lần thi sĩ Borges xứ Argentina, Nam Bán Cầu viết câu thơ hay: -"Tôi sanh ra ở xứ lạnh, để sưởi ấm đôi bàn tay, nên tôi làm thơ". Tứ thơ đẹp lung linh khiến người đọc giật mình nên tôi mạo muội bắt chước ý nghĩ đó – mình cũng hiện ở xứ lạnh nè, ngó qua ngó lại thì sự nghiệp công danh không có gì hết, trơ trọi một thân già, những khi trời đông lạnh, tuyết bay phơi phới trắng xóa đầy trời, thì tại sao không mượn câu thơ để gầy lò sưởi ấm. Và hôm nay tôi mượn bài Tiết Phụ Ngâm của Trương Tịch, một thi sĩ nổi tiếng thời Trung Đường, vì bài nầy cứ mỗi lần đọc là mỗi lần thấy thú vị, thâm trầm.

Tiết Phụ Ngâm – Trương Tịch (766-827 đời Đường)

Quân tri thiếp hữu phu
Tặng thiếp song minh châu,
Cảm quân triền miên ý,
Hệ tại hồng la nhu
Thiếp gia cao lâu liên uyển khởi
Lương nhân chấp kích Minh Quang lý
Tri quân dụng tâm như nhật nguyệt
Sự phu thệ nghĩ đồng sinh tử
Hoàn quân minh châu song lệ thùy
Hận bất tương phùng vị giá thì.

KHÚC NGÂM CỦA NGƯỜI THIẾU PHỤ TRINH TIẾT

Bản dịch của: Ngô Tất Tố

Chàng hay em có chồng rồi,
Yêu em chàng tặng một đôi ngọc lành.
Vấn vương những mối cảm tình,
Em đeo trong áo lót mình màu sen.
Nhà em vườn ngự kề bên,
Chồng em cầm kích trong đền Minh Quang.
Như gương, vâng biết lòng chàng,
Thờ chồng, quyết chẳng phụ phàng thề xưa.
Trả ngọc chàng, lệ như mưa,
Giận không gặp gỡ khi chưa có chồng.

Ngay từ nhan đề là hai chữ "tiết phụ" tác giả muốn khoe ngay cái ý chánh của bài thơ, không mập mờ, xa xôi, tượng trưng, bóng bẩy gì ráo trọi. Tiết phụ là người đàn bà thủ tiết thờ chồng, theo quan niệm ngàn xưa đức Khổng Tử đặt ra. Tam tòng, tứ đức là khuôn vàng thước ngọc người phụ nữ phải biết giữ mình cho trọn vẹn. -Trai thời trung hiếu làm đầu, gái thời tiết hạnh là câu trau mình.

Như vậy ở phương trời Á Đông theo chế độ phụ hệ nầy, gái có chồng thì phải biết thờ chồng, nuôi con, đó là phẩm hạnh cao quý của người đàn bà, chấm hết, không cần phải nói thêm một chữ nào. Nói cho rõ hơn một chút nếu một ngày đẹp trời nào đó trời xui đất khiến bất chợt gặp một người dưng khác họ, con nhà giàu, học giỏi, đẹp trai, nhiều cảm tình, lại cuốn hút, hào hoa phong nhã, rồi đem lòng nhớ thương, khiến trái tim nàng đập trật nhịp, thì cũng không được nghĩ nầy nghĩ kia, đầu mày cuối mặt, đi ngang về tắt, thêm bớt vẽ vời gì hết trơn. Một người đàn bà đã có chồng, không thể để phải lỗi đạo chồng con, phạm vào lễ nghi phong giáo. *"Cá cắn câu biết đâu mà gỡ, chim vào lồng biết thuở nào ra"*.

Vào cuối thế kỷ 19 ở VN mình có bà mẹ nho sĩ Nguyễn Cao đi hái lá trong ruộng dâu, có một quan huyện (hay lý trưởng gì đó) buông lời chọc ghẹo, sàm sỡ nắm lấy bàn tay. Bà cho như vậy là đã thất tiết với người chồng khuất núi, bèn lấy dao mà chặt cánh tay bị ô nhục kia. Hành động đó được mọi người xưng tụng là bậc tiết hạnh khả phong (không rõ là có được vua ban tặng hay không?) Tiết phụ phải là như vậy.

Câu chuyện bắt đầu của bài Tiết Phụ Ngâm nầy là chàng đã biết rõ, và rất rõ là em đã có chồng rồi. Vậy mà vẫn khăng khăng tặng cặp minh châu để làm quà. Nếu suy nghĩ cho thấu đáo chuyện quà cáp cho nhau không hề đơn giản. Không phải ai, cũng ráng tặng cho được và cũng không phải ai cho, mình cũng nhận quà được. Phải tặng đúng người và đúng lúc, phải biết rõ mục đích tặng quà là gì, cùng giá trị của món quà quý tiện như thế nào. Chuyện giao tế rất tế nhị không hề đơn giản. Vậy mà ở trường hợp nầy em đã có chồng rồi mà khi chàng tặng quà lại nhận ngay không một thắc mắc, do dự.

Ngay từ đầu, chúng ta đã thấy rõ hai người đã có tình ý với nhau. Cái chữ "quân" và "thiếp" (chàng và thiếp hay anh và em). Cách xưng hô đó chỉ dành cho vợ chồng và tình nhân, không hơn không kém. Nếu là người xa lạ, người dưng thì không thể dùng hai chữ nầy. Nét tình tứ đã lộ rõ trong cách xưng hô.

Vì đã có tình ý với nhau nên chuyện tặng quà quả nhiên là hợp lý hợp tình. Chúng ta phải xét kỹ chỗ nầy. Tuy là có tình ý nhưng là tình ý lén lút vì hoa đà có chủ, không thể công khai. Mọi chuyện phải hiểu ngầm mà không cần phải nói ra. *"Nụ tầm xuân nở ra xanh biếc, Em đã có chồng anh tiếc lắm thay"*.

Món quà là gì đây. Một cái khăn thêu, một chiếc quạt đề thơ, một cây bút lông thỏ hay một cặp sách như ta thường bắt gặp trong tiểu thuyết Trung Hoa? Tất cả đều không phải. Món quà nầy cực kỳ đáng giá, bất cứ ai thoáng nghe đều hết hồn. Đó là một cặp ngọc minh châu. Xã hội Tàu vào thời đại nhà Đường chỉ có giới quý tộc mới có khả năng chơi ngọc. Đám bình dân tầm thường cơm không có mà ăn, áo không có mà mặc, làm gì có được mấy thứ châu ngọc đó mà mơ ước. Như vậy chàng ở đây thuộc giới quý tộc hoặc là doanh thương giàu có. Xét thêm điểm nữa, nếu là minh châu để tặng người đẹp thì tặng một viên là sang trọng, quý phái lắm rồi, tặng chi tới những hai viên! Ý niệm âm dương hòa hợp của Trung Hoa lần nầy lộ rõ nét, Hai viên ngọc tròn vành vạnh đó cũng tượng trưng ý nghĩa chúng ta sẽ sống ân ái bên nhau có đôi có cặp suốt đời hạnh phúc. Anh chàng nầy thương yêu người ngọc đến độ vung tay không tiếc của, hào hoa phong nhã rất mực. Rõ ràng chàng muốn đạt được mục tiêu nên bất chấp giá nào, không thể thất bại được. Thấp thoáng cạnh món quà vừa có ân tình, vừa có lợi dụng riêng tư. Hình như bên trong có thêm giá cả mua bán nữa. Và cuộc tấn công ồ ạt bằng sức mạnh kim tiền đã thắng, Người đẹp đã đưa tay ra mà nhận. Bước đầu thoạt thấy chàng đã thành công. Người nào cũng vui!

Nhận ngọc rồi cất vào đâu đây cho ổn, chuyện nầy không thể người ngoài biết được. Làm sao che giấu chuyện tai vách mạch rừng. Viết tới đây tôi thiệt tình thán phục thi sĩ Trương Tịch. Thiệt tình là phục sát đất ở từng chữ từng câu. *"Cảm quân triền miên ý, Hệ tại hồng la nhu"*. Khi nhận quà của người yêu xong thì nàng suy tính việc cất giữ vào đâu? Món quà nầy không tầm thường, vừa là vật quý hiếm, vừa là ân tình thương yêu. Chỉ có thể cất vào một nơi kín đáo riêng tư, không ai biết, không ai hay. Chỗ lý tưởng nhất là trong chiếc áo lót mình bằng lụa màu hồng thơm tho, gần gũi, ấm áp. Như vậy là đôi viên ngọc thương yêu được nằm ngay trái tim ép sát lồng ngực. Ôi chao, còn chỗ nào tình tứ và kín đáo hơn nữa được.

Trong khi đó thì anh chồng tội nghiệp, đáng thương kia có hay biết gì đâu, suốt ngày cầm kích đứng gác cho ông vua ngủ ngon, quên mất cô vợ xinh đẹp, xuân sắc ở nhà trống vắng, quạnh hiu, cô độc một mình. Quên luôn anh hàng xóm lực lưỡng, đẹp trai, giàu có, phong lưu thập thò suốt ngày bên cạnh. Tuy vậy câu chuyện tới đây bỗng nhiên đột biến. Tới cái giây phút nàng sắp sa ngã đó thì lương tri chợt tỉnh táo kêu gọi, không thể được, không thể được, mình là gái đã có chồng, hoa đà có chủ và sực nhớ lại lời thề xưa. Không thể vì giàu sang mà phụ bạc tình chồng nghĩa vợ, đã sống với nhau bao nhiêu năm đầu gối tay ấp, thương yêu chưa đủ đầy, nếu không có tình thì cũng còn có cái nghĩa. *"Thiếp gia cao lâu liên uyển khởi, lương nhân chấp kích Minh Quang lý."* Cô nàng đứng trên lầu cao chợt nhìn thấy chồng cầm kích đứng gác bên điện Quang Minh, chỉ trong một phút bèn sực tỉnh cơn mơ mà quyết định trả ngọc.

Chuyện trả ngọc tưởng là đơn giản nhưng thiệt ra không hề đơn giản chút nào. Trả ngọc tức là dứt khoát từ chối mối tình chàng đã trao. Làm sao mà nỡ. Trong cuộc đời nầy gặp gỡ biết bao người, chỉ có chàng là người hết lòng hết dạ để tâm thương yêu mình, ngàn vàng dễ kiếm, tri kỷ khó tìm. Người ngoài làm sao cảm nhận được nỗi đau thương. Phải là người trong cuộc mới biết, lòng nào mà đành đoạn, yêu nhau mà phải xa lòng đau như đứt từng đoạn ruột. Gặp nhau đã khó xa nhau lại càng khó hơn.

"Tri quân dụng tâm như nhật nguyệt Sự phu thệ nghĩ đồng sinh tử" (như gương, vâng biết lòng chàng. Thờ chồng quyết chẳng phụ phàng thề xưa).

Chuyện gì cũng vậy, có bắt đầu thì ắt phải có lúc kết thúc. Làm sao mà nói, làm sao mà vui được. Phút chia tay sao mà buồn bã thê lương. *"Hoàn quân minh châu song lệ thùy"* Trả ngọc cho chàng trong hai hàng nước mắt. Tiếc ngọc hay tiếc người tình? Tiếc người tình hay tiếc ngọc? Dù như thế nào thì cũng giống nhau một chữ tiếc. Đức Phật từng đã có lần nói: – Ghét nhau mà phải gần là khổ. Thương nhau mà phải xa là khổ. Sao mà cái gì cũng khổ hết trơn. Ngậm ngùi mà bịn rịn, nắm níu mà xa, miệng thốt lên lời oán trách số phận nghiệt ngã.

Cuối cùng thì thời gian lại bị đem ra mà đổ thừa. Cái câu "phải chi hồi đó" một lần nữa được lặp lại trong tiếc nuối những gì đời không thực hiện được. "Hận bất tương phùng vị giá thì". Hận là không gặp chàng khi chưa có chồng. Chữ "hận" ở đây gần với nghĩa ân hận, tiếc nuối, chớ không gần với nghĩa hờn giận.

"Ba đồng một mớ trầu cay,
Sao anh không hỏi những ngày còn không,
Bây giờ em đã có chồng,
Như chim vào lồng như cá cắn câu.
Cá cắn câu biết đâu mà gỡ,
Chim vào lồng biết thuở nào ra"

Như vậy toàn bài thơ là diễn tả cuộc xung đột giữa bản năng tình dục và đức hạnh của người đàn bà có chồng với những khuôn phép xã hội quy định. Nàng đã có giây phút yếu lòng, bồng bột yêu thương. Con tim mù quáng theo sự dẫn dắt của bản năng mê say cái đẹp giàu sang danh vọng và lý trí đã can thiệp kịp thời vào phút chót. Cuộc giằng co giữa tốt xấu, thiện ác, bản năng dục vọng và phẩm hạnh khá gay go….

Có bạn đọc trách cứ nàng đã phản bội người chồng, tuy chưa

sa ngã nhưng đã có ngoại tình trong tư tưởng. Tôi không trách như vậy và cực kỳ thương xót cho nàng, ai ai cũng có những giây phút yếu lòng… Ông trời sanh con người có trái tim tuy lớn nhỏ khác nhau. Nếu có trách thì trách trái tim tại sao lại rung động nhịp nhàng trước cái đẹp. Mà trái tim nào cũng đâu phải có một ngăn, nó có nhiều ngăn mà. Nó đập theo nhịp của nó, mình không phải là nó thì làm sao hiểu được cái gì mà nói nầy nói kia…

Trong nền văn học Trung Hoa mấy ngàn năm các tác phẩm thơ văn hầu như tất cả đều vô khuôn phép mẫu mực của lễ giáo tiết nghĩa. Hiếm khi bắt gặp những tác phẩm đề cao bản năng con người. Mà con người thì trời sanh có ba đời sống. Đời sống vật chất, đời sống tinh thần và đời sống tình cảm gồm có tình dục. Tác phẩm bàn về bản năng tình dục tuy cũng có nhưng rất hiếm hoi. Và nàng tiết phụ trong bài nầy đã nói lên được cái ước muốn thầm kín của bản năng tình dục đó, tuy nhiên cuối cùng cũng đầu hàng trước lễ giáo của xã hội.

Mà quả đúng như vậy, CON NGƯỜI là sản phẩm của xã hội mà.

Võ Kỳ Điền

(Brossard. Quebec - 26-11-2018)

Liên lạc Tác giả: Võ Kỳ Điền
vokydien@gmail.com

Người Hành Khất Quen Mặt

TIỂU NGUYỆT

Bà Như bước xuống xe, thong thả lại chiếc ghế ở phòng chờ bến xe Miền Đông, ngồi đợi con trai đến đón. Phòng đợi nhộn nhịp hơn, khi có những chuyến xe vừa về từ Đà Lạt, Nha Trang, Ban Mê Thuột... Những người bán vé số dạo mời khách vừa xuống xe mua vài tờ để lấy may; những chị bán đậu phụng, trứng gà, xoài, ổi, mía, rao lảnh lót; tạo nên quang cảnh náo nhiệt, ồn ào.

Một ông lão hành khất gầy guộc, mặc chiếc áo sơ mi trắng đã trở mầu vàng bệch, rách hở vai, chống chiếc gậy trúc lê từng bước nặng nhọc, tiến dần lại dãy ghế hành khách đang ngồi chờ xe trung chuyển; đưa chiếc mũ vải cũ mèm ra trước mặt từng người, giọng khàn đục: "*Xin cô bác bố thí cho đồng bạc lẻ...*". Ông lão đi dần từ chiếc ghế đầu, đầu cúi xuống thấp, miệng nói rền rền như để đủ người đối diện nghe được - "*Xin cô bác giúp đỡ cho kẻ tật nguyền chén cháo...*". Có người bỏ vào mũ lão tờ một nghìn, hai nghìn, người hào phóng hơn thì năm nghìn, có người lắc đầu xua tay, ngán ngẩm.

Bà Như dõi nhìn lão - thật chậm, chợt cảm thấy dáng người quen quen; bà cố lục tìm trong trí nhớ mình xưa cũ, một người nào đó mà bà đã từng gặp. Bỗng bà nhìn thấy chiếc hình đầu lâu xăm ở vai phải khi lão cúi xuống, chiếc áo rách vai đã để lộ nguyên hình cái đầu lâu mầu xanh thẫm, rõ ràng. Bà nhớ ngay lại người đàn ông dữ dằn, hung tợn, đã hù dọa bà, khi bà đến hỏi tiền còn nợ của bà mấy mươi năm trước ở cái quán nhỏ bên đường giữa ngã ba đèo mà bà đã lập ra để bán cho khách bộ hành lên xuống Vũng Rô ngày ấy.

Bà Như lấy tờ năm mươi nghìn bỏ vào chiếc mũ, khi lão đến trước mặt bà vừa cất giọng rên rỉ. Lão ngạc nhiên ngước lên nhìn người hành khách vừa bỏ tiền vào chiếc mũ của mình. Tia nhìn của lão bắt gặp ánh mắt thương cảm của bà Như; lão khẽ rùng mình vì cảm thấy người khách quen quen, hình như lão đã gặp ở đâu đó, mà lão chưa kịp nhớ ra. Lão nghĩ bụng, một người có gương mặt phúc hậu, ánh nhìn thương người như bà khách kia, phải là một người có cuộc sống hạnh phúc lắm.

Trong chiếc đầu khô khốc, dưới lớp tóc trắng cháy vàng của lão, gương mặt phúc hậu ấy như lóe sáng lên dần trong trí nhớ xơ cứng của lão. Nốt ruồi cuối chân mày bên phải đó, gợi lão nhớ đến người phụ nữ ở giữa đỉnh đèo của hai mươi lăm năm về trước. Lão thoáng quay nhìn bà, sững sốt.

Hình ảnh chiếc quán nhỏ ngày nào giữa ngã ba đèo như hiển hiện trước mắt bà Như và lão hành khất kia, như một cuốn phim quay chậm, từng cảnh, từng cảnh một quay trở lại, một cách rõ ràng.

*

Sau khi bị "tuôn" chuyến hàng phế liệu ở Phan Thiết, Như dốc hết vốn làm chuyến gạo theo người chị họ vào Nha Trang để bán. Tàu vừa vào đến ga Hảo Sơn, đội quản lý thị trường phối hợp với du kích xã lên tàu. Tất cả số gạo trên các toa tàu bị tuôn hết xuống đất, và được đưa vào ga Hảo Sơn, chờ xử lý. Như cùng người chị họ và một số bà con buôn gạo chờ đợi ở nhà ga, chờ có cơ hội xin lại được bao nhiêu hay bấy nhiêu. Nhưng toàn bộ số gạo được chuyển đi ngay trong chiều hôm đó, nên không ai lấy lại được ký gạo nào.

Hết vốn, Như không biết làm gì để nuôi ba đứa con còn nhỏ

ăn học, bèn vào ngã ba đèo lập quán bán nước giải khát, thuốc lá, và những món ăn bình dân cho khách lên xuống Vũng Rô.

Một buổi sáng, sau khi dọn dẹp chén bát, tô, dĩa bán ăn sáng xong, thì một gã đàn ông mặt lạnh tanh, hầm hầm bước vào quán. Ông ta hét lớn:

- Chủ quán! Cho chai rượu!

Như lật đật lại đong rượu vào cái chai nửa lít mang ra. Ông ta nói như hét:

- Bà ở Hòa Tâm có biết "Năm Rô" không?

- Năm Rô nào tui không biết.. Tui chỉ biết có ông Năm chuyên chứa bài ở xóm chợ thôi, không biết có phải ông ấy không?

- Đúng là ông ấy đấy. Là sư phụ của tui đấy!

- Sư phụ của ông thì có mắc mớ gì tới tui?

Ông ta nói lớn:

- Thì tui giới thiệu để bà biết tui là ai, làm gì chớ!.

Như bỗng mắc cười thầm trong bụng, cái kiểu hù dọa như vậy thật là trẻ con. Cô nghĩ, dù ông ta có làm chức gì, cũng chẳng sợ; vì cô đã chẳng còn gì, phải vào tận giữa đèo heo hút, lạnh lẽo, bỏ con cái gởi ngoại, để kiếm sống, thì còn sợ cái nỗi gì nữa. Cô trở nên tự tin, cười nhạt:

- Tui biết ông là ai để làm gì? Tui chỉ bán quán nước nhỏ, cho khách qua đường giải khát, ăn uống đỡ lòng thôi. Biết ông hay không biết cũng vậy, có gì khác đâu.

Ông ta bỗng hất cái bàn ngã lăn, đứng dậy, quát lớn:

- Sao không để làm gì? Tui lên xuống đây hằng ngày, ai dám "đụng" vào tui?

Như nói dứt khoát:

- Không ai đụng tới ông làm gì, nhưng tui cũng không muốn ai đụng tới tui.

Ông khách thấy Như không có gì tỏ vẻ sợ mình, liền giả lả:

- Thì tui nói vậy là muốn giúp chị thôi. Có ai "xù nợ", hay "quậy phá" chị cứ nói với tui.

Như bỗng phì cười:

- Vậy thì cứ nói đại ra đi, bày đặt hù dọa. Nói thiệt với ông, Năm Rô là em con người chú họ của tui đó.

Ông ta bỗng dịu giọng, khúm núm:

- Vậy hả chị? Vậy mà em không biết.

- Vậy giờ biết cũng đâu có muộn!

Từ ấy, mỗi lần vào Vũng Rô, Hy - tên người đàn ông ấy, luôn ghé vào quán của cô. Khi uống xị rượu, khi chai nước khoáng, khi gói thuốc, khi gói mì tôm, cái trứng gà; nhưng luôn ghi vào sổ nợ, hẹn mãi, không muốn trả. Cô vì muốn yên ổn để làm ăn, nên vẫn cứ cho Hy ký sổ; cô nghĩ, coi như mình mua sự bình yên, để kiếm tiền nuôi con.

Bẵng đi một vài tháng, không thấy Hy lên xuống Vũng Rô nữa. Như nghe mọi người nói rằng, con trai của Hy bị bệnh tim phải vào viện. Ra viện vài tuần, khó thở, phải vào viện tiếp. Một hôm đã hơn bảy giờ tối, hai vợ chồng Hy chở đứa con trai trên chiếc xe máy mượn của người chú họ ra bệnh viện tỉnh, ghé lại quán của cô. Hy nói giọng run run:

- Chị ơi! Cứu con em với. Chị cho em mượn năm trăm nghìn để đưa cháu vào viện, em không mượn ai được nữa. Từ chiều tới giờ nó rất mệt, khó thở, mượn tiền không ra, em lần lữa mãi. Chị giúp em nhé! Ít bữa em đi biển, có tiền sẽ mang trả lại chị liền.

Như thấy lúng túng, không biết xử trí ra sao. Cô nghĩ, dành dụm được bảy, tám trăm nghìn, tính chủ nhật này mang về cho ngoại lo cho các con; giờ đưa cho Hy mượn, lấy tiền đâu đưa ngoại nuôi các con mình; nhưng không thể thấy người gặp nguy khốn mà không giúp.

Như bước vào trong lấy tiền đưa vợ chồng Hy. Cô nói:

- Đây là tiền tui mang về cho sắp nhỏ. Đưa cậu mượn, ít bữa có là trả ngay cho tui đó nghen.

Cả hai vợ chồng Hy mừng rỡ, khúm núm:

- Cảm ơn chị nhiều lắm, vợ chồng tui sẽ gởi trả lại đủ cho chị. Chị yên tâm đi, nếu tui sai lời, Phật Trời sẽ phạt tui.

Như hoảng hốt, xua tay:

- Thôi, đừng nói như vậy. Tui không muốn cậu nói vậy đâu, giúp người lúc nguy cấp, tui nghĩ, ai cũng phải làm thế thôi.

Hai vợ chồng Hy vội vã bồng con lên xe, chở đi thẳng bệnh viện.

Hai năm sau, một buổi sáng sau khi dọn dẹp chén tô bán ăn sáng xong, cô ra quét cái sân trước. Thấy Hy trong tốp người mới xuống xe đi bộ từ ngã ba xuống Vũng Rô. Cô lật đật bước ra đường gọi Hy:

- Cậu có tiền chưa, trả cho tui chớ, lâu quá rồi?

Hy cười giả lả:

- Chưa có chị à! Khi nào có tui sẽ trả cho, khỏi cần đòi.

Như trách:

- Khi mượn nói nghe rất ngon. Biết chừng nào có mà trả, chỉ có muốn trả hay không thôi, chớ hẹn miết, mấy lần rồi, biết khi nào hở trời?

Hy bỗng giận dữ:

- "Nợ mòn con lớn", làm gì dữ vậy? Để từ từ tui trả, nói nặng lời với tui là coi chừng đó nghen!

Như đỏ mặt:

- Coi chừng cái gì, nợ là tui phải đòi à. Tui cho cậu mượn hẳn hoi, chớ có phải ăn nhậu nợ tiền đâu mà hẹn; mà có ăn nhậu thì cũng phải trả chớ, người ta mua rồi nấu cho cậu ăn, chớ có ra chợ mà "hốt" không của thiên hạ đâu, tự nhiên mà có hay sao? - Như hậm hực - còn trong sổ nợ cả đống nữa đấy!

- Bà cứ chờ đó, chiều tui lên sẽ trả hết, không thiếu một xu.

- Nhớ đó nghen!

Chiều hôm đó, trời sắp tối, Hy từ Vũng Rô lên để đón xe về Hòa Xuân, thấy cô đang ngồi ở trước sân nhìn dòng xe xuôi ngược trên đường đèo, liền bước qua nhà; tay cầm một con trăn nhỏ, giống như con rắn, đưa sát vào mặt Như - hét lớn:

- Đây, tao trả nợ cho nè, lấy không?

Như hoảng hồn, nhưng cố gượng ngồi im, nói to:

- Nợ tiền, thì trả tiền, sao trả rắn?

Hy liệng con trăn vào người cô, làm cô hốt hoảng vụt bỏ chạy. Hy cười hả hê, thỏa mãn:

- Gặp tao mà đòi tiền hả? Có ngày nghẹn con!.

Nói xong, Hy cầm con trăn đi qua phía bên kia đường để đón xe. Đám trẻ con ông Dư phía nhà bên kia hoảng sợ, la ré lên:

- Rắn. Trời ơi, rắn!

Cô nghe tiếng Hy cười vang ngoài ngã ba, đắc ý lắm.

Tuần sau, khi cô đi ra chợ Hòa Xuân để mua hàng về bán. Vừa bước vào chợ, đã nghe thấy tiếng cãi cọ qua lại của hai người đàn ông. Nhìn lại, cô thấy Hy mặt đỏ bừng, vung tay, múa chân, hét lớn:

- Tao không trả đấy, mày làm gì tao?.

Người đàn ông nọ cũng chẳng kém, chửi lại:

- Đồ ăn giựt, mượn tiền mà không trả, còn chửi mắng, đòi đánh người ta nữa là sao?. Cái thứ… "giống" mày ăn cháo đá bát, vong ơn bội nghĩa, rồi trời đất không tha cho đâu.

Hy nhào tới đấm vào mặt ông ta tới tấp:

- Cái thứ gì...? Mày nói tao nghe thử?

Mọi người trong chợ ùa chạy ra xa, không dám lại gần sợ bị vạ lây. Người đàn ông đi đòi nợ, đã bị Hy đấm một trận đòn nhừ tử, mặt mày bê bết máu.

Một bà đứng bên Như, kề tai cô nói nhỏ:

- Cho nó mượn có bao giờ nó trả đâu chị. Bữa trước nó đánh con Hồng bán thịt heo bầm mặt vì đòi tiền mua nợ thịt heo đấy. Trời ơi, ai mà không biết nó, cả cái vùng này sợ nó như cọp, chị ơi! Cái thứ hung dữ, lường gạt ấy, trước sau gì có ngày rồi cũng bị quả báo à!

Như nghĩ thầm, ở đời sao lại có kẻ ngang ngược, ác độc quá vậy không biết. Cô chợt nhớ chuyện mình - nghĩ, thôi nó có trả thì trả, không thì thôi; coi như mình làm phước.

Như đang đứng chờ xe, bất ngờ một người phụ nữ chạy lại nắm tay cô, ríu rít:

- Chị Hai! Chị khỏe không? Lâu quá không có tiền, nên tui chưa vô trả cho chị được. Chị thông cảm nghen! Khổ quá, có đồng nào là mua gạo, cứ hẹn lần, hẹn lữa chị mãi, ngại ghê! Chị ráng thư thả cho, bữa nào cân con heo, tui mang vào trả chị liền.

Như quay lại, thấy Hân - người quen sát nhà dì Út của mình, đang xách giỏ đi chợ. Cô nhớ lại mấy tháng trước, khi cô ghé thăm dì Út, gặp Hân đang kêu người bán ít lúa non, trả tiền chích thuốc cho con trai bị cảm sốt. Cô đã động lòng, cho Hân mượn một trăm nghìn, để trả tiền thuốc, khỏi bán lúa non. Đã mấy tháng qua, cô không hề nghĩ, nhớ tới, dù cô cũng không dư dả gì, chỉ đắp đổi qua ngày. Có lúc, Như nghĩ, coi như mình giúp người, mai mốt biết đâu, cũng sẽ có người khác giúp lại mình, vậy thôi. Cuộc sống luôn đổi thay, luôn chuyển biến, ai có thể ngờ trước được tương lai của đời mình sẽ ra sao? Cô nhìn Hân cười - giọng thân tình:

- Thôi, có bao nhiêu đâu thím, coi như tui giúp cháu!. Thím yên tâm mà lo cho sắp nhỏ, đừng nghĩ ngợi chi nhọc lòng, sinh bệnh. Tui cũng tạm ổn, có đồng ra, đồng vào. Buôn bán được vậy đấy thím!.

Hân cầm tay Như vuốt vuốt:

- Cảm ơn chị nhiều lắm! Chị thật nhân từ.

Chiếc xe đò cũng vừa tới, tấp sát vào lề. Người phụ xe nhảy xuống cùng Như đưa số hàng hóa lên xe. Xe chạy, cô đưa mắt nhìn qua khung cửa kính; đồng ruộng xanh mát quê nhà hiện ra bên đường, thoáng vụt qua, rồi bỏ lại phía sau nỗi tiếc nuối ngẩn ngơ của cô như mọi lần.

Nắng đã lên cao, Như lẩm nhẩm: - mới đó mà hết cả buổi sáng!.

*

Lão hành khất ngước nhìn bà Như, đôi mắt đỏ rưng rưng, như muốn nói một điều gì đó; nhưng rồi, lão vội cúi gầm xuống, quay ngoắt, lủi thủi lê từng bước đi về phía cổng bến xe.

- Mẹ chờ con lâu chưa?

Bà Như nhìn theo cái dáng đi khập khiễng, xiêu vẹo của lão Hy, thở dài thườn thượt. Quay lại cười với con trai, bà nói:

- Mình đi thôi, con!

Buổi chiều, nắng đã xuống thấp.

Những tia nắng chiều hắt hiu rớt xuống đường, một mầu vàng buồn bã, ảm đạm; như cùng chia sẻ với lão Hy, với bà Như, cũng đang rưng rưng hoài niệm về những năm tháng không thể nào quên, giữa ngã ba đèo heo hắt, lạnh lẽo.

Tiểu Nguyệt

Ngày Tôi Về

HOÀNG LỘC

ngày tôi về – em chỉ thấy trong mơ
con phố nhỏ ngọn đèn đường đã tắt
chút sương sớm vừa cay nhòe đôi mắt
để ưu tư lại rớt vội trong lòng

ngày tôi về chưa chắc phải tôi không
khi ngơ ngác vỉa hè xưa quán lạ
một vết nắng thấp đầu cây trứng cá
cũng bềnh bồng trên tóc đẫm màu sương....

em phai mờ của thuở phấn cùng hương
vẫn đâu đó nhìn tôi buồn lặng lẽ
để tôi biết trong nhau hoài kể lể
một mùa xưa ngọc nát với châu chìm

ngày tôi về đã vắng mẹ (và em)
qua mộ địa chắc òa lên tiếng khóc

những thứ tưởng từng kẽ răng chân tóc
chợt lờ mờ như chẳng rõ về nhau.

Hoàng Lộc

Yêu Anh

PHẠM HIỀN MÂY

yêu anh bằng nỗi dịu dàng
bằng cơn sóng sợ vội vàng mất nhau
vội vàng mưa xuống đời mau
rưng rưng mắt giọt làm đau bước về

rưng rưng mắt giọt giọt tề
yêu anh từ độ môi kề môi hôn
ngụm vào lịm ngọt giấu chôn
vùi xưa cũ vệt vô ngôn hoang đường

nghe chung quanh đã khôn dường
tóc dài vắn sợi miên trường trăng treo
yêu anh đỉnh gió trời reo
mừng trăm năm buổi trong veo kiếm tìm

trăm năm mộng rớt đáy chìm
thấy ta giấc ngủ im lìm hồ như
im lìm câu hát tương tư
yêu anh vết dấu thực hư hôm nào

yêu anh hư thực ba đào
thơm tay gầy khói dạt dào lùa mây
bao lời thương nhớ giờ đây
gửi nơi ấy phía chiều tây mấy hàng

lá xanh cây phiến mơ màng
không gian rơi rụng
nhẹ nhàng
yêu anh… .

Phạm Hiền Mây

Thăm Nhà

THI NHƯ HÀ VÕ

lá vàng
rơi
đã là thu ?

mây treo ngọn gió
ngày
phù du qua

rảo chân
về thăm quê nhà

gặp con đội mũ như là bạn thân

chiều trải
vạt nắng trong sân

bồi hồi nhớ mẹ
lâng lâng tâm
buồn

thịt da không có vết thương
nỗi đau
từ
một cõi buồn
bao la

con về ngồi trước hiên nhà
ngó quanh
ơi hỡi
mẹ cha
xa vời

Thi Như Hà Võ

Bạn có một hình xăm trên ngực, hai chữ ĐM

LÊ VĨNH TÀI

bạn xăm lâu rồi, khi đã say rượu
chữ ĐM bạn cũng không nhớ
nó có thể là "đi-mưa" hay "đội-mũ"
như bạn luôn đội mũ bảo hiểm khi ra đường

bạn ghét hình xăm của bạn
vì nó chảy máu và ngứa
da xung quanh hình xăm hơi sưng lên
màu đỏ giận dữ

vào một đêm hình xăm tự nhiên nhúc nhích
nghe có vẻ điên rồ
nhưng quả thực nó dâng cao tận cổ
làm bạn nổ
tung

bạn ghét hình xăm của bạn
vì bạn biết
đời này đầy những kẻ yêu thơ và lãng mạn
tâm hồn họ đã trong còn sáng
chỉ có dáng đi hơi chàng hảng

bây giờ cái hình xăm ở một mình trong phòng
trong lúc bóng tối âm thầm di chuyển
cùng với bóng của bạn

bạn biết cũng chả mấy ai có can đảm dám nhìn
dù họ vẫn thèm
vì bạn rất xinh...

Lê Vĩnh Tài

T

Thơ Rời
NHƯ KHÔNG

chẵn lẻ

Năm có thể chia ba
Nhưng chẳng thành số chẵn
Giữa cõi trần ta bà
Chia làm sao cho đúng?

Đất trời còn sáng tối
Có ngày và có đêm
Anh chỉ có một đời
Mà chia chẵn cho em

mưa

Hạt mưa cũng biết cắn người
Lòng đau... mưa rớt bên trời xa xăm
Ngõ xưa vọng tiếng âm thầm
Chân xưa mờ dấu rêu phong bên thềm
Tình anh...
Gửi lại cho em
Trải ra làm chiếu
... Nằm đêm với chồng
Giữa đời mỏi gánh tình không
Một mai mưa nắng...
Biết còn
Nhớ nhau?...

đưa và tiễn

Anh đã đưa em đi
Nhiều ngàn
Rất nhiều ngàn cây số
Những đêm mưa
Ngày nắng chói trên đầu
Đời người chỉ một lần ra huyệt mộ
Biết có còn nhau để tiễn đưa nhau?

Như Không

Tôi Tìm Yêu Trên Giấy

MỘNG HOA VÕ THỊ

Tôi nhìn tôi trên giấy
Khoảng trắng mông mênh buồn
Tôi tìm tôi
chỉ thấy
Một vùng trời cô đơn

Tôi tìm yêu gấp rút
Sợ trái tim không nhà
Sợ suốt đời hành khất
Xin cuộc tình quá xa

Đi tìm ai
Hạnh phúc
Cháy bỏng trên môi người
Nụ hôn mềm lãng mạn
Nồng nàn riêng cho tôi

Tìm đâu vầng trăng ngọc
Âu yếm con tim ngà
Đêm thâu gầy rũ mục
Tan mù sương xót xa

Tìm trăm năm mãi mãi
Giây phút trong tay người
Một vòng xoay vô tận
Một tình sầu khôn nguôi

Tôi vẽ tôi trên giấy
Giòng sông xanh xao cười
Bỗng trở thành giọt nước
Lệ tràn dâng mắt môi

Monghoa Vothi

T

thơ
HOÀNG XUÂN SƠN

mầu

khi ta vẽ em bằng đầu
thì em đã hiện ra mầu tư duy
khi ta vẽ ta chai lì
trái tim em đã tức thì bay xa
khi ta vẽ em bằng hoa
chỉ còn cuống héo nhạt nhòa nghi hương
khi ta vẽ xuống nỗi buồn
cùng em ngân dại hồi chuông sắc mầu
ta vẽ đời trên luống nâu
6 avril 2019

bài tặng ngôn ngữ

bây giờ. ngậm bút đã lâu
mà trăng vẫn nhớ tên mầu thủy nguyên

trở lại mùi giấy mực thơm
nghe như thức dậy chút hồn xa xưa
tiếng ai văng vẳng cười đùa
khúc hát xanh những mùa mưa năm nào
trở về chữ nghĩa xôn xao
một bài luân vũ mấy trào nguyệt dâng
bồng bềnh. như ý. lâng lâng
hạnh phúc trong mỗi đường gân ngợp ngời
về đi. dù đứng hay ngồi
không gian bay ảo vụng đời thênh thang

hoàng xuân sơn
4-2019

Có Phải Bài Thơ Này

ĐẶNG HIỀN

Lời chúc rộn ràng như hoa xuân
Mừng công việc kéo dài đến ngày cuối năm
Chúc sinh nhật tuổi mới nhưng người không cũ
Em chúc anh có nhiều niềm vui mới, cũ
Chúc bình an như tình yêu em
Buổi chiều có đôi mắt nhớ
Bằng ánh mắt dịu hiền đến thương
Im lặng cười bảo em chờ anh cùng dùng bữa
Hôm nghe bài hát về thời yêu xưa
Bầu trời đêm buồn theo đôi mắt em
Mơ màng hồn tan theo giòng nhạc
Mình đi về bỏ lại giấc mơ
Những câu thơ cứ hoài vương vấn
Những con đường nào ta đi qua
Em có nghe sóng vỗ bên bờ đại dương
Đêm có sao trời lấp lánh và em
Con dốc cao cho tình thấp thật gần
Có mảnh trăng sầu ghé trọ bờ môi
Mùa vẫn lạnh cho dù tay anh ấm
Đôi mắt nào buồn hơn mắt tình xa
Vẫn lời chúc ở mùa xuân cũ
Vẫn tình yêu theo ngày tháng vơi dần
Có lần em nhẹ hỏi
Có phải bài thơ này anh viết cho em...

Đặng Hiền

Khi Ở Paris Cùng Em

NGUYỄN ĐỨC TÙNG

Khi ở Paris cùng em
Chẳng có gì anh không làm được

Nhớ nhau anh có thể khóc
Nhưng em lại ở gần bên

Gió trên sông Seine lồng lộng
Hôn em dưới một vầng trăng

Của người đi ngang gió mưa
Đã từng hôn anh ở đó

Ven rừng quanh một đốm lửa
Gần bờ nước chảy lơ thơ

Anh tới Paris bất ngờ
Yêu em cà phê quán cóc

Gió mưa nghĩa tình lất phất
Mà em thì thơm lừng

Như một người chưa từng qua sông Hương
Như một người chưa từng qua sông Hồng
Như một người chưa từng qua Cửu Long

Đến cùng anh sau năm chuyện tình gãy đổ
Đến cùng anh như nhành phong lan đỏ
Cà phê ôm bên đường

Sau cuộc bầu cử tổng thống
Ở Paris mơ mộng cùng em
Chẳng có chuyện gì anh không làm được

Dù trước tiên phải lặn qua sông
Tìm lại chiếc nhẫn cưới

Nguyễn Đức Tùng

Mời Em Uống Tiếp

NGUYỄN HÀN CHUNG

Trong đám quần thoa em sáng lên
cho nên ta mới phải lòng em
phải lòng nhưng tới sân ga lại
trả vé quay về giữa nhá nhem

Trả vé quay về giữa nhá nhem
thầm thì thầm thĩ hãy quên em
quên là phương tốt cho hai đứa
tóc đã bạc rồi thôi bạc thêm

Tóc đã bạc rồi thôi bạc thêm
lòng không tơ tưởng chuyện tình duyên
người như cỗ máy xay gia súc
cứ vận hành quen máy sẽ êm

Cứ vận hành quen máy sẽ êm
anh hùng mang bệnh cũng kiêng khem
huống hồ ta mới thân du tử
múa mới vài chiêu đã hạ rèm

Múa mới vài chiêu đã hạ rèm
hạ rèm đọc lén lá thư em
mình tuy có bại nhưng không thất
em sẽ về thăm khi bóng đêm

Nguyễn Hàn Chung

Bạn Thời Chơi Nhà Chòi

NGUYỄN VĂN SÂM

Khi em đưa cái Thẻ Kiểm Tra, mình chưa đọc tên đã biết ngay là em. Nhưng mình cứ làm tỉnh ngồi ôn lại những kỷ niệm ngày xưa. Em thì tình thiệt không biết mình. Nhớ hồi nhỏ hai đứa cũng quyến luyến nhau, dầu chưa tới mười tuổi. Em hay giận hờn khi thấy mình thân thiện với con Bình khi cả bọn chơi nhảy cò cò. Mình cũng thấy ghét thằng Bé sứt môi khi thằng này tỏ ra săn sóc hay nhường nhịn em. Thường thì mình xô đẩy thằng Bé, nhiều khi còn cười ngạo cái bất hạnh của anh ta nữa. Nghĩ cũng kỳ cho tuổi trẻ ác tâm và không biết suy nghĩ. Mình không ưa má em. Thím hỗn hào với chồng, Thím khinh khi mọi người, tối ngày chỉ nằm dài ca hát nghêu ngao. Đàn ông thì kêu bằng "thằng cha" tuốt: Thằng cha thầy giáo, thằng cha thầy chùa, thằng cha y tá, thằng cha góp tiền đất. Đàn bà thì "con mẹ" hết thảy: Con mẹ Ba cho vay tiền ngày, con mẹ Bảy Mập bán bánh mì, con mẹ vợ thằng cha Hiệu Trưởng, con mẹ Tư gánh nước mướn. Chỉ có cậu Út là được thím nể nang và thân thiện, một điều cậu Út, hai điều cậu Út mà thôi.

Mình thích nhứt là được Chú Ba Huê chở vợ con với lại mình đi ra An Lạc ăn cháo đầu cá lóc với rau đắng. Xe chật, ngồi dựa hông vô nhau nghe hơi nóng của em truyền qua mình chắc đâu còn nhớ tới giờ. Nhưng mà rau đắng họ trồng cả đám lớn bên hè, người ta đi đái vô đó tỉnh queo... Ghê quá! Biết họ có rửa rau sạch không nữa! Mình cũng thích bữa nào chú Ba rủ đánh cờ tướng với chú, khoái là được khen mình cao cờ. Khoái là em bị chú sai lấy nước cho anh, khoái là em bận áo quần sít sát lòi cái ngực chưa nẩy nở mà mình con nít quỷ ưa dòm vô đó kiếm kiếm điều gì mà mình tưởng tượng là rất lạ lẫm. Hình như mình mê em sau cái lần cùng nhau chơi nhà chòi khi con Bình giận bỏ về ngang mình phải thế chỗ. Em bắt mình làm con em làm má. Mình đòi làm chồng em làm vợ. Em lưỡng lự cuối cùng rồi cũng đồng ý. Mình nói chồng thì nắm tay vợ đi chợ. Em đỏ mặt rồi cũng rụt rè đưa tay cho nắm...

Sau khi thi đậu vô Đệ Thất mình bị bắt ở trọ không gặp em nữa. Có về nhà vài ba lần nhưng đều mất tích biệt tăm.

Trời hơi chạng vạng. Xóm nhà lá khu Bà chủ Phát đã lốm đốm lên đèn. Mùi cơm sôi, mùi cá kho hòa với mùi củi cành cây cao su chưa khô cháy tươm dầu quyện lên trong không khí thành nét đặc trưng buổi trời sắp tối của xóm. Chú Ba Huê bẻ mạnh tay lái lách tránh mấy đứa nhỏ đương mải mê chơi trò *Thiên Đàng Địa Ngục Hai Bên* rồi quanh *cua* từ từ chạy xe vô con đường nhỏ đầy bông bụp của sân nhà. Khi tiếng nổ lịch bịch phát ra từ chiếc cần câu cơm của chú còn vang dội ở xóm nhà thằng Bé sứt môi thì thằng Dần từ nhà dưới đã đi chậm chậm ra tới cửa buồng. Tay nó níu tấm *ri-đô* để vạch ra một lỗ nhỏ nhìn coi chuyện gì sẽ xảy ra. Nó ngó lấm lét chú Huê trong khi chú sửa lại cách đậu chiếc xe cho ngay ngắn. Trong nhà, vợ chú, má con Én, trở mình trên cái giường tre nhưng cũng chưa chịu ngừng bài hát còn đương dang dở. Thím tay cầm cuốn bài ca đưa thẳng trước mặt, cố lấy hơi hát lớn hơn bản Vọng cổ trong tuồng *Hạnh Nguyên Cống Hồ* của thời xa xưa:

Nhìn dòng sông đen hắc,
Nhớ xứ thề cắt can trường.
Thầm suy trách thay vua Đường.
Xui nên dở dang chỉ hường.

Rồi thím chuyển giọng của con a hoàn, cũng Vọng cổ lối thời năm nẳm gì đâu mà thím học theo trong dĩa hát Pathé:

Ghen ghét chi ông Tạo,
Để người phòng khuê phải hòa giặc Phiên.

Chú Ba Huê lòn tay xuống cái hộc dưới đệm xe rút ra một gói giấy lấm tấm ướt mỡ thấm từ bên trong ra, thủng thẳng đi vô nhà. Chú hỏi vợ liền như đã ôm trong lòng từ lâu lắm, sau khi ngó lướt qua vợ, nhíu mày tỏ ý không bằng lòng chuyện gì đó:

'Má con Én có nghe chuyện gì lạ trong xóm sáng nay không vậy?'

Chị vợ lỏ mắt ếch ngó chồng không trả lời, một phút sau đủng đỉnh lồm cồm ngồi dậy. Cái áo cánh màu hồng điểm bông tấm li ti gợi cảm của thím rộng cổ trễ tràng xệ rộng trước ngực. Chú nói mau:

'Hồi sáng sớm, xe ra tới đầu ngõ tôi thấy hai ông bị bắn đâu chừng hồi hai ba giờ khuya gì đó, máu miệng trào ra, còn ri rỉ chảy chưa đông lại hết. Cả hai tướng tá coi nho nhã, trẻ măng, áo quần cũng tươm tất lắm. Không biết phe nào. Tay bị trói thúc ké sau lưng. Tôi vái họ phò hộ được đắc mối. Bây giờ giữ lời hứa, mua con gà quay về cúng.'

Mình cúng họ cũng phải. Có thể họ là người của phe mình trước kia. Cũng có thể họ là những người bị phe mình trước kia giết oan như bao nhiêu trường hợp mình từng chứng kiến. Bên nào thì cũng là đồng bào. Bên nào thì họ cũng đã chết quá sớm, cuộc đời hưởng có bao nhiêu lâu đâu. Tội nghiệp thì thôi!

Chị vợ phán thẳng băng làm cụt ý chồng:

"Tưởng chuyện gì, chuyện bị xử bắn lén xảy ra hà rầm. Thời buổi chiến tranh mà. Mình dân làm ăn thì đừng để ý tới chuyện ai giết, ai bị giết cho mệt thân. Cúng kiếng gì cho hao tiền. Họ có bà con gì mình đâu nè!"

Chú Ba chống chế:

"Thì cúng chút híu có tốn bao nhiêu đâu! Bữa nay chạy được nhiều mối ngon. Được giá!"

Chị vợ xốc lại cái vai áo xệ, lầm bầm:

"Muốn nhậu thì nói mẹ nó đi. Đừng qua mặt con này. Bày đặt này nọ như là người tin thần tưởng thánh lắm. Hồi xưa ông quả quyết là chẳng có linh hồn, không có thần thánh, cũng không có Địa Ngục Thiên Đàng gì hết mà!"

Tuy không vừa ý với lời dè bỉu của vợ, Chú Ba Huê cũng làm thinh không thèm trả lời trả vốn gì hết. Chú đặt gói gà lên bàn nước, đi ra nhà sau lui cui soạn đem lên hai cái dĩa bàn thang, bày biện cúng kiếng. Vợ chú bây giờ mới đủng đỉnh bước xuống giường, miệng vẫn ỷ ê ỷ a mấy câu ca một bài Tứ Đại Oán thảm sầu.

Bực mình chú Ba phê bình nhẹ nhàng:

"Má con Én ca bản xưa không à! Đời bây giờ người ta ca Vọng cổ tân thời sáu câu 32 nhịp theo cách của Bảy Cao, Thanh Tao, Năm Phồi không ai còn ca kiểu xưa như kép Từ Anh, Tám Thưa hay cô Ba Soạn nữa đâu."

Chị vợ nổi hứng cất giọng thân mật:

"Nghe chị ca *Máu Nhuộm Phụng Hoàng Cung* nè em! Em mà phán là chị ca dở tối nay chị nhịn cơm cho em biết."

Chú Ba ngó vợ bằng cặp mắt của người tình.

Và Má con Én *nói lối* dài trước khi vô giọng cổ xuống xề nghe ngọt lịm kiểu tài tử đẹp trai Năm Phồi.

Người chồng đưa tay bẹo má vợ. Thưởng.

Con Én ở đâu chạy vô xen giữa hai người, nó thở hào hển mà vẫn liến thoắng:

"Ba ơi, ba méc cho thằng Dần bị đòn nứt đít đi ba. Đi đi ba, ông Huế về rồi đó!"

"Chuyện gì mà dữ vậy?" Tay chú xoa mạnh đầu con, làm rối tóc con nhỏ, khiến nó xụ mặt.

"Nó là con nít quỷ đó ba. Nó dòm nách má rồi ra ngoài nói tùm lum tà la là má có lông nách dài." Con nhỏ vừa nói vừa chu mỏ dài sọc.

Thím Ba bịt miệng con không kịp, thím đưa mắt lừ con gái. Chú Ba lừ lại vợ mình:

"Cũng không nên bận quần áo lôi thôi quá. Nhà cửa trống hếch trước sau. Nít nhỏ chạy vô chạy ra hà rầm. Thằng Dần nói vậy còn đỡ. Cậu Út nói vậy thì…"

Chú ngưng ngang vì thấy mình không nên khơi sâu điều vợ không muốn nghe.

Con Én nắm tay ba nó giựt giựt:

"Ba méc ông Huế để thằng Dần bị đòn nghe Ba! Hôm bữa nó ăn hiếp con. Nó còn nói nữa lớn nó cưới con làm vợ rồi đánh nhừ tử cho bõ ghét. Đánh như ba thằng Bé sứt môi đánh vợ. Đánh như ba thằng Dần đánh má nó đó."

Cách vách, thằng Dần nghe hết mấy câu trao đổi của người bên kia, nó nuốt nước miếng cái ực như nuốt cơn giận lớn cành hông.

Nhang được thắp lên. Chú Ba cắm ba cây lên mình con gà. Chú rót nước vô mấy cái chén chung. Tự tay chú ra khạp gạo lấy một nắm gạo bỏ lên cái dĩa nhỏ rồi trút muối lên kế bên. Chú nói với vợ:

"Chết như vậy oan ức sẽ thành cô hồn, mình phải rải muối gạo để vong linh họ đỡ tủi."

Mình không chết là may! Đi theo họ có hai năm mà suýt chết mấy lần do Tây phục kích hay là xung phong công đồn mà phá không thủng phải chém vè. Còn cái thằng Đại Đội Trưởng nữa, nhiều khi nó ngó mình bằng cặp mắt quỷ như muốn ăn tươi nuốt sống vì mình can thiệp thả mấy người dân biết rõ ràng là bị bắt oan. Cũng may mình rút kịp ra ngoài này. Ở lại thì thấy ông bà ông vải lâu rồi. Bởi vậy tội nghiệp hai người này quá chừng.

Chú thành kính rót rượu vô ba cái ly nhỏ đặt ngang hàng trước con gà. Chú lâm râm vái.

Vợ chú vô buồng lấy áo bà ba bận tề chỉnh. Thím cũng đốt ba cây nhang, xá xá rồi đem ra trước cửa xá Trời. Thằng Dần ở trong nhà dòm ra thấy hết cử chỉ của thím. Nó vái thầm trong bụng là ưng ai thím nổi từ tâm bỏ qua chuyện đó, không cho chồng méc ba nó. Nó cũng tự hứa là nếu được như vậy thì từ rày sẽ tử tế với con Én hơn, không ăn hiếp nó nữa. Và nó đứng dựa cửa buồng, lim dim ngủ gà ngủ gục…

*

Bốn năm chiếc xe cảnh sát ngừng ở con đường độc đạo trải đá, dựa bờ sông. Mỗi chiếc cách nhau chừng trăm thước, đủ để trấn giữ cả khu yên hoa nổi tiếng bình dân hoạt động mấy năm nay. Khi máy xe vừa tắt, khi những người cảnh sát nhảy xuống xếp hàng dài bắt đầu làm phận sự thì hầu hết những ngọn đèn lờ mờ trong dãy nhà lụp xụp bên kia đường dựa bàu nước đồng loạt tắt. Tiếng la ơi ới, tiếng kêu nhau ầm ĩ, tiếng chạy thình thịch và tiếng ùm ọc, bì bõm của vài người nhảy xuống nước, lội trốn vang dội trong đêm. Đàn ông từ những căn nhà tắt đèn đổ ra đường giả bộ thanh nhàn thơ thẩn như người đi hóng gió sông. Đàn bà thì chẳng thấy ai. Mấy ghe thương hồ bật đèn lên sáng một khúc sông, người trên ghe ra trước mũi ngồi hút thuốc bàn tán…

Sau một hồi bao vây và lục lọi, lính bắt được vài chục gái, một số chịu trận trốn trong buồng, trong nhà tắm, trong cầu tiêu bị lôi ra. Một số ôm cột xi măng dưới nước bị rọi đèn *pin* vô mắt, ngoắt lên. Ướt loi ngoi, chậm chậm bước lên bờ cỏ.

Tiếng một mụ chủ chứa than với người lính quen mặt:

"Trời ơi, bộ mấy ông ghét dân Cầu Hàn lắm sao mà suốt ba tuần liền tuần nào cũng bố. Điệu này tụi em chắc dọn đi chỗ khác làm ăn chớ ở đây đói hết sao sống?"

Người lính trẻ cười hiền:

"Thì kiếm nghề khác mà sống. Nghề này dơ quá! Rồi mấy cổ lây bịnh tùm lum…"

Một má nuôi chõ mỏ vô:

"Nói thì dễ thầy ơi. Bỏ nghề rồi biết làm gì ăn đây. Với lại còn nhà cửa nữa. Sang lại cho ai rồi mua nhà mới ở đâu? Dính ăn dính thua ráo nạo rồi. Thôi thì lỡ đâm lao phải theo lao thôi. Mấy thầy thương thì nhờ ghét thì chịu."

Người lính không muốn nghe tiếp, đưa cây *ba-trắc* dang ra thẳng tay lùa từng tốp vô một căn nhà được lấy làm Đại Bản Doanh tạm thời. Ai vô tới cửa cũng để lại *Thẻ Kiểm Tra* trên bàn. Ai không có thì là giấy cớ mất kiểm tra, không có gì hết thì vô ngồi một góc chờ tính sau.

Các cô gái, ái ngại ngó qua ngó lại những người đồng cảnh rồi chiếu tướng người lính để đoán coi anh ta hiền hay dữ. Cô nào mặc quần áo phong phanh thì quơ quào gì đó của bạn che chắn đỡ. Cô nào ướt thì mượn nhờ khăn của bạn lau được chút nào hay chút nấy. Áo ướt, dính vô da thịt, phơi bày khiến nhiều cô mắc cỡ co ro hay lấy tay che ngực, mặt bí xị như giẻ rách.

Có tiếng cười giễu, hơi lớn:

"Tới nước này mà còn e lệ gì nữa! Bộ chưa từng cho ai coi sao mà che." Cả bọn cười ồ, không khí buồn bã sợ sệt hình như đã bớt chút đỉnh.

Người lính trẻ ngồi trước bàn để đống Thẻ Kiểm Tra buồn tình giở ra coi từng thẻ. Bỗng anh sửa lại thế ngồi, chăm chỉ ngó vô tấm thẻ cầm trên tay nãy giờ, đọc lại lần nữa rồi ngước mặt lên với đám đông. Anh đọc tên người mang thẻ và kêu lên ngồi trước mặt để hỏi chuyện:

"Cô tên này? Hay là mượn thẻ của ai? Sao không giống hình trong thẻ?"

"Dạ thẻ của em. Em là Hồng thị Én! Ai ở đây cũng đều biết là thẻ của em."

"Cô lúc nhỏ ở khu Vườn Lài?"

"Sao thầy biết?"

"Nghiệp vụ mà. Chúng tôi có cách riêng."

"Đâu cô nói về thời gian lúc nhỏ của cô ở đó rồi tại sao cô đi khỏi xóm? Làm gì để sống? Có vô *Khu* không mà bỏ đi bí mật vậy?"

Cô gái lấm lét ngó vô mặt người đối thoại:

"Thầy đừng nói vậy tội nghiệp em. Làm gái ở đây đã khổ lắm rồi. Mắc vô cái tội đi *Khu* có mà chết."

"Cô nói đi! Tại sao ba cô bị bắt?"

"Ba em nói sao thì em nói lại với thầy. Bữa đó có người mang một gói gì đó, ông ta nói là trái cây người bà con ở Cai Lậy biếu khi đi thăm. Ông đi xe ba em. Sợ trái cây dập, mà ôm thì mỏi tay, ông ta kêu ba em mở thùng xe dưới chỗ ngồi, bỏ vô, ông ta ngồi trên cho dễ dàng thoải mái. Chạy gần tới một chốt xét xe vừa mới được dựng lên, ông ta nhảy xuống băng qua đường lẻn vô hẻm, xe ba em bị chận lại xét. Có chứa lựu đạn. Ông bị giam mấy tháng, sau họ thấy tình ngay lý gian nên thả ra."

"Chuyện này thì chúng tôi biết rồi." - Người lính mặt lạnh như tiền trả lời rồi lơ đãng ngó ra ngoài sân. Lính tráng vẫn láo nháo với một số người vừa bị bắt thêm khi trốn trong những nhà có cửa bí mật. Khách thương hồ trên ghe được dịp đứng lên chỉ chỏ, cười nói.

"... Má em lúc ba em bị tù có lùm xùm sao đó với Cậu Út cháu nội bà chủ Phát nên bị bà ấy chửi mắng thậm tệ. Má mắc cỡ bỏ nhà đi. Em ở đó vài ba ngày thì bà Ngoại lên đem về Trà Ôn sống với ngoại... Khi ba được thả về và mướn được nhà kha khá thì xuống dưới đó đem em lên Sài Gòn. Em chưa bao giờ gặp lại má. Bả đi biệt từ đó. Có thể là đi theo gánh hát cải lương như đã tuyên bố nhiều lần khi còn ở với ba em."

"Xin lỗi. Cô đưa *bóp* cho tôi xét giấy tờ. Coi có gì khả nghi không."

Cô gái rụt rè đưa cái *bóp* cầm tay cho người lính. Coi đẹp mà chẳng có bao nhiêu tiền trong đó. Cô gái chăm chăm ngó từng cử chỉ của người cảnh sát. Coi bộ hơi mắc cỡ vì mình nghèo. Người lính lục từng ngăn một hồi rồi rút ra một tấm hình. Một người đàn ông ốm yếu, mình trần môi sứt lòi răng dưới lỗ mũi bên trái, tay anh ẵm đứa con gái chừng ba tuổi coi bộ cũng tong teo. Cả hai chụp hình mà không vui.

Cô gái nhìn cử chỉ của người lính. Cô nhíu mày suy nghĩ.

'Anh chàng sứt môi này là chồng cô?'

"Dạ ảnh tên Bé! Mà bây giờ ảnh hết sứt môi rồi. Năm ngoái có tàu Bịnh Viện Hoa Kỳ ghé Bến Tàu vá môi cho ảnh. Lúc nhỏ em và bạn em ăn hiếp ảnh hoài. Nhưng bạn em lên học trường Petrus Ký rồi ở trọ gần đó luôn em không bao giờ gặp nữa." Cô vừa nói vừa quan sát sự biến đổi sắc mặt người đối thoại. Người lính cảnh sát vẫn lạnh lùng, nghiêm trang như từ trước tới giờ.

"... Em về thăm chỗ cũ vài ba lần, không gặp người quen nào ngoài anh Bé rồi hai đứa nghèo khổ dựa nhau mà sống. Thầy coi, có còn quen ai đâu?"

Người trước mặt bây giờ mới nhếch mép cười:

"Chú Ba Huê lúc này còn chạy xích lô máy không?"

Người con gái trả lời như máy:

“Dạ còn! Nghề nghiệp bao nhiêu năm không làm biết lấy gì ăn?”

“Anh Bé có đánh vợ như ba ảnh không?”

Người con gái hai mắt sáng lên. Cô đưa tay lấy lại tấm hình, tự tiện bỏ vô *bóp*, không trả lời thẳng câu hỏi mà tuôn ra tràng tâm sự dài.

“Lúc nhỏ em có người bạn cùng lứa, chơi với nhau thân mật lắm. Lớn lên cũng mong gặp ảnh để được làm vợ ảnh, để được ảnh đánh mà không bao giờ gặp. Tới bây giờ nếu có gặp lại nhau thì cũng lỡ làng rồi. Chẳng có duyên số với nhau thì đành chịu. Chịu thua ông Trời chơi ác!”

Người lính trả Thẻ Kiểm Tra cho đương sự, nói lớn với người bạn lính khác mới vừa bước vô:

“Anh coi giùm mấy cô này, tôi phải hướng dẫn cái cô này đi cầu, cổ đau bụng máu mà không dám đi một mình.” - Anh nheo mắt với bạn.

Cô gái năn nỉ nho nhỏ nhưng giọng đã có hơi dạn dĩ:

“Cho con bạn em theo với. Nó mới có 17 tuổi thôi, bị gạt bán vô động cả tháng rồi. Hồi vô nó còn *gin*. Tiếc thân nó khóc hoài.”

Cả ba bước ra cửa, đi về vùng bóng tối phía xa xa.

Một lúc sau anh lính một mình về lại căn nhà làm Tổng Hành Dinh cuộc ruồng bố. Người bạn ngó anh gật đầu. Anh nheo mắt và mỉm cười nói nhỏ: “Bạn thời chơi nhà chòi.”

Nguyễn Văn Sâm

Victorville, CA, 20 April 2019

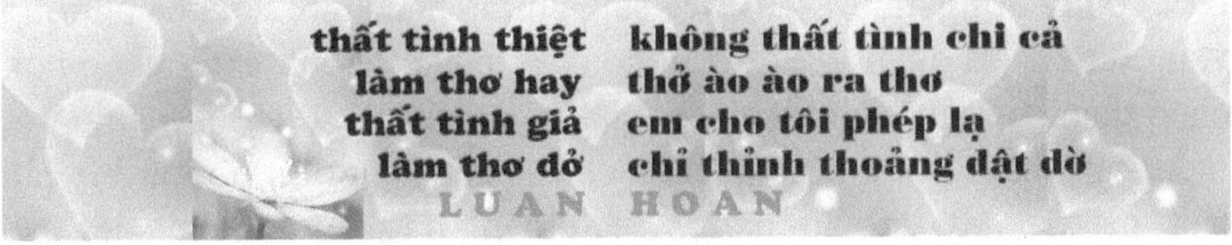

Thy Will Be Done

HOÀNG QUÂN

Nàng đã đọc đâu đó câu nói của văn sĩ người Anh C.S. Lewis: *"There are two kinds of people: those who say to God "Thy will be done" and those to whom God says: "All right, then, have it your way."*

Hồi còn bé tí tẹo, nàng đã biết băn khoăn về tuổi của mình. Tình cờ, nghe bà thím nói chuyện, những người sinh năm Canh Tý số vất vả, cực khổ. Lời nói đó để dấu trong đầu óc non nớt của đứa bé mới vào trung học. Nàng nghĩ, cả thế gian chỉ mỗi mình nàng có tuổi Canh Tý. Nàng không muốn có cuộc đời đã định của tuổi Canh Tý. Rất sớm, nàng manh nha ý định "cải số" của mình. Theo suy nghĩ trẻ con của nàng, nhỏ học giỏi, lớn an nhàn. Nàng không nhớ rõ mình đã áp dụng "chiến lược" này từ lúc bao nhiêu tuổi. Có lẽ, nàng mê học trước khi biết đọc chữ. Nàng đã ăn cháo thánh từ thuở tiểu học. Khi nhà có cúng giỗ, nhất là dịp cúng tất niên, cao lương mỹ vị ê hề. Con nít háo hức chờ tàn nhang để tranh nhau con cua luộc đỏ thắm, cái trứng vịt luộc tròn quay. Hoặc hau háu ngó những lát chả lụa xắt hình thoi, những cuốn ram chiên vàng óng ả. Con bé tuổi Canh Tý nôn nao nhìn đầu bàn, có lư hương, những cây đèn sáp, những nải chuối với hoa phượng vàng ở trên, và quan trọng nhất, có chén cháo thánh. Nàng nghe nói, cháo thánh sẽ giúp đầu óc sáng suốt, học mau, hiểu lẹ, nhớ dai. Với niềm tin mãnh liệt đó, nàng thấy cháo thánh ngon hơn món bồ câu hầm hạt sen hay vịt nấu măng. Cháo thánh đã hiệu nghiệm suốt bao nhiêu năm làm học trò của nàng.

Một lần, nàng và nhỏ bạn hàng xóm, Ti Ti, hai đứa chơi vũ cầu xong, ghé ngồi nơi hiên nhà của vợ chồng chú Lương, vừa nói chuyện, vừa chia nhau nhâm nhi miếng kẹo đậu phụng đường đen. Thím Lương quay qua Ti Ti:

- Mặt mi vầy, trẻ lâu đó nghen.

Thím chỉ qua nàng:

- Chớ mặt của hắn, nét đó mau già lắm.

Nàng ngẫm nghĩ, như mấy anh chị sắp thi tú tài là lớn. Con bé nhìn thím Lương, như thím là già. Thôi, mình chẳng thích già như thím. Nhưng con bé chẳng có thì giờ suy tư thêm. Ti Ti kéo tay con bé, lôi tuồn tuột, rủ chạy ra sau hẻm nhà bà Xê hái trộm vài bông bí, bông bầu chơi. Gần 10 năm sau, con bé gặp lại Ti Ti. Hai đứa ngang tuổi nhau. Mà bây giờ, Ti Ti "già" bằng chị lớn của nó. Nàng nhớ ngay lời nhận xét của thím Lương. Vậy là thím trật lất rồi. Nàng có hề mau già đâu. Nàng vào đại học. Người bạn cùng niên khóa thấy nàng, tưởng, nhóc tì lớp chín, lớp mười theo anh chị vào khuôn viên đại học cho vui. Khi sang Đức, học cùng lớp có người bạn tên Dần, bởi anh sinh năm Dần. Anh thường vui miệng xưng mình là chúa tể sơn lâm. Nói chuyện với nàng, anh chàng cứ một hai, xưng anh Dần, gọi nàng là bé, ngọt xớt. Anh Dần đâu ngờ là "bé" hơn anh hai tuổi. Vậy đó, dù không chủ tâm, nàng đã cải số về ngoại hình của mình.

Từ lâu, nàng chẳng còn bận tâm mơ mắt bồ câu, mũi dọc dừa, miệng trái tim. Nàng biết quý trọng sức khỏe và tinh thần mình hơn, dù chất điệu vẫn còn đậm nơi nàng. Lắm khi, nàng dám ngang nhiên xem lời khen, trẻ hơn so với số tuổi, là nhận xét trung thực. Nàng cứ lửng lơ, để người khác đoán sai về tuổi thật của mình. Nghĩ cho kỹ, thái độ đó là sự thiếu thành thật đối với bản thân mình. Nét già của bề ngoài có hề chi. Tóc bạc? Có thuốc nhuộm biến muối thành tiêu. Da nhăn? Có mỹ phẩm trợ giúp. Nhưng sự lão hóa của tâm hồn mới đáng ngại. Nàng cảm được sự cằn cỗi của hồn mình. Nàng loay hoay một thời gian. Cuối cùng, nàng tìm được đáp số làng nhàng cho mình. Nàng tương đối hóa mọi cảm nhận trong cuộc sống. Nàng không còn mít ướt, hở chút khóc. Nàng chấp nhận nghe tiếng cười của mình chẳng còn giòn giã như xưa. Con tim đã rất nhạy cảm của nàng đâm ra hờ hững với mọi chuyện. Nàng có mặt khắp nơi. Nhưng có lẽ, thưởng ngoạn chỉ là phụ. Mà nặng phần nghiên cứu, thu thập thông tin, để mỗi khi ai bàn đến đề tài nào, nàng vẫn có thể góp chuyện được.

Đôi khi nàng có ý nghĩ "trịch thượng", cười chế giễu những nhớ nhớ, nhung nhung trong thơ văn nhạc. Xem những xao xuyến, cuống quýt là trò trẻ con lẩm cẩm. Thời kỳ, ai nấy xôn xao đi xem phim Titanic. Nàng bỏ mấy tiếng đồng hồ, chiều một mình ra phố, tìm rạp xi-nê. Nàng ngáp dài, ngáp ngắn, chờ hết phim. Vào hãng, tán gẫu với bạn đồng nghiệp. Nàng bảo, câu chuyện hời hợt, kịch tính tầm thường. Cảnh chàng và nàng đứng nơi đầu tàu được nhiều người trầm trồ là thơ mộng, lãng mạn. Nghe đâu cô ca sĩ Céline Dion mơ có ngày được đóng với kép độc Leonardo DiCaprio. Nàng nhún vai:

- Tôi thấy cảnh ấy giả tạo, nhạt nhẽo.

Ralph, bạn đồng nghiệp thân của nàng, ngạc nhiên:

- Làm việc với em đã lâu. Tôi ngỡ em là người đa cảm, lãng mạn. Mà miết đến bữa nay mới biết: Em có nhiều óc hơn tim.

Mehr Hirn als Herz. Óc nhiều hơn tim, kiểu nói của người Đức, ám chỉ những phụ nữ lăm le đòi khôn ngoan hơn đàn ông và say mê công việc hơn hình bóng của người khác phái. Nàng chúa ghét những phụ nữ như vậy. Nàng sa sầm, mặt quạu đeo. Ralph biết nàng giận, lấy thỏi sô-cô-la giúi vào tay nàng:

- Thôi, giỡn chút mà. Không bằng lòng tôi rút lời lại.

Những khi đi ăn trưa chung, Ralph hay năn nỉ nàng kể chuyện quê nhà. Nàng tả phong tục, tập quán, cha mẹ đặt đâu con ngồi đó trong hôn nhân ở Việt Nam. Ralph có vẻ không tin, ghẹo:

- Hồi đó, cha mẹ em cũng đặt chỗ cho em hả?

Nàng nghiêm mặt:

- Không, tôi giới thiệu chỗ, để cha mẹ tôi đặt. Hên, cha mẹ tôi đồng ý. Nếu không, tôi sẽ ở vậy, chờ cha mẹ đặt, mới dám ngồi.

Ralph trợn tròn mắt:

- Thiệt sao? Em không tranh đấu hay là tự quyết định cho mình?

- Không! Xứ tôi người ta nói: *Cá không ăn muối cá ươn/ Con cãi cha mẹ trăm đường con hư.*

Nàng rị mọ tìm chữ tiếng Đức cắt nghĩa cho Ralph nghe. Nàng nghĩ thầm, bây giờ, nếu phải có những quyết định tương tự cho đời mình, có lẽ nàng cũng chẳng dám đi ngược lại những mong đợi và phán xét của gia đình và chính bản thân nàng.

Cứ thế, nàng ung dung tự tại trong cuộc sống, để vô số đam mê lụn tàn. Ắt hẳn do cuộc sống có được quân bình tương đối, nàng đâm ra lười biếng. Dòng đời trôi suôn sẻ, bình lặng, ngược với tâm hồn hiếu động ngày xưa của nàng.

Bỗng nhiên, có những tình cờ nho nhỏ. Một người bạn thư, giúp nàng bỏ thì giờ quay đầu lại, để "tôi tìm thấy tôi". Nàng gặp lại con bé ranh mãnh, tinh quái mà bạn bè thông dịch gọn là ba gai. Nàng tìm trong tự điển những chữ liên quan đến tuổi tác của anh, gọi anh là cà kê, tức là cà chua, cà khịa, cà tàng... Dần dà, anh chứng minh có đầy đủ những đức tính "cà" làm nàng cà... lăm. Nàng có tật liên tưởng quàng xiên. Thấy cây kim, nàng nghĩ ngang, nghĩ dọc một hồi, cũng thành chiếc phi thuyền. Nàng say sưa kể chuyện hoa lá. Đột nhiên nàng khựng lại, ngúng nguẩy:

- Bàn bạc với các ông về hoa lá, như nước đổ lá môn. Chi bằng nói chuyện với đầu gối còn hơn.

Anh chẳng chấp nê chi kiểu nói láo lếu của nàng. Anh kể, vườn nhà anh um tùm lắm. Anh sẽ dọn dẹp, trồng cây môn, rồi đổ nước lên lá, để hiểu ẩn dụ của nàng, để đủ trình độ chuyện trò với đầu gối của nàng. Nàng rét, nói chuyện với anh, uốn lưỡi bảy lần, xem ra chưa đủ.

Với những "tình khúc trên chiến trường" rộn rịp đó, nàng tưởng mình yên tâm đứng trong vườn, đối thoại với anh bên kia hàng rào. Thỉnh thoảng, anh vờ sơ ý, đẩy hàng rào đây kia. Nàng kỹ càng, cẩn tắc vô ưu, giăng thêm kẽm gai. Anh giả đò, ủa, tưởng đó là giậu mồng tơi của Nguyễn Bính. Nàng tăng cường lực lượng, gài điện cao thế vào kẽm gai. Anh bảo, điếc không sợ súng. Nàng cảnh báo, điện cao thế giật chết tươi, bất kể người phá rào điếc hay đui. Thấy chiến trường có nhiều phát triển bất lợi cho "chiến tuyến" của mình, nàng áp dụng chiến thuật vườn không, nhà trống. Nàng xóa hết điện thư. Xóa vĩnh viễn, chứ không gởi tạm trong thùng giấy. Nàng có việc phải đi vắng nhiều ngày. Tưởng là địch quân đã rút. Nhưng không, anh bảo, ai nói anh không lì. Không lì sao chờ tới mấy chục năm cho đến khi nàng xuất hiện. Nàng không nhịn cười được. Tưởng như thấy mũi anh đang dài ra như mũi *thằng người gỗ Pinocchio*.

Một cuối tuần, nhờ anh nhắc, nàng đọc được cuốn sách hay. Cuốn sách ngủ vùi trên kệ tủ hơn mười năm. Trong sách, có lá thư nhỏ bạn viết cho nàng. Nàng vui cả ngày Chủ Nhật. Nàng nghĩ đến anh, viết thư cám ơn. Nàng quanh co giải thích hai động từ, *to think* và *to miss*. Rồi một mực đính chính rằng, nàng chỉ dùng *to think*. Anh cười, ủa, có bắt buộc như vậy không? Có gì sai, nếu mình nhớ người mang niềm vui đến cho mình. Nàng chẳng biết trả lời thế nào. Anh chấm dứt điện thư bằng *miss ya*. Nàng thắc mắc, công giáo có *Amen*, phật giáo có Mô Phật. Chữ *miss ya* là của tôn giáo nào. Anh chẳng giải đáp câu hỏi, cứ viết *miss ya,* rồi mở ngoặc, đó là sinh hoạt phía bên anh, đối phương đâu có quyền kiểm soát.

Ngồi ăn trưa với đồng nghiệp, cô bạn quan sát:

- Chị có nốt ruồi ở tai phải nè. Coi hay hay đó chứ.

Nàng giễu:

- Có nốt ruồi ở tai, được nghe nhiều lời ngọt ngào.

Anh bạn đồng nghiệp tủm tỉm:

- Vậy là em tha hồ nghe mấy anh đây nói cả ngày chứ gì.

Nàng tránh bẫy:

- Ô, không phải vậy. Nốt ruồi chỉ hoạt động sau giờ hành chánh thôi. Còn trong văn phòng, chỉ nghe mệnh lệnh, yêu cầu làm việc thôi.

Nói đùa với bạn bè vậy. Nhưng nàng biết mình có tật ưa nghe nói ngọt. Nàng thường cảnh giác mình, để đừng… khuân lúa giống đi bán. Người đời thường nói, bệnh thì chữa được, nhưng tật thì mãn tính. Cho nên, nghe ai nói ngọt, nàng sợ, cuống cuồng tìm thuốc chữa tật. Xem ra, tiền mất, mà tật vẫn mang. Nốt ruồi ở tai nàng phải làm việc suốt, vì những điện thư ngọt lịm của anh.

Nàng không nhận ra là tiếng cười của nàng đã có những thanh âm là lạ. Bạn bè nàng, hỏi nguyên cớ về niềm vui bất ngờ. Nàng la toáng rằng, bạn bè khéo tưởng tượng. Con bạn thân của nàng, thường khi, chuyên vẽ đường cho… nàng chạy. Nó xắc bấc xang bang, tìm mấy anh bạn học cũ cho nàng. Nó sắp xếp cho nàng gặp người này, người kia, và yên tâm, chắc chắn "mặt trận miền tây vẫn yên tĩnh". Mà thật vậy. Gặp bạn bè xưa, nàng thật vui. Chỉ ôn chuyện cũ mà thôi. Không hề có màn, *liếc đưa nhau đi rồi, con mắt còn có đuôi.* Bây giờ, nàng kể sơ sơ vài đối thoại qua điện thư, chớ nàng đã kiến kỳ hình đâu. Vậy mà nhỏ bạn lại cảm thấy dấu hiệu ngầm của thiên tai. Nó phân tích, giảng giải rạch ròi, rồi khuyên: "Mày phải chặt cầu." Nàng chưng hửng vì phản ứng nhỏ bạn. Nàng nghĩ thật lâu. Phải chăng ai cũng thấy sự thay đổi nơi nàng. Chỉ riêng nàng, cứ khăng khăng và tin rằng, *nên đến trăm lần: "Nhất định mình chưa..."* Nàng bỗng thấy mình ngớ ngẩn không thể tưởng. Cứ cho cái sự "vui cực kỳ" của mình tự nhiên, như khi trẻ con cười ngặt nghẽo xem Mr. Bean giễu.

Nàng nghe anh kể về những chuyến đi câu. Chắc vậy, cho nên, khi đối thoại, anh rất rành tung lưới. Những cung bậc trong những câu hỏi của anh cứ quanh quẩn trong trí nàng như điệu nhạc du dương. Anh vờ khen, nàng giỏi, nàng khôn. Nàng tưởng thiệt, nghĩ mình là cao nhân, vui sướng được đại cao nhân thấy chân tài. Anh lộng giả, nàng không để ý. Đến khi thấy sự việc có vẻ thành chân, nàng hốt hoảng. Nàng tìm đường thoát. Nàng nhìn quanh, đông tây nam bắc, bốn phương, tám hướng. Ngó đi đâu, nàng cũng thấy những sợi lưới làm nàng quýnh quíu.

Nàng tìm góc kín đọc điện thư. Lúc lúc, nàng phải vờ cúi đầu xuống để che nụ cười thích thú hoặc vẻ thẫn thờ của đắn đo, lo âu. Tiếng Việt thật tuyệt vời. Sầu muộn, hễ muộn màng thì sẽ sầu hay sao? Yêu dấu, hễ yêu thì phải giấu hay sao. Nàng giật mình, ủa, nàng đã yêu chưa mà phải giấu?

Nàng dần dà nhận ra, cơn gió nhẹ, nàng đinh ninh không đong đưa nổi ngọn cỏ gầy, dường như có khả năng làm trốc cả gốc cây cổ thụ. Nàng nhớ câu nói: "Trái tim có lý lẽ riêng của nó mà lý trí chẳng bao giờ hiểu được." Ngày xưa, còn nhỏ, nàng chưa hiểu nhiều, nhưng có cảm tưởng mình giống triết gia, khi chép kèm vài câu danh ngôn đao to, búa lớn trong những tập thơ. Câu nói này có lẽ đúng với phần lớn nhân loại. Riêng nàng, trái tim nàng cũng có nhiều lý lẽ. Nhưng lý lẽ nào cũng phải được lý trí hiểu, kiểm soát và chấp nhận. Nàng thấy mình khổ sở, lúng túng với những suy nghĩ phức tạp, đối nghịch trong đầu.

Lắm khi nàng đưa ra những giả thuyết thật ngờ nghệch. Nghe nhỏ bạn viết rằng, thương nàng lắm. Nàng cảm động. Phải chi, nghe "ai đó" nói thương, nàng cũng được phép cảm động mà không cần phải day dứt. Phải chi, nàng có thể nói, viết được tiếng lòng cho "ai đó", cũng dễ dàng, như khi viết cho nhỏ bạn thân. Chao ôi, đời yên bình biết mấy. Nghe mấy giả thuyết "dở hơi" của nàng, nhỏ bạn cười khật khừ: "Mày chắc bị chạm dây rồi."

Nàng bắt gặp bài thơ về *hiến chương tình yêu:*

...
khi em đọc, tôi biến thành chữ viết
cả nghìn chương, chỉ chép chuyện đôi ta
mỗi đầu giòng: tên em sắp chữ hoa
cả chấm, hỏi, cũng đậm mùi hạnh phúc
...

Nàng nghĩ đơn giản, mình đọc bài thơ hay, sao không phổ biến cho bạn bè biết. Nàng nhắc với anh bài thơ. Anh bảo, anh không biết. Nàng hứa, sẽ chép cho anh. Anh lắc đầu, nếu chỉ chép, thì anh vào *internet, copy và paste* là xong. Anh chỉ thích được tặng thôi. Nàng than thầm, ôi, ai nói nàng khôn lanh. Bao lâu nay nàng đinh ninh như vậy. Thiệt ra, nàng... ngu triền miên.

Nàng như đứa bé trong sân chơi, đang vui với nhảy dây, đi chợ, về chợ... Trò chơi càng lúc càng hấp dẫn, hào hứng. Tiếng trống báo hiệu hết giờ chơi đã điểm. Phải trở về lớp học. Đứa bé là học trò ngoan. Đứa bé không muốn và không dám phiền lòng người lớn. Nàng nghĩ hoài, không biết trách ai. Không lẽ trách mấy ông, mấy bà phát minh ra liên mạng, điện thư. Anh tỉnh bơ, thiên la địa võng.

Tính nàng ưa cải số. Có lúc chủ ý, có lúc tình cờ. Hồi mới lớn, có người tiên đoán *ta e em sớm sầu*. Nàng đã chứng minh rằng, mình không sớm sầu. Nhưng bây giờ, nàng không biết phải làm gì, để mình đừng muộn sầu. Hay, nàng giống như Quách Tương, phải tìm thiền sư Giác Viễn, hỏi làm sao *nhược ly ư ái giả, vô ưu diệc vô bố*. Nàng phải chờ đọc xong bộ truyện *Ỷ Thiên Đồ Long Ký*, để biết, rồi Quách Tương có được câu trả lời hay không. Nếu có, chắc nàng sẽ thử áp dụng cho trường hợp *do ái cố sinh ưu, do ái cố sinh bố* của thế kỷ 21.

Nàng đã bao lần buộc Thượng Đế phải gật gù, "Ta theo ý con. *You have it your way.*" Nhưng trận này, như anh đã lì, nói với nàng rằng, tránh sao khỏi số. Hay là, nàng sẽ thưa với Thượng Đế rằng, "Con theo ý Ngài. *Thy will be done.*"

Hoàng Quân
Tháng Năm 2019

Những câu thơ in nghiêng trích trong các bài thơ:
Tình Già của thi sĩ Phan Khôi
Tuổi Mười Ba của thi sĩ Nguyên Sa
hiến chương tình yêu ngày 14-2 của thi sĩ Du Tử Lê

Vườn Hoa Ly

VÕ PHÚ

Tôi coi lại máy ảnh, pin, và thẻ nhớ (memory cards) rồi bỏ tất cả vào ba-lô trước khi đi ngủ. Sáu giờ sáng, tôi thức dậy. Hễ tới giờ này là tôi thức dậy, chắc có lẽ là quen mắt. Tôi vừa trở mình, định ngồi dậy, vợ choàng tay qua ôm lấy, hỏi:

- Hôm nay cuối tuần mà anh dậy chi sớm?

- Em quên rồi sao? Hôm nay anh đi chụp hình hoa Ly với nhóm bạn nhiếp ảnh ở vườn nhà ông Matthews mà anh nói với em hôm trước.

Nàng phụng phịu, trề môi, làm mặt giận, trách:

- Cuối tuần mà bỏ vợ con đi miết...

- Thôi mà... Anh đi sớm về sớm rồi cả nhà cùng đi YMCA cho con bơi...

- Giận... Mê hoa còn hơn mê vợ. Thôi đi đâu thì đi, nhưng nhớ kiếm gì đó ăn mới được.

- Okay bà xã...

Tôi vào phòng đánh răng rửa mặt thay quần áo và vác ba-lô lên. Vợ tôi cũng lục đục ngồi dậy, theo chân tôi xuống tầng trệt. Tôi nói với nàng:

- Sao em không ngủ, dậy làm chi?

- Anh dậy em cũng dậy theo chứ không có hơi ngủ sao được. Với lại cũng quen mắt rồi có nướng thêm chút nữa cũng không chín.

Nàng cười và nói:

- Anh chờ em chút nhé.

Nàng đi đến bếp, mở tủ lạnh lấy bánh mì và trứng làm thức ăn sáng cho tôi. Nàng nướng hai lát bánh mì, chiên cho tôi cái trứng gà ốp la. Nàng dọn lên bàn rồi nói:

- Anh ăn xong rồi mới được đi. Em biết anh mà, một khi mê chụp hình thì nhịn đói cả ngày.

Tôi đến bên nàng, xoa lấy đôi vai nàng cười nịnh và nói:

- Cám ơn em... Chỉ có em là hiểu anh nhất. Anh đi khoảng trưa rồi về.

Nàng ngồi nhìn tôi ăn sáng như thể thời chúng tôi mới vừa quen nhau. Tôi uống một ngụm nước, đứng dậy, sửa soạn dọn bàn. Nàng nói:

- Anh đi đi để đó tí em dọn. Nhớ về sớm ăn trưa.

Tôi hôn nàng và rời nhà. Vừa mở cửa ga-ra, hơi nóng ập vào. Cuối tháng sáu, chỉ mới đầu mùa hè, mà trời oi bức. Một cơn gió nhẹ thổi qua mang theo hương hoa hút mật - honeysuckle - thơm ngát trong ánh nắng ban mai. Tôi đứng lặng vài giây, hít sâu vào buồng phổi mùi hương thơm dịu ấy. Chợt nhận ra không chỉ có hương thơm của hoa hút mật mà có cả mùi ngây ngây ẩm ướt của lớp cỏ vừa mới cắt quyện vào nhau cho tôi cảm giác thật dễ chịu, khoan khoái.

Cuối tuần, đường phố vắng hoe, tôi thong thả lái xe đến vườn hoa Ly nhà ông Matthews. Ra khỏi xa lộ, dọc hai bên đường, những hàng cây bằng lăng tím, trắng, đỏ, và hồng cánh sen đang trổ hoa. Nhìn những hàng cây bằng lăng, tôi lại nghĩ đến hoa phượng rồi hát vu vơ... *"những chiếc giỏ xe chở đầy hoa phượng, em chở mùa hè của tôi đi đâu..."*

Xe chạy vào con đường nhỏ dẫn đến con hẻm trải sỏi gravel. Tôi ngừng xe lại dưới gốc cây phong già, bên cạnh những chiếc xe khác và tắt máy. Một vài người bạn trong nhóm nhiếp ảnh đã đến trước. Tôi thấy có Rob, Bill, John, Ben, Jen và một vài người lạ mà tôi chưa được biết tên. Chắc có lẽ là thành viên mới trong nhóm nhiếp ảnh vùng Richmond này do Rob giới thiệu. Rob là hội trưởng của hội nhiếp ảnh tài tử vùng Richmond này. Công việc chính của Rob là thợ điện cho công ty Michael & Sons. Nhưng từ lúc nghỉ hưu, Rob thành lập hội nhiếp ảnh vùng Richmond để chia sẻ những kinh nghiệm, niềm vui trong nhiếp ảnh, cùng những người yêu thích. Rob yêu nhiếp ảnh và yêu thành phố nhỏ cổ kính này. Rob quen biết rất nhiều người, trong đó có gia đình ông chủ vườn hoa Ly, Danniel Matthews.

Tôi xuống xe, đến bên nhóm bạn và chào mọi người. Thấy tôi đến, Rob chào và giới thiệu những người bạn mới cho chúng tôi quen biết. Giới thiệu xong, Rob nhìn đồng hồ trên tay, nói:

- Chúng ta chờ thêm năm phút nữa rồi cùng nhau đi ra vườn hoa. Tôi nghĩ giờ này chắc Dan đang ở phía sau vườn làm cỏ cho hoa.

Năm phút sau, thêm một vài người bạn trong nhóm nhiếp ảnh đến. Cả nhóm gần mười người với máy ảnh trên tay chuẩn bị cho buổi săn ảnh ở vườn hoa. Chúng tôi đi qua cánh đồng cỏ rồi đến vườn hoa ly. Trước mắt tôi là cánh đồng rộng hơn một mẫu tây trồng hơn năm mươi loại hoa ly đang trong mùa trổ bông. Những màu sắc trắng, hồng, vàng, cam, đỏ thật rực rỡ thẳng tăm tắp theo từng hàng trông đẹp mắt như thể trong tranh. Dưới ánh nắng đầu mùa hạ, hương thơm của hoa ly thơm nồng. Giữa vườn hoa ly, chúng tôi thấy một người làm vườn với mái tóc xoăn dài, bạc trắng có dáng cao to đi đến bên chúng tôi. Khi tới gần, Rob đưa tay giới thiệu:

- Chào mọi người. Đây là ông Dan Matthews, chủ của vườn hoa này. Ông Matthews rất yêu hoa ly và chúng ta rất may mắn được ông cho phép chúng ta chụp hình vườn hoa nhà ông. Các bạn sau khi chụp xong, nhớ gởi hình cho tôi để tôi làm một DVD tặng ông. Và, nếu bạn nào muốn trồng hoa ly, có thể mua một ít về trồng, nhưng không bắt buộc. Chúng ta cố gắng đừng giẫm lên hoa hoặc bẻ chúng nhé. Và đừng quên cám ơn ông Matthews.

Rob nói xong, chúng tôi ai cũng đến bắt tay ông Matthews và

rối rít cám ơn ông. Sau đó, mỗi người tìm một góc ảnh đẹp để sáng tác. Sau hơn hai tiếng đồng hồ chụp mọi góc ảnh ở vườn hoa, chúng tôi đến bên góc phong xem ảnh và chia sẻ những tấm ảnh ăn ý nhất cho mọi người cùng coi.

Mười giờ sáng, nắng lên đến đỉnh đầu. Dưới cái nắng oi bức, mồ hôi chảy dài ướt cả mái tóc. Tôi đưa tay lên quệt những giọt mồ hôi trên trán nhỏ xuống mắt cay xè. Ông Matthews từ trong nhà bước ra đến bên chúng tôi hỏi:

- Các bạn săn được nhiều ảnh đẹp chứ?

Chúng tôi mỉm cười và nói với ông chúng tôi rất cám ơn ông đã cho chúng tôi chụp hình vườn hoa ly. Một vài người trong nhóm hỏi mua hoa ly đem về nhà trồng. Tôi cũng mua vài chậu. Mỗi chậu hoa ly ông bán năm đô la, rẻ hơn phân nửa giá ngoài Lowes hay Home Depot.

Từ hôm đi chụp hình ở vườn hoa nhà ông Matthews, tôi yêu thích hoa ly. Trước sân vườn nhà tôi, tôi phá hết cỏ để trồng những loại hoa ly mà tôi mua từ nhà ông Danniel Matthews. Sau hơn ba năm trồng hoa ly, vườn nhà tôi cũng có gần hai mươi loại hoa ly đủ màu sắc. Mỗi năm, hễ vào đầu tháng Sáu, là tôi lại sửa soạn máy ảnh để đến vườn nhà ông Matthews chụp hoa ly. Mặc dầu nhà tôi cũng có rất nhiều hoa ly nở, nhưng hoa ở nhà người khác bao giờ cũng đẹp hơn. Vì yêu thích hoa ly, chúng tôi nói chuyện rất hợp nhau và có thể nói chúng tôi là bạn của nhau.

Một buổi nọ, ông Matthews mời tôi đến nhà cùng gia đình mừng tiệc cháu nội ông, cô bé Rachael, tốt nghiệp trung học. Tôi giúp ông chụp hình sinh hoạt của gia đình trong buổi tiệc cũng như chụp hình cô bé Rachael trong bộ áo choàng và mão tốt nghiệp ở trước sân nhà cũng như bên vườn hoa ly. Trong buổi tiệc đó, một người bạn của Rachael hỏi ông Matthews vì sao ông trồng rất nhiều hoa ly trong vườn mà không phải là những loài hoa khác, như hoa hồng chẳng hạn? Nghe câu hỏi của cô gái trẻ, mọi người vỗ tay khích lệ ông kể về chuyện vì sao ông yêu thích hoa ly. Ông nhìn qua một người phụ nữ Á Đông (người phụ nữ Á Đông duy nhất). Bà có dáng người phốp pháp nhưng thấp độ chừng dưới vai ông Matthews. Bà có mái tóc bạc trắng, trên khuôn mặt nhiều nếp nhăn. Nhìn những nếp nhăn và mái tóc bạc trắng, tôi đoán độ chừng bảy tám mươi tuổi. Bà Matthews gật đầu mỉm cười nhìn ông. Ông Matthews nheo mắt tình tứ cười đáp lễ rồi chậm rãi kể:

- Cám ơn cô bé Angie đã hỏi ông vì sao trong vườn nhà trồng toàn hoa ly. Lúc đầu tôi trồng hoa ly vì để tặng một người vì người đó rất yêu hoa ly, đó là Elsie, người vợ của tôi.

Ông nói xong, đưa mắt nhìn vợ của mình; người đang đứng cách xa ông vài hàng ghế. Bà chăm chú nhìn ông. Ông mỉm cười nhìn bà rồi tiếp câu chuyện của mình.

- Nhưng từ khi trồng hoa ly, tôi lại yêu thích chúng. Hoa ly rất dễ trồng, không cần phải chăm sóc nhiều và hơn hết sau mùa đông qua hoa ly lại sống dậy mạnh mẽ hơn năm trước. Hoa ly trổ bông thơm ngát. Tôi rất thích mỗi buổi sáng, khi trời còn đọng hơi sương, ngửi mùi hương thơm ngọt ngào của hoa và sau đó cắt vào nhà những bông hoa vừa chớm nở để tặng người tôi yêu. Cảm giác đó thật tuyệt vời.

Một người phụ nữ trẻ lên tiếng:

- Bố ơi, vậy làm sao bố biết mẹ thích hoa ly mà bố trồng nhiều vậy để tặng mẹ? Con có nghe Donald kể sơ qua lúc hai người gặp nhau, nhưng con muốn nghe bố kể lại từ miệng bố kìa.

Một tràng pháo tay, những tiếng huýt gió, như khích lệ ông kể về câu chuyện của hai người. Ông Dan Matthews nhìn vợ rồi hỏi:

- Anh có thể kể phải không em, Elsie?

Bà Matthews gật đầu đồng ý. Ông kể:

- Năm đó, lúc tôi vừa mới ra trường và làm cho công ty Phillips Morris được vài năm thì mẹ tôi bị tai nạn giao thông. Mẹ tôi được xe cứu thương chở đến bệnh viện MCV. Và, Elsie là y tá săn sóc giúp mẹ tôi. Sau vài tuần nuôi mẹ trong bệnh viện, chúng tôi quen nhau, hẹn hò rồi thì yêu nhau. Mẹ tôi thích hoa, nên mỗi lần thăm bà tôi đều mua một bình hoa đến tặng mẹ. Có một lần tiệm hoa mà tôi thường mua đóng cửa, nên tôi chạy đến Costco mua một bó hoa hồng tặng mẹ mà quên mua bình cắm hoa. Lúc vô bệnh viện thăm mẹ, tôi mới ngớ người ra là mình quên mang theo bình cắm hoa. Thấy vậy, Elsie về phòng của y tá đem qua một cái bình, bên trong có một cành hoa ly.

Cô ấy hỏi mẹ tôi rằng cô có thể cắm chung những đóa hoa hồng trong bình có nhánh hoa ly được không? Cô ấy giải thích rằng cô không muốn vứt bỏ cành hoa ly mà mình vừa hái trước vườn ở nhà bố mẹ lúc sáng. Dĩ nhiên là mẹ tôi đồng ý vì bà cũng rất thích hoa và không nỡ vứt bỏ đi một nhánh hoa đang khoe sắc. Kể từ đó tôi mới biết là nàng yêu thích hoa ly. Lúc chúng tôi cưới nhau cũng vào đầu mùa hè, khi hoa ly nở rộ, chúng tôi trang trí lễ cưới toàn dùng hoa ly là chính. Sau khi cưới Elsie, mỗi dịp cuối tuần tôi đều đến nursery tìm mua hoa ly về trồng. Hồi đó nhà chúng tôi ở gần Riverside, nhưng sau này con cái lớn hết, đi học xa nhà, nên chúng tôi mới bán đi và mua căn nhà này với mảnh vườn rộng lớn để trồng hoa ly cho thỏa thích. Nghĩ lại mới đây mà chúng tôi đã ở căn nhà này cũng gần hai mươi năm rồi.

Nghe ông Matthews kể về chuyện tình của ông và vợ, mọi người ai cũng cảm động về sự yêu thương của hai người. Sau buổi tiệc ra trường của cháu nội ông Matthews, tôi về nhà làm album ảnh để tặng cho gia đình ông. Hôm tôi đến nhà ông bà Matthews để trao hình, ông bà mời tôi ở lại dùng cơm tối. Trong buổi cơm tối, bà làm món *Pancit canton*, một loại bún xào trộn với thịt gà, hành lá, cà rốt giống kiểu mì của người Trung Hoa và món *Adobo* gồm có thịt heo thịt gà được hầm chín với dầu, giấm, tỏi, tiêu, nước tương sau đó chiên sơ qua để thêm độ giòn của những miếng thịt. Bà biết tôi làm việc ở trường đại học Virginia Commonwealth và là người gốc Á, bà hỏi quê quán của tôi. Khi biết tôi là người Việt, bà kể cho tôi nghe chuyện ngày trước khi quen và cưới ông Danniel Matthews. Bà Elsie Matthews là người gốc Phi Luật Tân. Trước khi định cư ở Hoa Kỳ bà là bác sĩ thực tập ở Manila. Ba, mẹ bà là y tá. Cả gia đình ba người cùng làm việc chung ở một bệnh viện. Ba, mẹ bà khuyến khích con gái nộp đơn đi du học ở nước Mỹ. Bà nghe lời ba mẹ nộp đơn xin vào trường đại học Virginia Commonwealth. Sau khi được nhận vào trường y dự tính thi lấy bằng hành nghề, bà xin làm việc bán thời gian ở bệnh viện và đã gặp ông Matthews rồi họ cưới nhau. Việc học của bà vì thế mà gián đoạn. Bà nói với tôi, thật ra bác sĩ hay y tá gì cũng là giúp cho bệnh nhân lúc họ cần mình nhất. Bà không hối hận khi quyết định lấy ông Danniel Matthews mà không theo tiếp ngành y. Bà nói khi lấy ông ấy bà cũng đã gần ba mươi tuổi và bà hơn ông ấy gần mười tuổi. "Ở cái tuổi ấy có người yêu mình hết lòng, không chê mình lùn, xấu xí là Chúa đã thương. Tôi thấy mình hạnh phúc lắm khi cùng Dan thành vợ chồng gần năm mươi năm nay. Trong cuộc đời mỗi người, ta gặp gỡ rất nhiều người khác nhau. Có người hỏi bạn làm nghề gì, kiếm được bao nhiêu tiền một năm, hoặc mua căn nhà này bao nhiêu, có người hỏi bạn đã có vợ hay chồng chưa?... Nhưng chỉ có một người thật sự yêu thương bạn, mới hỏi bạn một câu… bạn có đang hạnh phúc không? Và đó là người mà tôi chọn gắn bó cuộc đời này."

Sau buổi cơm tối, tôi chia tay tạm biệt cùng hai vợ chồng ông bà Matthews. Trên đường về, tôi chợt nghĩ, không biết mai mốt về già rồi tôi và vợ có giống như ông bà không? Mỗi sáng tôi đều hái hoa tặng vợ như ông tặng cho bà? Hoặc bà lo chăm chút cho ông từng bữa cơm? Đôi khi hạnh phúc là những việc rất tầm thường, nhỏ nhoi. Và hạnh phúc đó được cùng người mình yêu thương chia sẻ với nhau đến cuối cuộc đời.

Võ Phú

Quảng Nam Tỉnh Phú

CHÂU YẾN LOAN

Trần Đình Phong không chỉ là một nhà Sư Phạm mẫu mực mà còn nổi tiếng văn chương. Trong thời gian làm Đốc học Quảng Nam ông đã chú tâm nghiên cứu về vùng đất này và viết một bài phú nói về đất và người Quảng Nam đó là *Quảng Nam tỉnh phú*.

Quảng Nam tỉnh phú

Phú là một thể loại văn chương cổ của Trung Quốc được chế độ phong kiến nước ta sử dụng trong giáo dục và khoa cử. Trong các kỳ thi Hương và thi Hội, Phú là một bài thi bắt buộc ở trường ba (tam trường).

Thể văn này có từ thời nhà Hán, nhưng thể phú thông dụng nhất tại Việt Nam là Đường Phú (loại phú đặt ra từ thời nhà Đường). Phú có nhiều thể như: Phú tứ tự (câu có 4 chữ), phú thất tự (câu 7 chữ), phú Sở từ (câu 5-6 chữ), phú lưu thủy (không hạn định số chữ). Về vần, bài phú có thể áp dụng một trong ba loại vần: độc vận (cả bài chỉ dùng một vận), hạn vận (mỗi đoạn của bài phú dùng một vần riêng), phóng vận (vần có thể thay đổi không cần ăn khớp với mỗi đoạn của bài phú). Về bố cục, bài phú thường gồm có 5 phần: lung (mở đầu), biện nguyên (chủ đề), thích thực (tả ý nghĩa), phu diễn (mở rộng ý) và nghị luận (tổng kết).Về phép đặt câu, bài phú không hạn định về số câu số chữ nhưng phải đảm bảo hai yếu tố vần và đối. Câu đầu mỗi đoạn thường dùng 4 chữ. Các loại câu dùng trong bài phú là: Song quan (mỗi vế dưới 10 chữ, không ngắt), cách cú (mỗi vế ngắt làm 2 đoạn một ngắn, một dài), gối hạc hay hạc tất (mỗi vế ngắt làm 3 đoạn).

Quảng Nam tỉnh phú là một bài Đường phú làm theo thể phú lưu thủy và phóng vận. Tác giả dùng những chữ đầu (hoặc chữ cuối) của tên các phủ huyện của tỉnh Quảng Nam thời ấy làm vần: Điện (phủ Điện Bàn), Diên (huyện Diên Khánh), Duy (huyện Duy Xuyên), Hòa (huyện Hòa Vang), Thăng (phủ Thăng Bình), Lễ (huyện Lễ Dương), Quế (huyện Quế Sơn), Đông (huyện Hà Đông): “Dĩ Điện, Diên, Duy, Hòa, Thăng, Lễ, Quế, Đông vi vận”.

Quảng Nam tỉnh phú nguyên tác bằng Hán văn của Tiến sĩ Trần Đình Phong, bản dịch quốc ngữ của Cử nhân Hồ Ngận.

Tác giả: Trần Đình Phong, danh sĩ, nhà giáo dục, hiệu Mã Sơn, quê xã Yên Mỹ, huyện Yên Thành, tỉnh Nghệ An. Năm Bính Tý 1876 ông đỗ Cử nhân, năm Kỷ Mão 1879 đỗ Tiến sĩ. Xuất thân làm Tri phủ Thọ Xuân, tỉnh Thanh Hóa, sau chuyển làm Đốc học tỉnh Quảng Ngãi, Quảng Nam, Tế tửu Quốc tử giám (Huế). Ông nổi tiếng văn chương, đạo đức, đào tạo được nhiều nhân tài cho đất nước. Phần lớn các học trò của ông là những nhà khoa bảng mà cũng là những chí sĩ Việt Nam cận đại như: Nguyễn Đình Hiến, Phạm Liệu, Phan Quang, Phạm Tuấn, Phan Châu Trinh, Trần Quý Cáp, Huỳnh Thúc Kháng... Ông mất năm 1920, an táng tại quê nhà.

Dịch giả: Hồ Ngận sinh năm 1894 tại xã Phú Mỹ, huyện Duy Xuyên (nay là xã Đại Minh, huyện Đại Lộc) trong một gia đình khoa bảng nổi tiếng của Quảng Nam. Ông là con trai của Thượng thư Hồ Lệ (1849 - 1905) và là em của Cử nhân Hồ Mậu. Hồ Ngận đỗ Cử nhân khoa Mậu Ngọ (1918), khoa thi Hương cuối cùng của Nho học triều Nguyễn. Ông mất năm 1982 tại Hội An. Ông là tác giả của *Quảng Nam xưa và nay* và dịch *Quảng Nam tỉnh phú* của Đốc học Trần Đình Phong sang quốc ngữ (dịch những trích dẫn trong bài này đều dùng bản dịch của Hồ Ngận).

Trần Đình Phong

Hồ Ngận

Nội dung và nghệ thuật của Quảng Nam tỉnh phú

Bài phú có thể xem là cuốn giản sử viết về mọi mặt của Quảng Nam: từ vị trí địa lý, lịch sử, văn hóa, truyền thống, kinh tế, tài nguyên đến làng nghề, thời tiết, khí hậu v.v…

Về vị trí địa lý, tác giả chỉ rõ những địa danh tiếp giáp với tỉnh Quảng Nam giúp người đọc có thể định vị Quảng Nam một cách dễ dàng:

"*.... Nam giáp Quảng Ngãi, Bắc giáp Thừa Thiên, Đông lân đại hải ngoại, Tây dữ Lào La Liên.*

Tây Bắc Cu Đê, Tây Nam Hữu Bang, Ký mậu dĩ triển, Đông Bắc Đà Nẵng, Đông *Nam Đại Yểm...*

... Khỉ hải khẩu nhi chí nguyên đầu, cửu thập dư lý số,
Tùng Vân Quan nhi tận Tân bản, thất trạm tương đệ huyền

(... Nam giáp Quảng Ngãi, Bắc giáp Thừa Thiên, Tây giáp Lào, Xiêm, Đông kề biển cả.

Cu Đê Tây Bắc, Hữu Bang Tây Nam, Đại Yểm Đông Nam, Đà Nẵng Đông Bắc.

Từ cửa biển đến đầu nguồn, chín mươi dư dặm.

Từ Hải Vân vô Bến Ván, bảy trạm liền nhau.)

Về lịch sử, bài phú kể rõ quá trình hình thành của Quảng Nam.

Từ thời Trần trở về trước, Quảng Nam thuộc đất Chiêm Thành, đến nhà Hồ năm 1402, Hán Thương đặt là Thăng Hoa lộ, đến Hồng Đức thứ hai (1471), sau khi công cuộc bình Chiêm thắng lợi, vua Lê Thánh Tông lấy ba phủ Thăng Hoa, Tư Nghĩa và Hoài Nhơn lập thành đạo thứ mười ba là Quảng Nam Thừa tuyên đạo, sáp nhập vào lãnh thổ Đại Việt. Năm Giáp Thìn (1604) chúa Tiên Nguyễn Hoàng lấy huyện Điện Bàn thuộc phủ Triệu Phong, Thừa tuyên Thuận Hóa đặt làm phủ Điện Bàn sáp nhập vào Dinh Quảng Nam:

" *Thuộc Chiêm chi cựu, Tự Trần dĩ tiền, Hồ vi lộ trị, Lê trí Thừa Tuyên.*

Hồng Đức thống phủ tam, tắc kim Tư Nghĩa dữ Hoài Nhân thuộc dã

Tiên triều tăng phủ nhứt, tắc trích Thuận Hóa Điện Bàn nhi lệ yên"

(Từ Trần về trước thuộc đất Chiêm Thành, Lộ đặt từ Hồ, Thừa tuyên Lê đổi.
Kể cả phủ Hoài Nhơn, Tư Nghĩa, Hồng Đức có ba.
Tháp vào đây Thuận Hóa, Điện Bàn, tiên triều thêm một)

Về tên gọi, thời chúa Nguyễn gọi là Dinh Quảng Nam, Gia Long năm thứ 8 (1809) đặt Quảng Nam thành 1 trong 4 dinh trực lệ, trực thuộc vào chánh Dinh Thuận Hóa, Minh Mệnh năm thứ 8 (1827) đổi Dinh thành Trấn bỏ hai chữ trực lệ, Minh Mệnh thứ 13 (1832) đổi Trấn thành Tỉnh:

"Văn kỳ giáo, hạ kỳ nhân, ngã Thái tổ chuyên chánh dĩ hậu,
Dinh nhi trấn, trấn nhi tỉnh, ngã liệt Thánh kế vị chi niên"

Về văn hóa, giáo dục:

Tỉnh lỵ Quảng Nam đóng tại La Qua được xây bằng gạch kiên cố, Quảng Nam có trường tỉnh ở Thanh Chiêm, nơi Trần Đình Phong làm Đốc học, có miếu thờ Khổng Tử, Tứ Phối, Thập Triết và bảy mươi hai vị hiền nhân cùng thân phụ Khổng Tử ở làng La Qua, phía trước có sơn đồn, hải bảo (đại đồn) để phòng vệ. Đến năm Tự Đức thứ 5 (1852) do nước xói lở phải dời qua Đông Bàn. Cuối cùng dời về Thanh Chiêm. Sau 1945, di tích này bị tàn phá vì chiến tranh.

Sứ quán đặt tại Hội An, Thương chánh có hai sở Đà Nẵng và Tam Kỳ:

"La Qua chi nguyên hề, tỉnh thành ngật bách trĩ cao dung, Thanh Chiêm chi dương hề, tỉnh học bàn đại thành cung điện.

Đàn long trật hề phụng thần hưu, Miếu sùng tự hề yếu linh quyến, Sơn đồn hải bảo hề thủ dĩ thời, Sứ quán thương cuộc hề cận thỉ kiến"

(Làng La Qua là nơi tỉnh ly, dinh thự nguy nga,
Xã Thanh Chiêm ấy chốn học đường, cửa nhà đồ sộ.
Miếu thờ thánh, đền thờ thần, đồn bảo giữ gìn mọi nẻo.
Sứ có quán, thương có cuộc, công trình kiến thiết bấy lâu)

Trong "Quảng Nam tỉnh phú" tác giả ngợi khen Quảng Nam có núi cao hùng vĩ:

"Tả vụ phê vân, Thiên trụ tùy bút ba chi tú,
Phi châu lặc thạch, Chúa phong tiên ấn tích chi kỳ"

(Quế Sơn có núi Thiên Trù cao ngất tầng mây,
Phú Nham có núi Chúa sơn còn lưu dấu tích.)

Sông nước trong xanh:

" Nguyệt ấn Cẩm xuyên, thủy hoạt nhi ngư phiên đào lãng,
Yên khai Trà Úc, khí thanh nhi hải thiếp kình ba
Y cử khiết bạch tiểu hình, bán giang giục lộ
Biệt hữu thanh hương khả ái, cửu khúc phô hà"

(Trà Úc sông nước trong xanh, Cẩm Lệ sông sâu dợn sóng.
Sông Hòa Vang cò thường lặn lội sắc trắng phơi màu.
Sông Hà Lam sen mọc tốt tươi, mùi hương thơm nức.)

Quảng Nam *có nhiều danh lam, thắng cảnh* nổi tiếng như núi Tàu ở phía Tây huyện Duy Xuyên, thế núi cao hùng vĩ làm trấn sơn cho một phương. Niên hiệu Tự Đức thứ 3 (1852) đổi tên là núi Tào có liệt vào từ điển, nhà nước thường năm cúng tế, Ngũ Hành Sơn là một trong 36 động ở nước Nam, vua có vịnh thơ:

"Biểu trấn tắc Trà Sơn nhi số thập lý chi cao, tỉnh đàn liệt tự,

Lãm thắng tắc Hành Sơn tam thập lục cảnh chi nhứt, thánh chế hữu thi"

(Tào Sơn cao mấy chục dặm dư, tỉnh đàn có tế,
Hành Sơn trong ba mươi sáu cảnh, Ngự chế có thi.)

Với tài quan sát tinh tế tác giả miêu tả thiên nhiên, sông, núi Quảng Nam bằng những hình ảnh chân thực, sinh động khiến cảnh vật hiện ra trước mắt người đọc đẹp như tranh vẽ, thể hiện được nét độc đáo của từng cảnh, từng nơi.

Nhưng quan trọng hơn cả vẫn là con người. Trần Đình Phong đã ca ngợi Quảng Nam là đất "Địa linh nhân kiệt" có truyền thống hiếu học, nhiều nhân tài, nhiều bậc anh hào nghĩa sĩ mà ông rất quý mến:

"Hợp khan nhạc trĩ xuyên đình, độc biểu hùng châu chi thắng,
Hoàn giác địa linh nhân kiệt, uất vi anh tuấn chi đa...
... Hữu nhị giáp, tam giáp chi thọ xí, Hữu trung quân, hữu quân chi siêu thừa
Hữu khẳng khái nhi khí hùng cách mã, Hữu hoàn hùng nhi phấn dõng ưng dương"

(Trải xem non cao thủy thanh, thấy rõ hàng châu danh thắng.
Mới biết địa linh nhân kiệt nảy sinh anh tuấn khác thường...
... Thi đỗ nhị giáp, tam giáp, quan đến trung quân, hữu quân
Khẳng khái anh hùng, biểu dương trí dũng,).

Phụ nữ cũng có những người lừng danh được người Quảng Nam ca ngợi như các bà Đoàn Thị Ngọc nhờ tiếng hát trong dâu mà được chúa Thượng Nguyễn Phúc Lan yêu mến vời vào cung, bà Lê Thị mẹ ông Nguyễn Hữu Quang làm tu soạn, thờ chồng trọn nghĩa được vua thưởng hai thẻ bạc và tấm biển, bà Trương Thị vợ tri phủ Định Tường tuổi trẻ ở góa thờ chồng, ai đến hỏi làm vợ, bà làm bài thơ nôm cự tuyệt:

"Đoàn Lệ Phi tang mạch ca truyền, tiêu cung tuyển trọng,
Lý tài nữ ưu trường thiện giả, quế dịch hương đằng.
Tu soạn Nguyễn từ, tĩnh thủy chi phong hình vị cổ
Định Tường phủ phối, bá châu chi tiết tháo kham khoa
Tuy khuê các phong tư chi khảo dị
Dai sơn xuyên thục khí chi sơ ngưng"

(Đoàn Lệ Phi, tiếng hát trong dâu, được vời vào nội
Lý tài nữ, ca trường diễn kịch, nổi tiếng một thời

Thủ tiết thờ chồng, mẹ ông tu soạn họ Nguyễn
Tuổi xuân ở góa, vợ Phủ Định Tường họ Trương
Phong tư dù có khác nhau, tài hạnh cùng đều đáng trọng)

Về kinh tế, Quảng Nam còn là vùng đất giàu có:

"Quán viên thùy nhị, lang thọ giao da, Duyên mẫu kỳ nhân, dã điền sum huất.
Lâm sản sở xuất, nghiệp đắc lợi dã đa tại nguyên đầu, Hải vật duy thát, nghiệp đắc lợi dã cân chư hải tế."

(Vườn có nhiều cau, ruộng có nhiều mía, đầu nguồn nhiều lợi cây gỗ, dưới bể nhiều lợi cá tôm.)

Thương nghiệp phát triển, công nghiệp có nhiều thợ thủ công khéo tay, nhiều làng nghề nổi tiếng:

"Thương thông Nam Bắc chi hóa, châu thuyền tắc Trà Nhiêu, Bàn Thạch, phố hàng tắc Minh Hương Hội An,
Công tuần tổ phụ chi quy, lô dã tắc Phước Kiều, Phú Xuân, phủ cận tắc Kim Bồng, Phố Thị."

(Thương thì buôn bán Bắc Nam, phố Minh Hương, Hội An, thuyền Trà Nhiêu, Bàn Thạch.
Công thì giữ nghề tổ phụ, lò rèn Phước Kiều, Phú Xuân, xưởng mộc Kim Bồng, chợ Phố.)

Nhiều thổ sản, tài nguyên quý hiếm:

"Phong lạp lộc nhung, tê giác tượng xỉ.
Tiên giang, Trà Nô, Lỗ thủy địa hữu xuất kim,
Ba Vi, Chiên Đàn, Trà My lâm thường sản quế.
Đồng, duyên nhược thiết, khai thể hữu chinh,
Sa quyến phương lăng, nghiệp trưng hữu thuế."

(Lộc, nhung, sáp ong, ngà voi, tê giác
Tiên Giang, Trà Nô, Lỗ Thủy đất có lộn vàng.
Ba Vi, Chiên Đàn, Trà My rừng thường sinh quế.
Cũng có mỏ đồng, mỏ chì, mỏ sắt,
Cũng hay dệt sa, dệt lụa, dệt là.)

Về thời tiết, Quảng Nam ở gần nhiệt đới, khí hậu lạnh ít, nóng nhiều. Phương Nam khí hậu ấm áp là nơi trưởng dưỡng khác với khí hậu phương Bắc lạnh lẽo. Người dân Quảng Nam từ lâu đời đã được tổ tiên truyền thụ những kinh nghiệm về thời tiết như ở Cu Đê có xuất hiện mống trên bầu trời thì thế nào cũng có lụt và mây mù che phủ bầu trời Trà Kiệu tất có mưa:

"Cu Đê hồng nhi bạo tương chí,
Trà Kiệu vân nhi võ kỳ mông.
Cái cư Nam phương trưởng dưỡng chi địa,
Cố dữ Bắc địa khí tiết bất đồng

(Cu Đê rạng mống là lụt sắp dâng,
Trà Kiệu mù mây là mưa sắp đổ.
Ở gần nhiệt đới,
Lạnh ít nóng nhiều,
Phương Nam là nơi trưởng dưỡng,
Khác với khí hậu Bắc phương).

Bài phú đã thể hiện tri thức uyên thâm, tài quan sát tinh tế và bao trùm lên tất cả là tình cảm thắm thiết của Trần Đình Phong đối với vùng đất "Địa linh nhân kiệt" mà ông đã xem là quê hương thứ hai của mình.

Quảng Nam tỉnh phú không những là một áng văn chương hay mà còn là một tài liệu vô cùng quý giá cho những ai muốn tìm hiểu, nghiên cứu về Quảng Nam dưới thời vương triều nhà Nguyễn.

Châu Yến Loan

quên mình là thi sĩ
sẽ dễ dàng làm thơ
quên em là vợ quí
để yêu như thuở nào

Luân Hoán

Ngày Ấy... Bao Giờ?

MH HOÀI LINH PHƯƠNG

"Thưa Mẹ, thưa Cha con mơ làm sỏi nhỏ
Trải đường đưa quê hương đến đỉnh bình yên..."

Thời tiết như đã ấm hơn sau một mùa đông dài thê thiết... Hoa Thịnh Đốn tháng Tư rực rỡ những đường hoa...

Chỉ còn chút sắt se cho hồn đủ bâng khuâng trên sắc màu kỷ niệm...

Tôi vẫn là kẻ lạ mặt ở thành phố này suốt nhiều năm lưu trú.

"Theo chàng về dinh", mà lòng còn ở lại với bao nhiêu quen thuộc, cũ càng bên trời Minneapolis, MN chín tháng buốt giá, đìu hiu. Hay có phải tại tôi yêu sự yên tĩnh của nỗi buồn như quê hương thứ hai trên miền đất hứa khi đã lìa xa xứ? Cả một quãng đời thiếu nữ được làm lại từ đầu ở đó, sau khi đã trầm luân vĩnh biệt Saigon...

Những tưởng sẽ một đời bình dị ước mơ, bước chân gõ nhịp đều trên hè phố downtown Nicollet những chiều mưa, sáng nắng... Ngân hàng Associated Bank và những con số vô tri...

Có lần Di – đứa em trai ruột thịt thân thiết cười cười nói với tôi: “Thêm một lần đổi đời có khác. Chị ôm cái ngân hàng với cả khối tiền trên giấy, còn chị Tỷ Muội – (bạn thời ngậm ô mai của tôi) - làm bà phù thủy ngồi xét duyệt chuyện trợ cấp welfare… Ôi, hai nàng thơ… “lũ chúng ta đầu thai nhầm thế kỷ” (Vũ Hoàng Chương).

Tôi thì không nghĩ vậy. Hạnh phúc và ước mơ chỉ có mặt cho mỗi chặng đời. Chẳng phải tôi cũng đã từng được may mắn sinh ra và lớn lên trong một gia đình khoa bảng, trong cái tháp ngà trọn vẹn thương yêu.

Bằng cấp, Công Danh. Người, Xe. Phố Thị. Cô tiểu thư tuổi hai mươi hăm hở nhẹ bước vào đời.

Nhưng Thượng Đế rất công bằng. Không lấy của ai tất cả, và cũng không cho ai được mọi thứ bao giờ…

Cho nên sau trận cuồng phong của cơn quốc biến, tôi vực mình trở dậy, đứng lên, xếp lại quá khứ, ngẩng mặt cao đầu…

Những ngày buông mình trên thảm cỏ xanh, bên hồ nhìn thiên nga bơi lội…, trong khuôn viên hiên trường Minneapolis Technical College vào những giờ không lớp học, lãng đãng trên những chapters, nghe lòng thanh thản, nhẹ tênh, bình yên như pho tượng đồng đen kéo violin qua bao mùa bão tuyết…

Tuy nhiên đời có bao giờ... mãi mãi là một mặt hồ yên…?

Tưởng chừng đã an thân khi đã rời trường với xênh xang mũ áo, một công việc bình dị ở Associated Bank, một nơi chốn đi về riêng tư, lặng lẽ, thì anh chợt đến, như một tơ duyên tiền kiếp, đưa tôi rời khỏi xứ lạnh mù sương, bão tố từng mùa….

Tôi chào Washington D.C mà ứa nước mắt nhớ Saigon. Saigon của tôi – thủ đô của miền Nam tự do một thời tuổi nhỏ. Saigon của những năm tháng đầu đời, áo lụa, đường vui.

Từ Hoa Thịnh Đốn nhìn về Saigon, lăng lắc một bờ đại dương, nghìn trùng mênh mông sương khói…

Giờ break, tôi thường lặng lẽ bên tách café nâu và trang sách lơ đãng ở Barnes & Noble – một bookstore mênh mông, choáng ngợp, trong lòng thủ đô phố xá đông vui, mà nghe môi mình bỗng mặn tự lúc nào…

Hãy trả tôi về vùng trời quê hương tôi chiến tranh nghiệt oan, khốn khổ, nhưng tình dân, hồn nước đậm sâu. Đất nước tôi đói nghèo, nhưng giàu sang chữ nghĩa…

Đâu tiếng cười khúc khích của đám con gái học trò lật từng trang sách nhỏ trong nhà sách Khai Trí ban trưa? Con đường Lê Lợi những ngày Saigon cuối tuần áo trắng nữ sinh đan tay màu áo lính…

"Và... Saigon không còn tên đi nữa
Sao mãi trong em chỉ một Saigon
Của ngàn lời thơ, của vạn môi hôn
Của chung thủy và bài ca bi tráng"

(Chỉ Một Saigon)

Con đường Connecticut Avenue vẫn quen thuộc như tám giờ đều đặn ở P. Bank. Mike - người "gác cổng" ở Parking Lot vẫn đưa tay chào tôi vào mỗi buổi với nụ cười thân thiện trên môi. Nắng vẫn cao, và phố phường vẫn ngược xuôi, huyên náo… Chuông giáo đường chợt ngân lên khi chiều chia nửa bãi… Và bóng nắng chói chang soi bước tôi về….

Cũng như những năm tháng ở downtown Minneapolis một thời thiếu nữ, chuỗi ngày tại Hoa Thịnh Đốn cũng thinh lặng ở một góc riêng. Đi học, đi làm, láng giềng, bạn bè, đồng nghiệp của tôi hầu hết là người bản xứ. Ông chú văn nghệ … "Tô Điền Sơn" của tôi ở California vẫn đùa vui gọi tôi là "Mỹ con", khi phải nhiều năm kiên nhẫn ngồi đánh dấu lại những bài viết của tôi được gõ không dấu khi gửi báo đăng. Không phải tôi "ngoan cố", nhưng tôi không giỏi về kỹ thuật computer, xung quanh tôi lại không có đồng hương, nên cũng đành ca bài con cá nó sống vì nước với chú.

Xin cám ơn mọi thương yêu mà chú đã dành cho cháu – từ một thời còn ở quê nhà, tóc bum-bê, áo đầm trắng, mang sandal, con gái trường soeur, làm thơ tình vụng dại gửi báo đăng, mà chú vẫn trêu… mộng mơ ôm ba bồ chữ giữa đất trời…. đến mãi mấy mươi năm sau mừng rỡ gặp lại nhau trong nước mắt trùng phùng giữa biển đời lưu lạc…

Vì vậy, mọi sinh hoạt về văn học của người Việt ở xứ này tưởng chừng như ở ngoài tôi. Thu mình trong chiếc vỏ sò trong hai tầng vỏ dày câm nín, tôi không hề biết những gì xảy ra bên ngoài khi trùng dương réo gọi. Mãi đến khi có một chiều nhạc thính phòng của người bạn thân có chồng là nhạc sĩ tên tuổi từ Washington qua, tôi được mời tham dự, mới nhận ra quá đỗi chan hòa… cộng đồng lưu vong vẫn có một đời sống Việt thắm sâu, tha thiết nơi xứ người…

Tôi mở lòng hơn khi mẫu tiếng Việt của tôi đã được install vào máy. Có khác gì đâu, vẫn là cảm xúc của một người phụ nữ da vàng, yêu quê hương mình dài lâu thống khổ.

Và thật tình cờ… tôi ghé qua Vuông Chiếu. Chủ nhân trải chiếu và mời tôi ngồi lại. Chén thù, chén tạc cho mãi đến hôm nay… Vậy mà… cũng đã bao nhiêu năm nước chảy qua cầu… Tình tri âm không cần đối mặt. Gặp gỡ qua chữ nghĩa đã là một nhân duyên lớn nhất, đích thực, không dễ để kiếm tìm.

Xin cám ơn nghĩa tình qua từng hơi thở thơ văn.

Tháng Tư, từng vạt hoa Azalea rực rỡ muôn màu bên bờ tường thấp. Cúc tím trời Tây trong nhạt nắng, hoài hương…

"*Thủy chung màu cúc tím*
Bên hiên đời chiều nay"

(Cúc Tím Trời Tây Hoài Nhớ Trời Đông)

Nếu có một điều ước, cho tôi xin được ước tự do, thanh bình, nhân bản trên quê hương tôi, cho Việt Nam muôn đời vĩnh cửu…

Và bầy chim lìa tổ lũ lượt kéo nhau về…
Nhưng ngày ấy… bao giờ?

M.H Hoài Linh Phương
Washington D.C, tháng 04/2019.

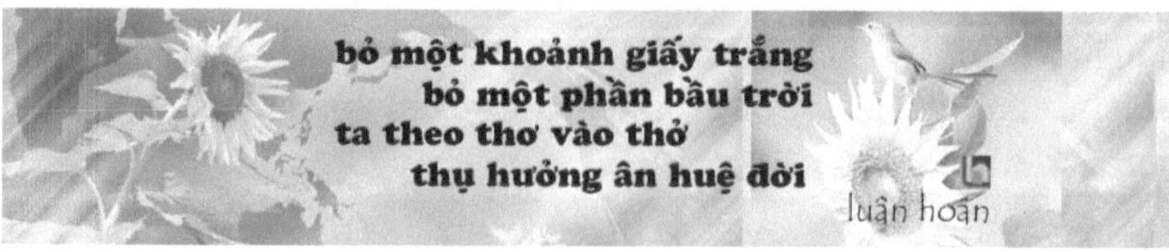

Quasimodo

SONG THAO

Vụ cháy nhà thờ Đức Bà Paris ngày thứ hai đầu Tuần Thánh, 15 tháng 4, vừa qua khiến khắp thế giới ngẩn ngơ tiếc nuối. Nhưng nay lại có một phản ứng phụ khá tức cười. Người Pháp đổ xô tìm mua cuốn tiểu thuyết “Nhà Thờ Đức Bà” của văn hào Victor Hugo. Cuốn truyện viết từ năm 1831 bỗng nhiên được phủi bụi sau 188 năm. Không biết có phải dân Pháp tìm đọc lại vì cuốn truyện được coi như một tiên tri của trận hỏa hoạn mới xảy ra không? Đoạn… tiên tri đó như sau: *“Mọi con mắt đều hướng lên phía trên nhà thờ. Cái chúng trông thấy thật kỳ lạ. Trên đỉnh tháp cao nhất, một ngọn lửa lớn bốc cao giữa hai gác chuông. Những cột lửa cuộn xoáy. Một ngọn lửa lớn lộn xộn, giận dữ, gió cuốn lên từng mảng trong màn khói mù mịt. Phía dưới ngọn lửa ấy, hai máng nước như hai miệng quỷ phun ra không ngừng trận mưa bỏng dẫy... Một sự câm lặng kinh hoàng giữa đám ăn mày. Chỉ nghe tiếng kêu báo động của những phụ tá linh mục bị nhốt trong tu viện. Quảng trường bập bùng hàng nghìn bó đuốc như sao. Cảnh tượng hỗn độn này, trước khi bị vùi trong bóng tối, bỗng bừng lên như cháy trong ánh lửa. Sân nhà thờ rực lên, rọi ánh sáng lên trời. Đống lửa trên sân thượng vẫn cháy, chiếu ánh sáng ra xa, chiếu vào thành phố. Bóng của những tòa tháp khổng lồ phóng to lên, trùm lên mái nhà của Paris. Trong ánh sáng chúng tạo thành những khoảng tối. Paris dường như bị chấn động. Tiếng mõ xa xa rền rĩ. Bọn ăn mày vừa hú lên, thở hắt ra, chửi bới, vừa leo lên”.*

Bọn ăn mày của gần hai thế kỷ trước không còn tụ tập chung quanh nhà thờ để "hú lên, thở hắt ra, chửi bới và leo lên". Họ đã tan theo thời gian. Nhưng chúng ta phải trả họ lại với thời của họ. Thời đó, họ là chứng nhân cho chuyện tình của nàng *gypsy* Esméralda. Chuyện tình mà anh gù Quasimodo chỉ xách xe chạy vòng ngoài. Anh gù Quasimodo là một người tình tội nghiệp. Tình yêu của anh là mối tình vô vọng nhưng vô cùng mãnh liệt. Chắc tôi phải kể sơ qua cốt truyện của cuốn tiểu thuyết mà tôi đã đọc từ những ngày sinh viên Văn khoa, đúng nửa thế kỷ trước.

Esméralda là một cô gái du mục múa hát trước nhà thờ để kiếm sống. Với khuôn mặt nhẹ nhõm, xinh đẹp, vóc dáng gọn gàng, thanh mảnh, điệu múa nhí nhảnh, vui tươi, cô được tất cả mọi người mến mộ. Giám Mục Claude Frollo, tuy tu hành, cũng chết mê chết mệt vì cô *gypsy* quyến rũ này. Bị giằng xé giữa bản năng và luật lệ của một người tu trì, ông sống trong tình yêu trái khoáy. Ông ra lệnh cho Quasimodo, tên kéo chuông nhà thờ vừa gù vừa điếc vừa ngọng, bắt cóc cô gái cho ông. Việc không thành vì viên Đại Úy hào hoa phong nhã Phoebus đã cứu cô và bắt giữ Quasimodo. Ngày hôm sau, anh gù bị đánh bằng roi, gông cổ và bêu riếu trước công chúng. Anh khát nước nhưng viên lính canh giữ đã đổ nước quanh người nhưng không cho anh uống. Anh van nài trong vô ích. Đúng lúc đó, bất nhẫn trước cảnh này, cô nàng Esméralda leo lên bục, mang vò nước tới cho anh uống. Được cứu sống qua cơn khát cháy họng, Quasimodo đem lòng yêu cô gái *gypsy*. Anh chàng gù, tuy tật nguyền thể xác nhưng tâm hồn không tật nguyền, cũng rơi vào một tình yêu vô vọng.

Trong một vụ lộn xộn ngoài đường phố, Esméralda bị lâm nạn và được viên Đại úy đẹp trai Phoebus giải cứu. Nàng đem lòng yêu viên Đại úy đẹp trai này. Viên Đại Úy tuy không yêu cô gái của đường phố, nhưng tính lợi dụng để thỏa mãn xác thịt. Giám Mục Frollo nổi máu ghen, dùng dao đâm chết viên Đại Úy khi ông này tới phòng tù ti với người yêu. Sau đó, viên Giám Mục dùng quyền uy của mình để đổi trắng thay đen, quy tội giết người cho nàng Esméralda. Nàng bị xử treo cổ. Ngày hành hình, Quasimodo đu dây từ gác chuông nhà thờ xuống giải cứu và giấu Esméralda trong phòng trên gác chuông. Giám Mục Frollo tìm được Esméralda, đột nhập vào phòng,bị cự tuyệt nên cho lính bắt và xử tội treo cổ, lần thứ hai. Giám Mục Frollo, đứng từ trên cao, phá lên cười thỏa mãn khi Esméralda bị treo lên giàn giá khiến Quasimodo tức giận, xô ông từ trên gác chuông té xuống đất chết. Như điên cuồng, Quasimodo đi tìm và thấy xác Esméralda bị bỏ nằm trên sàn một nhà mồ. Anh gù ôm Esméralda và nhịn đói chết chung với người anh yêu. Trong suốt cuộc sống, anh gù không dám mơ tới diễm phúc được ôm người anh yêu trong tay nhưng, cuối cùng, đã được ôm thân hình Esméralda khi nàng chỉ còn là một xác chết bất động. Sau này, lúc khai quật, người ta thấy hai bộ xương nằm ôm nhau, một bộ không bình thường. Khi các nhà khai quật định tách hai bộ xương ra thì bộ xương không bình thường bỗng tan thành tro bụi.

Cuốn tiểu thuyết *"Notre Dame de Paris"* đã nhiều lần được quay thành phim. Theo *Wikipedia*, bản tiếng Anh, có tất cả 14 phim được quay dựa trên cuốn tiểu thuyết bất hủ này. Trong số đó có mười cuốn mang tên *"The Hunchback of Notre Dame"* được quay từ năm 1911 đến năm 2002; hai cuốn mang tên *"Esmeralda";* một cuốn mang tên *"Big Man on Campus"* và một cuốn mang tên "*The Darling of Paris"*.

Người ta ghi nhận được nhiều điểm lý thú quanh những tác phẩm điện ảnh ăn theo cuốn tiểu thuyết. Cuốn được quay sớm nhất là cuốn *"Esméralda"*, năm 1905. Đây là một cuốn phim câm do minh tinh Denise Becker đóng vai Esméralda và tài tử Henry Vorins trong vai Quasimodo. Dĩ nhiên thế hệ tôi chẳng biết các tài tử rất xưa này mặt mũi ra sao.

Cuốn *"The Darling of Paris"* cũng là một cuốn phim câm được quay vào năm 1917 với hai tài tử Theda Bara và Glen White do William Fox sản xuất. Phim này nay không còn giữ được trong các văn khố. Tên hai tài tử này, thế hệ tôi cũng mù…câm!

Cũng vẫn trong thời kỳ phim câm, nước Anh đã sản xuất, vào năm 1922, cuốn *"Esméralda"* với tài tử Booth Conway trong vai Quasimodo và nữ tài tử Sybil Thorndike trong vai Esméralda. Phim này có hai điểm đặc biệt. Phim tuy mang tên "*Esméralda"* nhưng lại chú trọng vào nhân vật Quasimodo nhiều hơn. Nhân vật Esméralda đã bị lép vế lại do một nữ tài tử đã luống tuổi đóng nên mất hết vẻ quyến rũ.

Mười cuốn phim mang tên chính thống *"The Hunchback of Notre Dame"* được sản xuất từ năm 1911 đến 2002. Hai cuốn của năm 1911 và 1923 cũng vẫn chưa biết nói. Nhưng cuốn sau là một cuốn phim khá tốn tiền so với những phim cùng thời. Ngốn tới 3 triệu rưỡi đô thời đó! Chỉ có hãng phim danh tiếng Universal mới chịu chi như vậy khiến cuốn phim được đánh giá là *"super jewel"*, (hột xoàn khổng lồ)!

Có ba cuốn là phim hoạt họa. Một cuốn do Úc sản xuất vào năm 1986. Hai cuốn do Walt Disney làm vào năm 1996 và 2002.

Tôi chú ý đặc biệt tới hai cuốn. Cuốn của lần quay năm 1939 có sự góp mặt của hai tài tử gạo cội của làng điện ảnh là Charles Laughton và Maureen O'Hara trong hai vai chính Quasimodo và Esméralda. Đây là một phim đen trắng. Năm 1956, phim được quay lại với hai tài tử cũng nổi tiếng của thời đó là Anthony Quinn và Gina Lollobrigida trong hai vai chính. Lần này là phim màu.

Cuốn phim màu này được chiếu ở Sài Gòn đã thu hút một số khán giả kỷ lục. Dĩ nhiên hồi đó tôi không bỏ qua. Tới bây giờ tôi phải thú nhận là nhớ tới bộ phim hơn nhớ tới cuốn truyện. Và mê say anh chàng gù Anthony Quinn. Quasimodo Anthony Quinn được hóa trang nhẹ nhàng hơn Quasimodo Charles Laughton. So hai anh gù thì anh gù Anthony Quinn...đẹp trai hơn nhiều. Cả hai phim đều không lấy tên theo tên cuốn truyện mà đổi thành *"The Hunchback of Notre Dame"*. Phim được trình chiếu ở Sài Gòn mang tên tiếng Pháp *"Le Bossu de Notre Dame"*.

Tuổi trẻ chúng tôi ngày đó say mê với vóc dáng của cô nàng Gina Lollobrigida trong chiếc áo đỏ bó sát rất quyến rũ. Cô *gypsy* duyên dáng với những nét múa lả lơi, đôi chân rực lửa, đôi mắt gợi tình, những vòng uốn éo lả, nhịp nhàng theo tiếng trống đã bắt hồn chúng tôi. Bóng dáng của cô nàng minh tinh Ý đầy sức sống từ phim này bám theo chúng tôi trong một thời gian dài. Vẻ đẹp của Lolo, tên gọi thân thương, vừa kiêu sa, quý phái, vừa tự nhiên. Với thế hệ chúng tôi, Gina Lollobrigida là đàn chị. Nàng sanh năm 1927, nhưng vẻ trẻ trung của Lolo hình như không giảm đi với thời gian. Nàng đã ngưng đóng phim từ năm 1968 nhưng tới nay, tuy đã 92 tuổi, nhan sắc của Gina hình như không bị thời gian tàn phá. Những bức hình mới đây vẫn cho thấy một Gina Lollobrigida tươi vui với hai thú vui nghệ thuật: nhiếp ảnh và điêu khắc. Thiệt đáng công ngưỡng mộ và say mê của chúng tôi ngày đó!

Không đẹp cũng khiến mọi người say mê là nhân vật chính Quasimodo. Quasimodo có tật gù bẩm sinh, là con của một người đàn bà du mục. Một đêm kia, bà cùng một đám du mục tìm cách đột nhập vào Paris nhưng bị Giám Mục Frollo chặn lại. Tất cả bỏ chạy, duy có bà này ôm một chiếc bọc nên bị Frollo đuổi theo bắt vì tưởng bà ôm gói đồ ăn cắp được. Khi đuổi người phụ nữ du mục này tới những bậc thang đá của nhà thờ, Giám Mục Frollo giật cái bọc khỏi tay bà và đạp bà té dập đầu xuống bậc thang chết tươi. Khi thấy trong bọc là một đứa bé đỏ hỏn, ông định thủ tiêu luôn đứa bé nhưng bị ngăn cản. Ông bị bắt buộc phải nuôi đứa bé trong nhà thờ. Ông đặt tên nó là Quasimodo, nghĩa là "Quái Dị"!

Lớn lên, Quasimodo được giao nhiệm vụ kéo chuông nhà thờ. Hắn sống ngay trên gác chuông và sùng bái Giám Mục Frollo. Lâu ngày chày tháng, tiếng chuông đã làm tai hắn điếc đặc. Với ngoại hình thiếu sót này, hắn ít khi bước ra khỏi nhà thờ vì mọi người khinh miệt hắn.

Khán giả của bộ phim chắc không khinh miệt như vậy. Hồi đó, sau khi xem phim, tôi còn rất khâm phục và say mê con người tật nguyền thân xác nhưng có một tâm hồn đầy đặn nhất trong phim. Có người tình si nào có được những hành động như Quasimodo? Yêu say đắm tới tôn thờ Esméralda nhưng khi nàng sai hắn đi tìm Đại úy Phoebus, người mà nàng yêu, mang tới phòng nàng để nàng tâm tình, Quasimodo thi hành "mệnh lệnh" liền. Khi Esméralda và Phoebus sắp mặn nồng, Giám mục Frollo đã đâm chết Phoebus rồi đổ tội cho Esméralda. Nàng bị kết tội tử hình. Khi Esméralda sắp bị treo cổ, Quasimodo đã đu dây từ trên tháp chuông xuống giải cứu và giấu nàng trong phòng của hắn. Esméralda bắt hắn ngủ trước cửa phòng để canh gác cho nàng. Nửa đêm, hắn mang tấm khăn vào đắp cho Esméralda khỏi lạnh, nàng choàng dậy, tưởng hắn muốn làm bậy, đuổi hắn ra. Hắn buồn bã đập đầu vào chuông gây nên những tiếng động như than van oan ức. Nghe tiếng chuông nho nhỏ, Esméralda ra khỏi phòng và hiểu sự tình.

Tiếp đó là cảnh thơ mộng nhất của cuốn phim. Esméralda hối hận, choàng quanh người chiếc khăn đỏ của Quasimodo tặng, nhảy một bản nhạc rộn ràng. Quasimodo khoái chí vì lần đầu tiên được

Esméralda nhảy riêng cho mình, đã tung mình lên rung chuông loạn xà ngầu. Kéo dây chuông lớn, đu lên chuông nhỡ, đạp lên chuông nhỏ. Cả thân hình rút ngắn đùa với dàn chuông vang lên nỗi mừng vui thánh thót dồn dập.

Chính vì cảnh rung chuông ngoạn mục này mà tôi phải tìm tới gác chuông để tận mắt nhìn thấy những quả chuông đẫm ướt tình yêu của một người yêu trong vô vọng. Cuối năm 1994, tôi có dịp tới Paris lần đầu tiên và đã tới ngay nhà thờ Đức Bà. Đứng trước khuôn viên rộng lớn trước cửa nhà thờ, tôi ngẩng đầu nhìn lên tháp chuông, cố tưởng tượng hình ảnh chàng gù đu dây xuống cứu người chàng thầm yêu Esméralda trên giá treo cổ. Tôi lần vào phía trong, tới chiếc cầu thang nhỏ bé tối tăm. Ngày đó, tính ra cũng đã một góc thế kỷ, chân cẳng tôi còn tốt, tôi mạnh dạn leo. Cầu thang gồm những bậc đá nhỏ, qua thời gian, đã mòn vẹt ở giữa bởi những bước chân người tạo thành phần lõm ở chính giữa, trông như một chiếc quạt xòe ra, rất khó đặt vững chân. Thêm vào, đây là cầu thang xoắn, vòng vòng như chiếc lò xo khổng lồ rất khó leo. Tháp chuông gồm hai ngọn tháp, tháp Nam và tháp Bắc, cao 69 thước. Du khách phải leo 387 bậc tất cả. Khi đi chơi tôi thường mang giày thể thao để cuốc bộ và leo trèo dễ dàng nên không có vấn đề chi. Nhiều vị nữ lưu điệu đàng diện giày cao gót thì vô phương leo lên thăm anh chàng Quasimodo được. Bảng lưu ý đặt tại cầu thang cũng khuyên những người có sức khỏe không tốt không nên leo lên những bậc thang khó thương này.

Lên chừng nửa đường, tôi tới một phòng có trần rất cao dùng làm nơi bán quà lưu niệm và sách viết về *"Notre Dame de Paris"*. Từ nơi đây, người ta có thể tới thăm nơi chàng gù giữ Esméralda trong phim.

Leo thêm 147 bậc là ngất ngưởng trên đỉnh tháp phía nam. Tôi men theo một hành lang nhìn ra ngoài để ngắm cảnh Paris trên cao. Cả một Paris hùng vĩ, diễm lệ nằm dưới tầm mắt.

Sát bên người là những tượng quái thú ngổn ngang chung quanh. Những tượng quái thú này không chỉ để trang trí mà còn là những máng xối hứng nước từ mái nhà chảy xuống.

Lên tới nơi, men theo một lan can chật hẹp, tôi đi qua tháp phía Nam, nơi treo những quả chuông lớn nhỏ của nhà thờ. Lan can này được che chắn để du khách khỏi té xuống phía dưới nhưng đồng thời cũng để phòng ngừa những người ưa làm chuyện khác người muốn hy sinh mạng sống nhảy xuống để lấy tiếng để đời!

Cuối cùng, gác chuông đây rồi. Quả chuông đầu tiên tôi nhìn thấy là quả chuông lớn nhất, nặng 13 tấn, mang tên Emmanuel. Quả chuông bự tổ chảng này chỉ được rung vào những dịp đặc biệt như lễ Giáng Sinh, lễ Phục Sinh, hoặc khi có các Giáo Hoàng mệnh chung…

Tôi lặng người khi tới tận nơi, cúi người lom khom rờ tận tay những quả chuông đã nhìn thấy trên màn ảnh tại một rạp chiếu bóng ở Sài Gòn nửa thế kỷ trước. Ngày đó, tôi không hề có ý nghĩ sẽ có ngày tới tận nơi đây để nhảy vào cảnh xa vời vợi trên màn ảnh. Tôi đi vòng quanh những quả chuông, nhớ lại những hình ảnh xa xưa, nhớ tới những ngày của tuổi mộng mơ. Ngày đó, trên màn hình trước mắt, Quasimodo điên cuồng với những quả chuông. Chuông vang vang tiếng khoan tiếng nhặt, tiếng trầm tiếng bổng, buông thả niềm vui đang ào ạt dâng lên trong lòng anh chàng gù si tình.

Tôi nhìn quanh. Không thấy Quasimodo đâu!

Song Thao
06/2019

chưa nửa vòng trái đất
cũng lưng lưng góc trời
chân mang giày số sáu
ham chơi thành biết chơi

cát biển tặng bài học
di tích dạy bình tâm
ngay trong từng hạt bụi
đầy ắp những thâm trầm

đi đương nhiên là sống
nhiều hơn ngồi hay nằm
viết cũng cần như nói
một cách bày nội tâm

văn tài tạo văn nghiệp
văn nghiệp tạo qui danh
trên rất nhiều tủ sách
sơn nhẹ nhàng thành tranh

mai mù sương Đà Lạt
nhớ Hà Nội mưa mềm
chưa biết yêu chưa biết
những mầu nhiệm riêng em

tiếng chuông chùa Thiên Mụ
chung đường về nhà thờ
túi quần sang túi áo
bài văn thế câu thơ

Luân Hoán - 2019

Thằng gù trong nhà thờ Đức Bà

Những bậc thang mòn vẹt.

Tác giả Song Thao

Câu Gì Em Nói Nhỏ

LÂM CHƯƠNG

em hẹn tôi về thăm quê cũ
sau mấy năm lây lất xứ người
tôi cũng muốn (một lần thôi cũng đủ)
về gặp em nhắc lại chuyện lâu rồi.

chuyện lâu rồi mà như mới hôm qua
tôi còn nhớ bàn tay em run nhẹ
trong tay tôi lạnh buốt. không ngờ
em lí nhí nói câu gì rất nhỏ
như nói thầm với cái rét se da
của một chiều cuối đông năm ấy.

rồi tôi đi. sáu năm trời chưa trở lại
dòng sông xưa vẫn chảy trong hồn
bông mía trắng cả một vùng thương nhớ
gió nồm Nam thổi suốt dọc quê mình
nhà em ở cheo leo cuối xóm
hàng rào thưa cây lá rợp sau vườn
che bóng mát cho em ngày nắng.

tôi ở đây những mùa đông trắng
lấy gì che đời vắng em xa
em đâu biết bao lần tôi muốn hỏi
ngày chia tay em nói nhỏ câu gì
trong cái rét một chiều đông năm ấy?

Lâm Chương

Buổi Sáng

XUYÊN TRÀ

Tự thưởng mình, điếu thuốc-ly cà phê
Buổi sáng dậy, ngồi dưới hoa thấy ấm
Giọt đắng đầu môi hình như đã thấm
Nhân thế mơ hồ - sợi khói thuốc bay

Chào bình minh, tiếng chim hót đầu ngày
Có âm quen ngọt ngào xưa để nhớ
Ai xõa tóc, đã mê hồn một thuở
Cho tới chừ thành cuộc trăm năm

Khúc hát đồng dao nhã kén ruột tằm
Hỏi ngọn sao khuya chờ ai còn thức
Lật trang thư cũ, còn nguyên màu mực
Thấy bóng em chờ, thơm cả đường quê

Biết tới hồi mô mình sẽ cùng về
Quá giang con đò, cứ đi ngược bến
Sẽ hiểu vì sao trong dòng sinh mệnh
Mưa nắng rêu mờ trên bức phù điêu…

Xuyên Trà

Màu Hoàng Hôn

NGUYỄN VĂN GIA

Hoàng hôn màu gì
nào ai có biết
Là cháy hết mình
ở cuối mỗi sát na
Em cố giấu nỗi buồn
trong mắt biếc
Anh có nhìn đâu
mà vẫn cứ nhận ra
Khi ngỏ lòng
chút tình vui vừa chớm
Mắt môi thơm
em thiếu phụ ngại ngùng
(Anh - chiếc lá rơi
bên thềm rêu vắng
Hay sợi tóc buồn
giã biệt những đêm xanh)
Mai sau
rồi sẽ gặp lại nhau thôi
Cái đã nắm chặt trong tay
lắm khi còn chưa chắc
Mây trên trời
đã bao lần phản trắc
Làm sao tin được
chuyện luân hồi
Tiếng thở dài
đâu phải để tặng cho nhau
Không - chỉ là tiếng trăng
mới rụng dưới hiên sầu
Thì thôi...thôi thì đành thôi vậy
Chút tình phai
anh xin trả lại cho người.

Nguyễn Văn Gia

T

Bỗng Dưng

TRẦN VẠN GIÃ

Bỗng dưng thấy nhớ một người
Bỗng dưng thấy nhớ tiếng cười xa xôi
Tôi ngồi với bóng của tôi
Bỗng dưng lạ lẫm chỗ ngồi trần gian

Cát ơi bao nỗi dã tràng
Cũng như bọt sóng. Cũng tan giữa chiều
Bỗng dưng tình rách vách xiêu
Thả tôi theo những cánh diều đứt dây

Đời sông gánh chịu vơi đầy
Để cho biển ngút chân mây cuối trời
Ngày mai ai bỏ cuộc chơi
Bỗng dưng đắng rượu. Chưa mời đã say.

Trần Vạn Giã

Phố Núi Là Quê

NGUYỄN NGỌC HẠNH

Chập chùng phố
giữa non cao
Ngỡ như em
với đồng dao núi rừng
Sông ơi
nước chảy ngược dòng
Đăk Bla tự ngọn nguồn yêu thương

Quanh co
là những con đường
Ở đây cả phố lẫn làng đều quê
Kon Tum đến
chẳng muốn về
Bóng cô thôn nữ suối khe
ngập ngừng

Chút tình gửi lại Măng Đen
Câu thơ lấp giữa vầng trăng
mong chờ
Áo ai bay giữa chiều mơ
Vướng chân tôi giữa đôi bờ Kon Klo

Đăk Bla trôi lặng lờ
Thuyền em độc mộc bơ vơ giữa dòng
Dễ gì tắm mạch nước trong
Nên xin uống cạn chờ mong
mới về!

Đến đây phố núi là quê
Ở đâu cũng thấy bốn bề Kon Tum
Môi mềm bên ché rượu cần
Xa xôi mà ngỡ như gần tình yêu.

Nguyễn Ngọc Hạnh

T

Chưa Quên

CAO NGUYÊN

Vắng ai tôi gian nan
Tháng ngày ơi trôi nhanh
Đời rỗng như túi áo
Phàn nàn kiếp co quanh

Trách ai tôi cô đơn
Sáng chiều ơi, sao đây?
Bấp bênh con thuyền giấy
Buồn mình kiếp lênh đênh

Mất ai... Tôi đâu đây?
Lang thang những loanh quanh
Về lại tôi cái bóng
Ngập ngừng như với ai

Cố quên ai... Vẫn chưa!
Đêm dài không chiêm bao
Một hôm trời bật sáng
Tìm tôi... Tôi vẫn chưa!

Cao Nguyên

Tháng Tư

ĐỖ DUY NGỌC

Vết sẹo mãi chưa khô
Con dao nào cứa cổ
Phố lạnh câm nụ cười
Tim sục sôi tiếng nổ

Chân bước xuống vực sâu
Trần gian đầy cuồng nộ
Một thế giới nát nhầu
Nháo nhào trong bể khổ

Người già tiếc hôm qua
Trẻ thơ buồn ngày tới
Ngõ tối đầy bóng ma
Cờ xếp hàng chắn lối

Cỏ hoang vu nghĩa trang
Cây chẳng còn nguồn cội
Bia mộ nằm lang thang
Thập giá buồn góc tối

Tháng Tư như dao cắt
Đẩy người ra biển khơi
Máu xương dồn chất ngất
Mạng người như trò chơi

Sông không còn chảy nữa
Rừng trơ đất bạc màu
Những căn nhà khép cửa
Giấu kín những buồn đau

Người về trong bóng đêm
Đèn đã không còn bấc
Đời lắm lũ kên kên
Tháng Tư tràn tiếng nấc.

4.4.2019
Đỗ Duy Ngọc

Chùm Thơ Ngắn

NGUYỄN VŨ SINH

Xin chia những giọt lầm than
Khuấy màu thủy táng cho tan lắng bùn
Chia nhau uống giọt ơn trần
Mùi băng hàn đọng thơm lừng lựng hương.
*
Những ngày trời nổi phong ba
Trông mây cố xứ ngỡ già hơn xưa
Sấm giăng cuối bể chớp lòa
Màu tang tóc trắng khua bờ cỏ lau.
*
Tháng ngày xưa cũ xa rồi
Còn chi sót lại mà cời lửa than
Thêm đau mấy ngón tay vàng
Em ơi! Sợi khói đã tàn tự lâu!
*
Dòng sông khô nắng hạn
Mưa lũ sẽ dâng tràn
Khi tình người vơi cạn
Một đời cũng khô ran.
*
Nghìn triệu hạt cát chẳng thể biến thành sa mạc
Nhưng một hạt bụi thôi cũng đủ hóa kiếp người!

Nguyễn Vũ Sinh

Dấu Ấn

PHAN NI TẤN

Trong chúng ta ai cũng có một hướng đời riêng biệt để đi, cũng vậy, hầu như ai cũng có một ngôi trường để nhớ.

Ngôi trường của cái thời mang nhiều dấu ấn nhất, chất chứa nhiều kỷ niệm vui buồn nhất, thương mến nhất, đáng ghi nhớ nhất, vẫn là những năm tháng miệt mài bút nghiên dưới mái trường trung học.

Chỉ có dòng thời gian tưởng như dài dằng dặc dưới mái trường trung học mới hội đủ chất keo để gắn bó suốt đời trong tấc dạ chúng ta cái màu kỷ niệm thuở học trò mà không cách gì gột rửa được.

Cái học thời nào cũng thế: đều có Thầy, có Cô, có trường, có lớp, có bạn học, nhưng phải đợi chúng ta lên đến bậc trung học mới... *lòi* thêm cái tuổi bắt đầu biết yêu thương, biết giận hờn, biết ưu tư, lo lắng; ở đó có những giấc mơ hồng, những hướng tới Chân Thiện Mỹ và không thể thiếu hình bóng những chiếc xe đạp sớm chiều chuyên chở biết bao kỷ niệm đi về hai buổi nắng mưa.

Nhưng mà ông bà mình có nói lúc chúng ta ngồi "ôn cố", nghĩa là ngồi nhớ lại một thời đã qua thì chính là lúc mình không còn trẻ nữa. Thì rõ ràng là như thế. Dù ngày nay chúng ta có ráng nhuộm tóc cho xanh lại, ráng theo đuổi các thủ thuật thẩm mỹ cho trẻ lại thì thực tế trước mắt chúng ta cũng đã trở thành ông bà, thành cha mẹ với con đàn cháu đống cả rồi.

Có lần tôi ngồi coi các bạn của tôi đàn ca xướng hát, múa may uyển chuyển trên sân khấu tôi như thấy mình nao núng trước cái phôi phai của màu thời gian. Nhìn thẳng vào những gương mặt chàng trai nước Việt ngày xưa, cũng như những gương mặt tươi như hoa thắm ngày nào, bây giờ đã nhuốm lên một chút phong sương, pha một chút rám nắng, gấp một chút nếp nhăn, ướt một chút mưa rơi, lấm một chút trần đời. Cuộc đời này tuy ngắn ngủi nhưng thiệt tình buồn thì quá nhiều.

Nhưng mà cũng chính vì thế, cũng chính vì nhờ những tấm lòng có tri thức và nhân bản của các bạn, bên cạnh những tâm hồn trong veo như nước, hồn nhiên như gió reo trong cây của những thế hệ con cháu đang tiếp bước mà cái thế giới đầy ô trược khổ đau này lại xanh lên, tươi mát lên, trong lành hơn, đẹp đẽ hơn, đáng sống hơn.

Ngồi say sưa thưởng thức những tài năng của các bạn, tôi thấy rõ ở đó không có những người nghệ sĩ chuyên nghiệp. Các bạn của tôi không làm nghệ thuật. Nghệ thuật ở đây là cách sống, cách sinh hoạt. Nghệ thuật của các bạn là cái cung cách làm người hữu ích. Là hơi thở. Là sinh lực. Là cái đẹp.

Tôi sinh ra và lớn lên ở núi ở rừng. Núi rừng cho chúng tôi cái ăn. Còn các bạn của tôi sinh ra ở đâu tôi không biết, nhưng thiệt tình tôi không thấy ai có tâm hồn nghệ sĩ như các bạn ấy. Bận bịu, tất bật, bươn chải suốt ngày trên đất khách, cuối tuần vẫn ráng nhín một chút thì giờ để đến với nhau, gặp gỡ nhau, chào hỏi xôn xao, chuyện trò rôm rả, vui chơi, ca hát. Cái gì đặt vào tay các bạn ấy cái đó đều làm tròn một vai trò dù không toàn tâm toàn ý nhưng cũng đủ để mang lại niềm vui cho những người thưởng ngoạn. Đó là cơn hạnh phúc, là những môi cười tuyệt đẹp. Nhất định tôi không nói sai cái triết lý này. Trong con mắt cận thị của tôi thấy các bạn tôi giống như những nét nhạc hùng tráng, như những tia nắng rực rỡ, như những ngọn tre vươn cao, như những tiếng chim vút lên giữa rừng, tuy uy nghi, trang nghiêm, trịnh trọng mà nhẹ nhàng, gần gũi, thân tình. Các bạn của tôi đúng là những trang tài sắc.

Cuối cùng, tôi cũng nhớ lại một chút về các bậc Thầy Cô. Ngày xưa tôi không may mắn được ăn học nhiều như các bạn của tôi, nên chữ nghĩa chẳng là bao. Nhưng mà từ lâu tôi vẫn quan niệm rằng những nhà mô phạm, từ giáo viên đến giáo sư các cấp trước tháng Tư 1975 đều là những nhân tài của đất nước. Họ đã dầy công đào tạo các bạn nên người, hun đúc các bạn trở thành những công dân hữu ích cho xã hội nước nhà. Cho dù ngày nay các bạn ấy sống lưu vong nơi xứ người nhưng tấc lòng vẫn ghi nhớ công ơn dạy dỗ của Thầy Cô, vẫn tha thiết nhớ về những mái trường xưa, vẫn đau đáu hướng về quê cha đất tổ, nơi đó có một bức dư đồ rách, một quê hương điêu đứng và một dân tộc lầm than.

Phan Ni Tấn

Liên lạc Tác giả: Phan Ni Tấn
phannitan@yahoo.ca

Dáng Mỏng

TRẦN YÊN HÒA

Em phơi dáng mỏng như là gió
Tôi thả hồn phơi trên ngọn cây.

Hoàng Gỗ Quý

Ngạc gặp chị Hoán cách đây một năm.

Như vậy cũng lâu rồi, từ ngày May về ở với anh. May và Ngạc là cặp đôi trùng phùng do dây tơ hồng nào đâu định liệu, kết lại thành keo dán với nhau. Ơ, có ai biết thời này là thời đại nào rồi, mà hai người tự thề non hẹn biển, kết nối, giao ước sống đời, mà chưa tỏ tường biết rõ mặt nhau. May giới thiệu mình qua điện thoại, (thiệt hay giả cũng chẳng biết đâu mà mò). Em không đẹp, chỉ nhìn tàm tạm, bắt mắt với người này nhưng không bắt mắt với người kia. Em chỉ được nước da trắng thôi. Ngạc vui vẻ trả lời. Anh không cần gì cả, em chừng ấy tuổi, là chúng mình đẹp đôi quá rồi. Với anh, con gái chỉ cần nước da trắng. Ngạc định nói thêm, con gái, đàn bà, như người ta thường nói, nhất da, nhì dáng. Em có làn da đẹp là tuyệt rồi. Nhưng anh dừng lại ở đó, không nói thêm.

Thế là May - cô cũng tin chàng, một niềm tin vô cớ (nếu chàng là sở khanh thì sao?). Sau này, May nói, là do duyên phận.

Nàng chỉ xách một cái va-ly nhỏ, đựng áo quần, lên máy bay bay từ một tiểu bang heo hút, xa xôi, về sống với Ngạc, với niềm tin sắt đá, những lời hứa hẹn của Ngạc qua điện thoại. Em về đây sống với anh đi, anh ở một mình trong căn *Apartment* rộng quá. Và Ngạc tiếp tục phủ dụ, như con gà trống, gáy lên những tiếng ó o, rồi chân cào đất, xù lông xù cánh, đợi nàng gà nào xề tới gần, là nhảy lên trên lưng. Đạp.

Nói vậy cũng hơi quá, nhưng thực chất, Ngạc vừa qua một trận thất tình kinh thiên động địa. Vì thất tình nên anh thấy trước mặt anh một khoảng trống lớn, và anh cần lấp cái khoảng trống đó. Trên chiếc giường *King size* hàng đêm, một mình, anh thấy rộng mênh mông và lạnh. Nhiều lúc anh giật mình hoảng hốt. Hay trên chiếc xe anh chạy còn trống chỗ bên kia, nơi mà ngày trước lúc nào cũng có Phu ngồi, nàng ti toe nói đủ chuyện, từ trời mưa, trời nắng, nàng nọ, nàng kia, ở tiệm tóc của nàng. Bây giờ Phu bỏ đi, Ngạc thấy trống, nên cần kiếm người thay thế, điền khuyết vào.

Nên chàng rất thật lòng.

Buổi đón May ở phi trường, cũng buồn cười hết mức. Ngạc cứ nghĩ chuyện như đi chơi, chuyện khơi khơi, như đưa đón một người bạn trai từ xa về. Cảm giác hồi hộp, như chờ một người yêu, một tình yêu đến, không có. Có lẽ tim anh chai lì hay sao! Hay là May chưa đủ "đô" để cho anh có những rung cảm hồi hộp. Bởi vì May chưa "tượng hình, tượng bóng" trong Ngạc một điều gì, chỉ nghe giọng nhau qua điện thoại. Mà May cũng ít nói, cũng chỉ quanh đi quẩn lại những chuyện cũ xì, đã lặp lại với chàng ít nhất cũng ba, bốn lần. Con Thi, em của em, nó có tiệm tóc trong Mall. Ngày ngày em ra đó coi thu tiền khách, mà em không thích lắm. Ở đây toàn Mỹ đen và Mễ, kiếm một người đồng hương đỏ con mắt ra, anh à. Ngạc lim dim mắt như ngủ, cái điện thoại sắp rớt khỏi tay. Cứ như vậy, câu chuyện của hai người nhạt phèo. Nhạt phèo nhưng không có, không được. Ba tuần như vậy, đến tuần thứ tư, May chịu xách va-ly "tới nơi anh ở".

Ngạc nghĩ, May cũng thật liều. Trên bốn mươi mà chưa có cuộc tình nào, theo nàng kể, Ngạc không biết nàng quá kén chọn hay là ế.

Chuyện đó với anh đâu có quan trọng gì, vì anh đang cần một người đàn bà trên trung bình chút xíu, để trám vào khoảng trống thôi mà. Mà anh cũng thành thật, tự nguyện hết lòng. Anh nhất quyết không có âm mưu phá hại đời con gái của bất cứ ai. Anh không có dụng ý gì về việc lợi dụng "chuyện kia", mà theo nàng thề sống thề chết, là em trên bốn mươi, chưa có cuộc tình nào vắt vai (dù cũng có ít nhất bốn, năm người đàn ông theo đuổi, nhưng em không đáp lại), nên vẫn còn "gin" đó anh. Thế đó, cho nên Ngạc quyết "giữ" cho nàng. Còn May thì, nàng nói dè chừng, như một câu hát, "anh chưa... (yêu em), thì chưa động phòng", nhe.

Ngạc trả lời chắc như đinh đóng cột:

- Ừ, anh hứa với em.

Anh đón nàng ở phi trường như đón một người bạn trai, không hồi hộp xúc động gì lắm. Nàng kéo lê chiếc va-ly nhỏ, chỉ chứa khoảng mười bộ quần áo, kể cả đồ ngủ, đồ bận trong nhà và một số nội y.

Ngạc giành lấy va-ly, để anh kéo cho. Ngạc cầm cán va-ly đẩy theo mình, thấy nhẹ hều. Nàng không mang theo đồ nhiều.

Vậy mà hai người sống với nhau cũng hai năm. Nàng đã là hình bóng che lấp hình bóng Phu. Ngạc tự nhủ với lòng như thế. Thế là được rồi. Mình hạnh phúc quá rồi. Hạnh phúc trời cho. Mình chỉ cần một người như May.

Đêm đầu tiên, Ngạc để cho nàng ngủ yên vì biết nàng đi máy bay mệt...Và những đêm sau, hai người như hai người bạn, nằm nói chuyện trên trời dưới đất, đến khi ngủ quên lúc nào không hay. Chàng không động tịnh, nàng cũng không mở lòng, nên chuyện suôn sẻ đến mười ngày.

Đến ngày thứ mười một thì Ngạc lo sợ thật lòng, nếu không động tĩnh, không đòi hỏi chút gì thì nàng sẽ nghĩ mình là "gay" mất. Nên chàng ôm May và ướm lòng. Cuộc chinh phục rất khó khăn nhưng kết quả cũng như ý, là nàng có đau chút xíu, có chút máu tươi, nhưng thấy nét mặt nàng phấn kích rõ ràng. Ngạc dụi đầu vào thân hình May, nói lại lời của May lần trước, khi nàng nói qua điện thoại, "Anh yêu em rồi đó May, em cho anh... động phòng, nhe."

Nhiều lúc anh cảm động vì sự chân tình của May, nàng nằm bên anh hàng đêm, nhẹ nhàng, không cựa quậy, không quá vồn vã đòi hỏi. Ngạc nhiều khi nhìn May ngủ, anh không nghĩ là anh đã chiếm được lòng tin của nàng dễ dàng như vậy. Anh thấy thương nàng. Những lần như thế anh thường choàng tay qua tóc, qua đầu, hôn lên trán nàng, rồi buông ra, cho May ngủ yên.

*

Cho đến một hôm, May nói:

- Anh à. Hôm nào rảnh, anh chở em đến thăm chị Hoán nhe. Chị Hoán là bà con họ xa với em, cũng ở thành phố này. Chị mới liên lạc với em. Đây là địa chỉ của chỉ.

Ngạc trả lời với giọng ầu ơ:

- Ừ, để hôm nào rảnh.

Thế là lần đầu anh gặp chị Hoán, cũng cách đây một năm.

Lần đó, Ngạc chở May đến nhà chị Hoán theo địa chỉ chị cho May. Chị qua đây cũng 3 năm, sống với chồng. Anh Phước từ trại cải tạo về, không còn ai, ảnh gặp chị một buổi sáng, khi chị đang lang thang ngoài bãi biển. Thế là ảnh kết chị. Và chị cũng muốn qua Mỹ, vì lúc này chương trình HO đang rộ lên, nên chị chấp nhận, dù tuổi tác có chênh lệch. Nhưng mà thôi, mình cũng già, đập ra hột rồi chứ còn trẻ trung gì cho cam.

Lần đó chị đi theo ảnh không được, vì ảnh còn 3 đứa con và một bà vợ (ngoại tình) đang còn trong hôn thú với anh Phước. Phải hai mươi năm sau chị mới ra đi được, khi anh Phước li dị với người vợ cũ và bảo lãnh chị qua.

Chị Hoán đón cặp đôi Ngạc May rất vồn vã. Lần đầu tiên gặp chị, Ngạc xưng em với chị, theo như May, nhưng Ngạc biết mình lớn hơn chị Hoán cũng 4, 5 tuổi. Chị Hoán dẫn May đi khắp khu vườn trồng rau của chị. Chị huyên thuyên nói chuyện với May, tay thì hái những lá rau tươi bỏ vào bao, cho May mang về nhà ăn. Chị nói, qua đây chị buồn lắm, suốt ngày cứ luẩn quẩn ở nhà. Anh Phước cũng... già rồi, nên ảnh chậm chạp, không chở chị đi chơi xa được.

May nói:

- Chị có khu vườn rau thế này làm bạn thì tốt quá rồi.

Chị Hoán:

- Em nói cũng đúng, nhưng rau đâu phải là người, chị cần có tiếng nói, tiếng người.

Anh Phước nói chuyện với Ngạc. Anh kể những ngày ở trong quân đội, rồi những ngày ở trại cải tạo. Nhìn anh Phước, tóc đã bạc trắng, dáng đi chậm chạp, Ngạc tự nhiên thấy thương chị Hoán. Chị còn trẻ quá. Chị có dáng mảnh khảnh, với vòng eo rất thon và cặp chân dài. Cặp đùi với chiếc quần thun bó sát. Dáng chị uyển chuyển, như con rắn trườn. Nên theo cái nhìn của Ngạc, chị hấp dẫn quá.

Từ xa, nhìn chị Hoán, Ngạc nghĩ, chị đúng là mẫu người Ngạc thích từ tuổi thanh niên, như hai câu thơ của Hoàng Gỗ Quý:

Em phơi dáng mỏng như là gió
Anh thả hồn phơi trên ngọn cây

Lúc sắp chào ra về, thừa lúc May vào trong nhà chào anh Phước, Ngạc nói với chị Hoán, thật nhanh:

- Chị ở đây buồn, khi nào rảnh gọi điện thoại cho em nói chuyện chơi cho vui.

Rồi anh nói luôn ra số điện thoại của mình. Chị cầm điện thoại bấm. Khi May bước ra, chị Hoán giả lả:

- Hôm nào hai em đến chơi nữa nghe. Hôm nay chị vui lắm.

Chị bắt tay từng người. Ngạc cầm tay chị Hoán mà nghe như có một luồng điện chạy khắp châu thân. Ngạc giữ hơi lâu bàn tay chị trong tay mình. Rung động.

*

Buổi tối về nhà, May kể về hoàn cảnh chị Hoán cho Ngạc nghe:

- Đời chị Hoán buồn lắm đó anh. Anh biết không, chị lấy chồng từ năm hai mươi lăm, nhưng hai người chỉ sống với nhau được đâu năm năm thì anh mất, trong lúc hương lửa còn nồng. Chị buồn nhưng biết làm sao hơn. Sau đó chị cũng có vài cuộc tình, nhưng cũng chỉ qua đường thôi. Đến ngày chị gặp anh Phước.

Ngạc hỏi dò đường:

- Anh Phước về VN gặp chị, cưới chị rồi đem qua đây hả?

- Dạ. Anh Phước đi cải tạo về thì gia đình tan nát. Vợ một nơi con một nơi. Sau đó anh gom các con lại và chạy xích lô nuôi con. Một hôm anh có chuyện đi Nha Trang, anh gặp chị Hoán ở bãi biển. Đến khi có chương trình HO, anh đi với vợ cũ vì con trong hôn thú. Qua Mỹ, hai vợ chồng anh Phước li dị. Anh liền làm giấy tờ bảo lãnh chị Hoán qua. Chị trẻ hơn anh Phước hai con giáp lận đó anh. Chị nói với em, chị buồn nhất là chị còn xuân sắc mà ảnh đã già, không còn sức... nữa.

Sống với Ngạc, đã hai năm, May bây giờ ăn nói có dạn dĩ hơn. Nói về chuyện vợ chồng, chăn gối không còn mắc cỡ như trước nữa. Ngày trước, những câu như rượu "ông uống bà khen" là gì? May đều không hiểu, vì nàng chưa "khen" ai, chưa đụng chạm với người đàn ông nào. Bây giờ sống với Ngạc, Ngạc bày vẽ, chỉ bảo, nàng dần dần quen và biết nhiều về chuyện vợ chồng.

Ngạc nói:

- Cũng tội chị Hoán há. Chắc anh Phước không đáp ứng nổi, ảnh đã gần tám mươi, còn chị thì trường túc bất tri lao...

May trố mắt to lên:

- Nghĩa là sao em không hiểu?

- Nghĩa là những người đàn bà chân dài thường có đòi hỏi rất mạnh về sinh lý. Người đàn ông phải thực sự khỏe mạnh, cường tráng, mới làm các bà đó thỏa mãn đó em.

May than:

- Vậy tội nghiệp chị Hoán quá, hở anh!

- Ừ, tội nghiệp.

*

Một buổi chiều, May lái xe đi gội đầu, Ngạc ở nhà một mình. Anh loay hoay với những trang sách. Anh hay đọc sách trên mạng và thích ngồi trầm tư nghe những bản nhạc tình tiền chiến, trữ tình. Đó là thói quen và sở thích, một niềm vui không tốn đồng xu cắc bạc nào, thì chuông điện thoại reo:

Ngạc cầm phone lên:

- Xin lỗi. Ai đó vậy?

Tiếng bên kia:

- Chị Hoán đây. Ngạc đó phải không, có May ở nhà không em?

- May vừa đi gội đầu chị à.

- Thế hả! Tiếc quá. Tưởng May có ở nhà chị nhờ May chở chị đi phố chút. Chứ ở nhà hoài mòn chân, em ơi!

Ngạc chớp thời cơ ngay:

- Em đang rảnh đây, em làm tài xế cho chị được không? Chị đợi 20 phút em đến liền, nhé.

Từ lần đi thăm chị Hoán lần đầu về, thỉnh thoảng chị Hoán, hoặc Ngạc, có gọi điện thoại nói chuyện với nhau, cũng chị chị, em em, nhưng rất hạp.

Hôm nay, chị Hoán bận cặp đồ trắng thật đẹp. Cái quần trắng bằng lụa mỏng dính, ôm sát cặp đùi thon và dài. Và chiếc áo voan trắng rất mong manh nữa.

Ngạc buột miệng khen:

- Chị đẹp quá.

Chị cười lúng liếng:

- Già rồi mà đẹp gì em ơi. Nhưng mà đi ra đường phải tươi mát một chút cho đời lên hương, em à.

- Chị mà già gì, nhỏ hơn em cả 5 tuổi, nếu bình thường chị phải gọi em là anh.

Chị Hoán cười nheo mắt:

- Thì gọi Ngạc là anh cũng được chứ sao! Chị nhỏ tuổi hơn mà.

- Nhưng em vẫn muốn kêu chị bằng chị. Để có một cái gì đó kích thích.

- Kích thích là sao?

- Thì kích thích tâm hồn. Là chị chị em em. Mình cứ nghĩ là có một khoảng cách khó vượt qua, hay không nên vượt qua, nên điều đó là kích thích.

Chị Hoán cười.

- Em gọi sao cũng được.

Ngạc rủ rê:

- Mình đi Mall chơi nghe chị. Tự nhiên em muốn đi sóng đôi với chị trong Mall như đôi tình nhân.

Chị Hoán đỏ mặt lên:

- Cái em này.

Nhưng chị Hoán cũng vui vẻ dang tay cho Ngạc cầm, cùng sóng bước.

Cặp đôi vào một cái Mall Mỹ. Khu nay rộng, nhiều cửa hàng sang trọng, đèn đuốc sáng trưng. Hai người đi dung dăng dung dẻ, khiến người ngoài nhìn vào, ai cũng tưởng đây là cặp vợ chồng hạnh phúc nhất, hay là cặp tình nhân đang yêu.

Ngạc nghĩ mình cần ít nói. Anh không nói lời nào, chỉ nắm tay chị Hoán đi trong ánh sáng đèn huyền hoặc.

Khi trở về, chở chị tới đầu đường, Ngạc nói:

- Chị Hoán về nhe. Hôm nay coi như một ngày rất đẹp, em sẽ nhớ mãi. Chúc chị ngủ ngon.

Chị Hoán đúng là bóng hình của người con gái trong đầu óc non nớt của Ngạc, một chàng học sinh 17 tuổi bước vào đời. Thuở ấy, Ngạc mơ mộng đến một cô nữ sinh đi guốc mộc, bận áo dài trắng, quần trắng, ôm lấy tấm thân mảnh mai. Sao anh thích thế nhỉ? Đó có thể là anh đã vẽ trong anh, hình bóng nàng con gái trong những bức tranh tố nữ ngày xưa. Người thiếu nữ đó có vóc dáng rất mỏng.

Điều đó đã ám ảnh anh hơn ba mươi năm. Có thể là cuộc đời anh chưa gặp một cô gái nào như thế. Những người con gái anh đã gặp, đã qua, cô thì có khuôn mặt đẹp, cô thì mái tóc dài, cô thì có ngấn cổ cao... Cũng có cô, có cặp chân dài, nhưng thân hình thì hơi mập... Có thể những mơ ước của anh quá đáng chăng... Khi anh gặp Phu và sau khi mối tình tan vỡ, Phu đã để lại trong anh một khoảng trống dày. Bây giờ anh có May, nhưng May chỉ là một hình bóng, ăn, uống, cười, nói, bên cạnh anh. Nàng không có dáng mỏng mà anh mơ ước, từ thuở thiếu thời.

Trong lòng Ngạc khi đưa chị Hoán về, anh đã nghĩ ngay. Vĩnh biệt chị Hoán! Đây là lần đầu cũng là lần cuối, em đi với chị, để em được lại một cảm giác thuở vừa mới lớn lên, muốn người yêu mình có một vóc dáng mỏng. Em đã tìm hủy, tìm hoài mà không ra. Hình như, suốt trên năm mươi năm đời sống, bây giờ em mới bắt gặp được. Là chị đó, chị Hoán ơi!

Em như là tìm một món ăn ngon, mình đã nghĩ, đã tưởng tượng, thuở mình còn mẹ. Mẹ đã nấu món ăn đó, mình ăn thấy ngon quá. Bây giờ mẹ mất đi, đã mấy mươi năm rồi. Bây giờ bắt gặp ở một nơi nào đó, có món ăn đó. Mình háo hức nhấm thử. Ngon. Rất ngon. Nhưng thời đó đã đi qua rồi.

Bây giờ em gặp chị, nhưng chị đã có chủ, em đã có chủ, chúng mình không nên bước sâu thêm vào. Món ăn nào ngon cũng nên để trong tiềm thức, rồi nhớ nhung, chút thôi. Tình yêu cũng vậy, cầm tay chị đi trong Mall, như đôi tình nhân, là em đã nhấm nháp hương vị tình yêu của một thời... Đó là em mãn nguyện lắm rồi.

Cảm ơn chị, mình đừng dấn thêm bước nào nữa.

Ngạc lẩm nhẩm một mình trong lúc lái xe về nhà.

*

Buổi tối, nằm bên cạnh May, May vừa gội đầu về, tóc nàng rất thơm.

Ngạc ôm May trong vòng tay, nói. Em thơm quá. May nhỏ nhẹ. Em mới gội đầu về mà anh! Hồi nhỏ, má thường hay ra vườn hái lá chanh, lá sả nấu nước gội cho em. Em thấy hương thơm đó hơn dầu gội bây giờ. Bây giờ xã hội tân tiến, cái gì cũng làm mình chạy theo đến hụt hơi.

Ngạc siết nhẹ May. Anh nghĩ thầm. Em rất hồn nhiên. Tâm hồn em vẫn là tâm hồn đồng nội. Ai cũng giữ trong mình một niềm nhung nhớ về dĩ vãng, về những ngày ấu thơ. Anh cũng vậy, cố níu lấy mơ ước tuổi thơ, nên đi tìm hoài. Thôi, bây giờ có lẽ tốt hơn là hãy cất nỗi nhớ vào ngăn kéo.

Ngạc sờ khắp thân hình May. Nàng cũng có thân hình thon gọn, mỏng manh, nhưng chắc là không bằng chị Hoán. Tự nhiên lóe lên đầu anh, hãy nghĩ đây là thân hình chị Hoán, đôi chân dài, trắng mịn, và thon. Cái vòng eo nhỏ, ôm sát người. Chị Hoán bận cái áo pull ôm thân hình quá đẹp.

Ngạc nói. May, cho anh "yêu" em. Thì em đây nè. Bao nhiêu lần hôn em, bao nhiêu lần anh đã thấy tất cả "của em" rồi mà.

Hoán nhắm mắt lại, hôn thật sâu lên khắp đôi chân thuôn dài, từ eo lên đến vòng ngực, rồi anh trườn lên người May. Đầu óc anh mê muội. Anh gọi nhỏ, rất nhỏ, chỉ mình anh nghe.

Hoán! Hoán ơi!

Trần Yên Hòa

Liên lạc Tác giả: Trần Yên Hòa
tran_hao47@yahoo.com

Người Xưa Không Cho Như Thế Là "Đạo Văn"

THIẾU KHANH

Mới đây có người đưa lên Facebook bài thơ *Xuân Nhật Yết Chiêu Lăng* của Vua Trần Nhân Tông và cho rằng nhà vua đạo văn, vì trong bài thơ bốn câu của nhà vua có hai câu cuối giống hai câu thơ trong bài *Hành Cung* của Nguyên Chẩn, một nhà thơ thời vãn Đường của Trung quốc.

Bài thơ XUÂN NHẬT YẾT CHIÊU LĂNG

Tì hổ thiên môn túc
Y quan thất phẩm thông
Bạch đầu quân sĩ tại
Vãng vãng thuyết Nguyên Phong.

NGÀY XUÂN THĂM CHIÊU LĂNG

Nghìn cửa đầy tráng sĩ
Áo mũ thảy tinh ròng
Người lính già đầu bạc
Kể mãi chuyện Nguyên Phong

HÀNH CUNG

Liêu lạc cố hành cung
Cung hoa tịch mịch hồng
Bạch đầu cung nữ tại
Nhàn tọa thuyết Huyền Tông.

(Nguyên Chẩn)

Bài dịch:

HÀNH CUNG

Hoa nở trong quạnh quẽ
Lặng lẽ cố hành cung
Cung nữ già đầu bạc
Ngồi rỗi nhắc Huyền Tông

Người này kết luận rằng: "Nghe nói ngày ấy cũng có nhà nho biết nhưng không dám nói vì sợ vua mất lòng. Không như bi giờ trên sóng người ta nói văng mạng."(sic)

Thực ra, trong thơ văn cổ của ta chuyện tương tự như thế này là không hiếm và ngày xưa không ai cho như thế là đạo văn.

Ví dụ trong bài ca trù Chí Làm Trai của Nguyễn Công Trứ :

Vòng trời đất dọc ngang ngang dọc
Nợ tang bồng vay trả, trả vay
Chí làm trai nam bắc đông tây,
Cho phỉ sức vẫy vùng trong bốn bể
Nhân sinh tự cổ thùy vô tử,
Lưu thủ đan tâm chiếu hãn thanh
Đã chắc rằng ai nhục ai vinh
Mấy kẻ biết anh hùng khi vị ngộ
Cũng có lúc mây dồn sóng vỗ,
Quyết ra tay lèo lái với cuồng phong
Chí những toan xẻ núi lấp sông
Làm nên đấng anh hùng đâu đấy tỏ
Đường mây rộng thênh thênh cử bộ,
Nợ tang bồng trang trắng vỗ tay reo,
Thảnh thơi thơ túi, rượu bầu.

(Nguyễn Công Trứ)

Hai câu chữ Hán

Nhân sinh tự cổ thùy vô tử,
Lưu thủ đan tâm chiếu hãn thanh

(Người đời xưa nay có ai không chết đâu
Chỉ muốn lưu lại tấm lòng son trong sử xanh thôi)

là hai câu cuối trong bài thơ "Quá Linh Đinh dương" (Qua biển Linh Đinh) của Văn Thiên Tường, một nhà thơ nổi tiếng, vừa là thừa tướng của nhà Nam Tống bên Tàu.

Bài thơ Chí Làm Trai của cụ Nguyễn Công Trứ vốn rất được các nhà nho ưa thích, và ai cũng biết hai câu thơ của Văn Thiên Tường, nhưng không ai nói Nguyễn Công Trứ đạo thơ cả. Ngày xưa vốn không hề có khái niệm đạo văn; trái lại, những sự kiện như thế rất được tán thưởng vì được coi là biểu hiện của tài năng mà chỉ những người có học hành giỏi giang mới làm được. Trong nền văn học cổ của ta và của Tàu, và có lẽ kể cả với những dân tộc chịu ảnh hưởng văn hóa và học thuật Trung Quốc, những chuyện tương tự diễn ra rất bình thường và phổ biến.

Với nền nho học ngày xưa, người đi học phải thuộc hết kinh sách của "thánh hiền". Ngoài Tứ Thư và Ngũ Kinh họ phải thông thạo các sách của bách gia chư tử, tức là các vị triết gia khác ngoài Khổng Tử. Nhiều người còn đọc thêm "ngoại thư" tức những sách truyện "ngoài luồng" như Sử Ký, Đường Thi, Chiến Quốc sách, Tam Quốc Chí, Lã Thị Xuân thu, Tả Thị Xuân Thu (hay Tả Truyện), Tình Sử, Liêu Trai, vân vân. Đọc càng nhiều thì sự hiểu biết càng uyên bác. Nhưng không chỉ đọc hiểu không thôi mà người ta còn phải thuộc lòng cả cuốn sách, nhiều cuốn sách. Những người có học hành giỏi giang thuộc lòng nhiều kinh sách thường biểu lộ sự uyên bác của mình bằng cách trích dẫn lời trong sách, cả thơ văn, trong khi viết lách, thi cử, hoặc chuyện trò đối đáp.

Người có học vấn thời đó, có dùng được chữ trong sách để làm bài thi cử, biện luận hay để thù tiếp nhau mới chứng tỏ sự thông thái và lịch lãm. Để được vậy phải thuộc lòng càng nhiều kinh sách càng tốt. Nhưng thuộc không thôi chưa đủ mà cần có sự mẫn tiệp nữa. Trong đối đáp, sự thuộc lòng nhiều sách giúp người ta nhận ra "đối phương" dùng chữ trong sách, và từ những sách nào, để thách thức mình, và có đủ sự mẫn tiệp để cũng dùng chữ trong sách đáp lại ngay. Hầu như trong mọi trường hợp người ta trích dẫn văn hoặc thơ của các học giả Tàu. Lý do là vì họ học toàn kinh sách của Tàu. Người ta trích dẫn, viết ra, hoặc ứng khẩu nói ra, một cách tự nhiên mà không cần phải chú thích dẫn lời của ai, từ sách nào. Từ sách nào thì những người có học tất phải biết. Nếu dẫn được thơ văn từ sách nào càng ít người biết thì càng tỏ ra kiến văn của mình rộng lớn hơn người, và rất được ngưỡng mộ là người từng đọc thiên kinh vạn quyển, kiến thức uyên bác, "nói có sách", người khác không theo kịp.

Với trường hợp vua Trần Nhân Tông, không những các quan trong triều đình nhà Trần mà tất cả những ai có học trong dân gian, có đọc hoặc thuộc lòng kinh sách thời bấy giờ đều biết Vua Trần Nhân Tông đã sửa hai câu thơ của nhà thơ Tàu Nguyên Chẩn cho phù hợp với thi ý của mình. Và không ai cho đó là "đạo thơ" mà "sợ nói ra làm nhà vua buồn lòng" cả. Trái lại, điều đó chỉ chứng tỏ nhà vua là người có học thức, thông kim bác cổ, rất được người đương thời ngưỡng mộ.

Sự uyên bác của họ khiến họ luôn luôn "nói có sách", tức là nói bằng lời của "thánh hiền" trong sách chớ không phải họ "đạo văn" như quan niệm của chúng ta bây giờ. Ngay cả để mắng một ai đó, người ta cũng dùng chữ trong sách cho được sang trọng và kín đáo. Có giai thoại về một kép hát chuyên diễn các vai hề trên sân khấu. Về già ông ta có rất nhiều con cháu. Khi ông ta làm tiệc mừng thọ, có người tặng một bức liễn mừng có bốn chữ: "*Tử tôn thằng thằng*". Người tặng nói cho ông biết đó là chữ trong Kinh Thi có ý mừng con đàn cháu đống. Theo quan niệm ngày trước con cháu nhiều là nhà có phúc. (Cho nên ngày Tết người ta thường chúc nhau: "Đầu năm sinh con trai, cuối năm sinh con gái!"). Ông ta rất mừng treo bức liễn lên giữa nhà. Nhưng câu chữ đó trong Kinh Thi có thêm một từ "hề" ở cuối. "*Tử tôn thằng thằng hề*". "*Hề*" chỉ là một hư tự để nhấn mạnh ý câu, chớ tự nó không có nghĩa. Thời đó người ta còn nặng quan niệm "xướng ca vô loài", người tặng bức liễn ngầm ý biếm nhẽ: lũ con đàn cháu đống của một thằng hề!

Cụ Tam Nguyên Yên Đổ Nguyễn Khuyến từng có đôi câu đối "dùng chữ sách" rất được tán thưởng:

Người nước Nam, hỏi tiếng Tây chẳng biết tiếng Tây, hỏi tiếng Tàu chẳng biết tiếng Tàu, cho nên phải "minh tiên vương chi đạo dĩ đạo".

Nhà hướng Bắc, người chưa rét thì mình đã rét, người chưa bức thì mình đã bức, mới gọi là "tiên thiên hạ chi ưu nhi ưu".

Câu *"minh tiên vương chi đạo dĩ đạo"* (coi việc làm sáng tỏ cái đạo của tiên vương là phận sự của mình) là câu trong sách *Trung Dung* của Khổng tử. Câu *"tiên thiên hạ chi ưu nhi ưu"* (Lo trước nỗi lo của thiên hạ) là trong bài *Nhạc Dương Lâu Ký* của Phạm Trọng Yêm, đời Bắc Tống. Đôi câu đối được đánh giá rất cao, đã biểu lộ sự uyên thâm của tác giả.

Trong nhiều giai thoại về trạng nguyên Mạc Đĩnh Chi đi sứ bên Tàu đối đáp với người Tàu có chuyện kể một hôm ông cưỡi lừa đi trên đường phố Bắc Kinh đông đúc, tình cờ va phải một viên quan Tàu cưỡi ngựa. Viên quan Tàu nhìn biết Mạc Đĩnh Chi là sứ thần của Đại Việt, y vọt miệng hỏi:

"*Xúc ngã kỵ mã, Đông di chi nhân dã? Tây di chi nhân dã*?" (Chạm vào người ta đang cưỡi ngựa kia là tên rợ phía đông hay rợ phía Tây vậy?).

Mạc Đĩnh Chi ứng khẩu đáp ngay: "*Áp dư thừa lư, Nam phương chi cường dư? Bắc phương chi cường dư*?" (Kẻ chèn ép ta đang cưỡi lừa hãy xem Nam phương mạnh hay Bắc phương mạnh?).

Thấy đối phương dùng chữ "*Đông di chi nhân dã? Tây di chi nhân dã*" trong sách Mạnh Tử, Mạc Đĩnh Chi dùng chữ trong sách Trung Dung "*Nam phương chi cường dư? Bắc phương chi cường dư*?" để đối lại khiến viên quan Tàu phải nể phục.

Một lần khác, tại triều đình nhà Minh, một viên quan Tàu ra một câu đối chê tiếng Việt như tiếng chim hót: *"Quích thiệt chi đầu đàm Lỗ luận: Tri chi vi tri chi, bất tri vi bất tri, thị tri.*" (Miệng lưỡi chim trích trên đầu cành bàn sách nước Lỗ: Biết thì nói biết, không biết thì nói không biết, như thế là biết.)

Đối phương dùng chữ trong sách *Luận Ngữ* (Khổng Tử, tác giả sách Luận Ngữ là người nước Lỗ) với các âm *tri chi... tri chi...* để ngụ ý chế giễu tiếng Việt líu lo như tiếng chim, ông Mạc Đĩnh Chi ứng khẩu đáp lại ngay bằng chữ trong sách *Mạnh Tử*:

"*Oa âm trì thượng độc Chu thư: lạc dữ thiểu nhạc lạc, lạc dữ chúng nhạc lạc, thục lạc*?" (Tiếng ếch nhái trên ao đọc sách nhà Chu: Vui nhạc với ít người, vui nhạc với nhiều người, đằng nào vui hơn?") *Chu thư* là sách của người thời nhà Chu, tức sách *Mạnh Tử*. Vị trạng nguyên họ Mạc đã dùng các âm "*nhạc lạc nhạc lạc*" để chê tiếng Tàu ồm ộp như tiếng ếch nhái.

Trong các trường hợp đó, nếu ông Mạc Đĩnh Chi không thuộc nhiều sử sách để kịp nhận ra đối phương dùng chữ trong sách nào tấn công mình, và không có đủ sự mẫn tiệp dùng chữ trong sách để phản công lại thì ắt ông đã thua kém đối phương, và tất bị đối phương coi thường rất nhục nhã. Đi sứ đến nước nào mà bị người nước đó coi thường, không chỉ nhục cá nhân mình mà còn làm nhục cả quốc thể. Chính sự uyên bác và mẫn tiệp của ông đã chinh phục tình cảm ngưỡng mộ của từ vua đến quan trong triều đình nhà Minh lúc bấy giờ, và ông được hoàng đế "thiên triều" tặng danh hiệu "Lưỡng quốc Trạng nguyên".

Đó không phải là đạo văn. Đó là tài hoa, và tài hoa rất lớn, cùng với sự thông minh mẫn tiệp.

Mạc Đĩnh Chi (1272 - 1346) là người triều Trần, thế kỷ XIII – XIV, nhưng tập quán "nói có sách" trong giới nho học Việt Nam có lẽ đã bắt đầu từ khi người Tàu áp đặt sự đô hộ và nền giáo dục của chúng lên người Việt từ sau khi tướng Lộ Bác Đức của nhà Hán chiếm được nước Nam Việt của họ Triệu từ cuối thế kỷ II trước Công nguyên. Nhưng sự kiện "nói chữ sách" đầu tiên được ghi nhận vào thế kỷ X.

Sách Đại Việt Sử Ký Toàn Thư chép: Sau khi Lê Hoàn (Lê Đại Hành) lên ngôi, nhà Tống bên Tàu sai Lý Giác đi sứ sang Đại Cồ Việt. Lý Giác vốn là người văn học uyên bác, lại thích thơ. Vua Lê cử các đại sư Ngô Chân Lưu và Pháp sư Đỗ Thuận (cũng thường gọi là Sư Pháp Thuận) đi đón sứ giả. Sư Pháp Thuận hóa trang làm người chèo thuyền. Khi thuyền đang đi trên sông, nhân thấy hai con ngỗng bơi dưới nước, sứ giả Lý Giác ứng tiếng ngâm hai câu thơ:

Nga nga lưỡng nga nga
Ngưỡng diện hướng thiên nha

(Ngỗng ngỗng hai con ngỗng
Ngửa mặt nhìn chân trời)

Sư Pháp Thuận lúc bấy giờ trong vai giả danh người chèo thuyền, bèn ứng khẩu đọc nối:

Bạch mao phô lục thủy
Hồng trạo bãi thanh ba

(Nước lục phô lông trắng
Chèo hồng sóng xanh bơi)

Lý Giác kinh ngạc và hết sức kính phục.

Sử chỉ chép có vậy mà không nói tại sao chỉ qua hai câu thơ "ứng khẩu" đó chẳng có gì ghê gớm mà Lý Giác, một học giả uyên bác của Tàu, phải kinh ngạc và kính phục người chèo thuyền xứ Đại Cồ Việt.

Về sau những người chép lại giai thoại này tự ý lý giải rằng Lý Giác kinh ngạc thấy một người dân quê Đại Cồ Việt mà cũng biết làm thơ nên kính phục.

Thật ra, hai câu thơ của sư Pháp Thuận có tính kỹ thuật, phô diễn một bức tranh với những màu sắc tự nhiên: trắng (bạch mao), xanh lục (lục thủy), hồng (hồng trạo – cái bơi chèo màu hồng, tức chân con ngỗng), và màu sóng nước xanh (thanh ba); ngoài ra đó chỉ là hai câu thơ bình thường tả cảnh linh động hai con ngỗng đang bơi, chẳng có ý nghĩa gì cao xa cả.

Sự thật là như vầy: Bốn câu thơ đó vốn không phải do hai người là tác giả ứng khẩu, mà cả hai đều đọc lại một bài thơ của một nhà thơ nổi tiếng đời Đường của Tàu mà họ thuộc lòng. Nhà thơ Tàu tác giả bài thơ đó là Lạc Tân Vương. (Ai có đọc sử Tàu cũng biết Lạc Tân Vương là người giúp Từ Kính Nghiệp thảo hịch chống Võ Hậu – về sau là Võ Tắc Thiên.)

Ngày xưa, nhất là vào thời xảy ra giai thoại trên đây cách đây hơn một ngàn năm (Vua Lê Đại Hành: 942 – 1005), sự học là hết sức khó khăn và hạn chế; hầu như đó là một đặc quyền của giai cấp thượng lưu và quan lại trong nước – cả ở ta và ở Tàu. Và chỉ họ mới có điều kiện tiếp cận được nền văn học và chữ viết (của Tàu). Nhưng ngay cả với họ, việc đọc được tác phẩm văn học không phải là dễ, vì số người đi học vốn đã hết sức ít ỏi mà sách vở rất hiếm. Do kỹ thuật in ấn thô sơ bằng cách khắc chữ trên bản gỗ, số lượng tác phẩm in không nhiều, thường là chỉ từ vài mươi cuốn đến không quá trăm cuốn. Hoàn toàn không có việc kinh doanh sách vở. Việc phổ biến văn học qua biên giới càng không có. Người ta phải chuyền tay nhau chép tay để có mà đọc.

Trong điều kiện như thế, một anh dân quê chèo thuyền xứ Đại Cồ Việt, thường bị người Tàu coi là chưa khai hóa, có thể lâm thời ứng khẩu đọc nối ngay được bài thơ của sứ giả, chứng tỏ sức học của anh ta là hết sức uyên bác: anh ta không chỉ từng đọc mà còn thuộc cả tác phẩm của một thi sĩ Trung Hoa xa xôi cách trở. Như vậy kiến thức của một anh dân quê Đại Cồ Việt ngang ngửa chớ không thua kém Lý Giác, một người nổi tiếng đương thời về văn học của nước lớn Trung Hoa. Sự kiện đó khiến Lý Giác nhận thấy sự học của người dân Việt phổ biến rộng rãi đến chừng nào, dân trí họ cao và bắt kịp cả trình độ của các danh sĩ Trung Quốc. Sự kinh ngạc và kính phục của sứ thần Lý Giác là do vậy.

Sử gia Ngô Sĩ Liên ghi lại sự kiện đó, mà không nói Lý Giác và sư Pháp Thuận đạo văn. Không phải ông không biết bài thơ là của Lạc Tân Vương. Những người tài hoa học cao, đọc rộng thời đó có lẽ ai cũng biết tác giả bài thơ nên không cần nói nhiều. Và người ta cho hai người như thế là thông minh mẫn tiệp, đọc và thuộc hết sách trong thiên hạ, chớ không phải đạo văn.

Đọc *Bình Ngô Đại Cáo* của Nguyễn Trãi, có câu:

Quyết Đông Hải chi thủy bất túc dĩ trạc kỳ ô,
Khánh Nam Sơn chi trúc bất túc dĩ thư kỳ ác.

Ngô Tất Tố dịch:

Độc ác thay, trúc Nam Sơn không ghi hết tội,
Dơ bẩn thay, nước Đông Hải không rửa sạch mùi.

Đó là Nguyễn Trãi phỏng theo hai câu trong bài hịch của Lý Mật đời Đường chống Tùy Dạng Đế:

Quyết đông hải chi ba lưu ác bất tận
Khánh nam sơn chi trúc thư tội vô cùng.

(Khơi sóng biển Đông rửa không hết ác
Chẻ trúc Nam sơn ghi không hết tội)

Các nhà nho tất biết rõ chuyện này và chắc chắn là họ phải… rung đùi thích thú lắm.

Trong Truyện Kiều cũng có nhiều câu thơ của các thi sĩ đời Đường bên Trung quốc được thi hào Nguyễn Du dịch ra thơ lục bát rất tài tình.

Chẳng hạn các câu:

Thuyền tình vừa ghé đến nơi
Thì đà trâm gẫy bình rơi bao giờ (Câu 69 - 70)

được dịch từ hai câu thơ trong Đường thi:

Nhất phiến tình chu sơ đáo ngạn
Bình trầm hoa chiết dĩ đa thời .

Hai câu:

Sống làm vợ khắp người ta,
Hại thay thác xuống làm ma không chồng. (Câu 87 – 88)

là được dịch thoát từ hai câu thơ cổ của Tàu:

Sinh vi vạn nhân thê,
Tử vi vô phu quỷ.

Câu "*Một nền Đồng tước khóa xuân hai Kiều* (Câu 156) là được dịch từ câu "*Đồng tước xuân thâm tỏa nhị Kiều*" trong bài thơ *Xích Bích Hoài Cổ* của Đỗ Mục, một trong những nhà thơ lớn đời Đường.

"Màu hoa lê hãy đầm đìa hạt mưa" (Câu 226) là được dịch từ hai câu này trong *Trường Hận Ca* của Bạch Cư Dị tả Dương Quý Phi đang khóc:

Ngọc dung tịch mịch lệ lan can
Lê hoa nhất chi xuân đái vũ.

Câu "*Một mình nương ngọn đèn khuya*" (602) là từ câu "*Cô ảnh bạn tàn đăng*" trong Khuê Oán"

"Nay hoàng hôn đã lại mai hôn hoàng" (câu 1274) là từ câu "*Phạ hoàng hôn đáo, hựu hoàng hôn*" của Tống thi.

"*Con tằm đến thác vẫn còn vương tơ*" (câu 1651) là dịch từ câu "*Xuân tàm đáo tử ty phương tận*" trong bài thơ "*Vô đề*" của Lý Thương Ẩn thời vãn Đường,

"Tiếng gà điếm nguyệt, dấu giày cầu sương" (câu 2030) là từ hai câu này trong bài *Thương Sơn Tảo Hành* của Ôn Đình Quân thời vãn Đường:

Kê thanh mao điếm nguyệt
Nhân tích bản kiều sương.

Câu "*Gươm đàn nửa gánh, non sông một chèo"* (câu 2174) là lấy ý từ hai câu thơ của Hoàng Sào:

Bán kiên cung kiếm bằng thiên túng
Nhất trạo giang sơn tận địa duy

Hay:

Trước sau nào thấy bóng người

Hoa đào năm ngoái còn cười gió đông (câu 2747 – 2748) là từ hai câu trong bài thơ *Đề Tích Sở Kiến Xứ* của thi sĩ Thôi Hộ đời Đường:

Nhân diện bất tri hà xứ khứ
Đào hoa y cựu tiếu đông phong.

Hoặc các câu tả tiếng đàn trong truyện Kiều:

Khúc đâu đầm ấm dương hòa!
Ấy là hồ điệp hay là Trang sinh?
Khúc đâu êm ái xuân tình!
Ấy hồn Thục đế hay mình đỗ quyên?
Trong sao châu dỏ duềnh quyên!

Ấm sao hạt ngọc Lam Điền mới đông! (câu 3199-3204), là được dịch từ những câu thơ trong bài *Cẩm sắt* – lại cũng của Lý Thương Ẩn:

Trang sinh hiểu mộng mê hồ điệp,
Thục đế xuân tâm thác đỗ quyên.
Thương hải nguyệt minh châu hữu lệ,
Lam điền ngọc noãn nhật sinh yên.

Trong Truyện Kiều những câu thơ được dịch hoặc lấy ý từ thơ văn cổ của Tàu như thế là nhiều lắm, nhưng không ai nghĩ đó là đạo văn.

Nguyên tác Truyện Kiều được viết bằng chữ Nôm. Những người thời trước đọc được chữ Nôm là đã rất giỏi chữ Hán; đó là các nhà nho thông thạo kinh sử, biết rõ những câu thơ được Nguyễn Du dịch trong Truyện Kiều là phát xuất từ đâu, và người ta chỉ thấy rõ sự uyên bác của Nguyễn Du, và càng ngưỡng mộ tài năng của tác giả *Đoạn Trường Tân Thanh* thôi.

Đến lượt mình, Truyện Kiều cũng được những người đọc tài hoa trích ra từng câu một ghép lại thành một bài thơ tả một chủ đề mới, gọi là "*Lẫy Kiều*" hay "*Tập Kiều*." Tức là lấy một câu *sáu* ở nơi này ghép với một câu *tám* cùng vần ở nơi khác trong Truyện Kiều thành một bài thơ để mô tả những điều mà vào thời của Nguyễn Du không có. Sách *Chơi Chữ* của cụ Lãng Nhân từng ghi lại những bài "Lẫy Kiều" thật đặc sắc. Chẳng hạn để tả

CÂY ĐÈN CẦY:

Rõ ràng trong ngọc trắng ngà
Sầu tuôn đứt nối, châu sa vắn dài
Một mình âm ỉ canh chầy
Đoạn trường cho hết kiếp này mới thôi.

Hoặc:

XE ĐÁM MA

Sắm sanh nếp tử xe châu
Song song ngựa trước ngựa sau một đoàn
Phất cờ gióng trống lên đàng
Họa là người dưới suối vàng biết cho.

Thậm chí người ta có thể "lẫy Kiều" để tả một cái… trung tiện:

Trông ra nào thấy đâu nào
Hương thừa dường vẫn ra vào đâu đây!

Không chỉ "lẫy" những bài thơ ngắn ngắn như thế, nhiều người đã "lẫy" những bài thơ dài với nhiều đề tài thú vị. Ngoài ghép câu như trên, người ta còn có một cách lẫy Kiều độc đáo khác: Lấy hai câu *tám* trong Truyện Kiều, mỗi câu ngắt đi một chữ cuối để làm thành đôi câu đối rất phù hợp với hoàn cảnh hay sự việc: Ví dụ:

Câu đối dán cửa vườn hoa:

Dường gần rừng tía dường xa bụi

Khi xem hoa nở, khi chờ trăng…

Một người có hai vợ cùng ở chung nhà. Vì có mặt vợ lớn, ông ta gần gũi với người vợ bé không được thoải mái lắm. Thấy vậy, một nhà nho lẫy Kiều đôi câu đối cho ông ta dán cửa phòng vợ bé:

Khi vào dùng dắng khi ra vội

Nỗi đêm khép mở nỗi ngày riêng

Sách *Chơi Chữ* của cụ Lãng Nhân kể chuyện có hai bố con cùng âm thầm dan díu với một phụ nữ. Về sau khi hai bố con tình cờ chạm mặt nhau và sự việc đổ bể, để chữa thẹn, cả hai bố con cùng mắng người tình bằng một câu đối lẫy Kiều:

Bố mắng: *Chẳng hổ mình sao? Dám đem trần cấu dự vào bố.*

Người con cũng mắng: *Tuồng gì hoa thải, mượn màu son phấn đánh lừa con*!

Chắc là chuyện đặt điều của một nhà nho nào đó, nhưng câu đối lẫy Kiều khá phù hợp với tình huống. Họ làm như thế mà không cần chú dẫn hay khai báo gì cả nhưng ai cũng biết họ lấy từ Kiều; tuy vậy, người ta chỉ khen họ giỏi mà không ai nói họ đạo văn.

"Lẫy" những câu Kiều để làm thành "tác phẩm" của mình cũng gọi là *Tập Kiều*. Tương tự, "lẫy" những câu thơ cổ trong các sách cổ ghép lại thành bài thơ riêng của mình, gọi là "*Tập cổ*." Nhiều nhà nho Việt Nam ngày trước rất thích "lẫy" thơ cổ và đánh giá cao nghệ thuật "tập cổ" này, nhưng có lẽ người thành công rực rỡ nhất là cụ Phan Mạnh Danh (1866-1942) với tập *Bút Hoa*, (nhà Trí Đức Thư Xã Hà Nội xuất bản lần thứ nhất, 1942).

Bút Hoa là một thi phẩm vừa "tập cổ" vừa "tập Kiều" cực kỳ công phu. Tác giả đã để ra đến 45 năm "*cóp nhặt đến hơn ngàn câu thơ thanh tao diễm lệ trong thơ cổ chữ Hán, đối chiếu với hơn ngàn câu bóng bẩy chải chuốt trong truyện Kiều của ta, ghép vần ghép điệu, lựa ý lựa lời, nôm với chữ, chữ với nôm, phảng phất xa gần, tựa hồ dịch mà không phải dịch, rất có công phu, thật cũng tài tình…*" (Lời *Tựa* của Phạm Quỳnh, Thượng thư Bộ Giáo Dục).

Tác giả giải thích cách làm của mình: "*Theo lối này thì lẫy trong các sách Tàu ra mỗi chỗ một câu thơ, rồi ghép lại thành một bài thơ tứ tuyệt đủ niêm luật; bài thơ chữ [Hán] ấy đọc vần xuống bốn câu Kiều liền, mà bốn câu Kiều liền này hình như dịch nghĩa những câu chữ [Hán] ấy ra.*"

Ví dụ, với bài thơ đầu tiên trong tập *Bút Hoa*, bốn câu thơ chữ Hán ở trên "lẫy" từ bốn sách Tàu (chữ trong ngoặc đơn sau mỗi câu thơ là tên sách), vần với bốn câu Kiều tiếp liền nhau phía dưới; có vẻ như bốn câu Kiều dịch ý bốn câu thơ chữ Hán bên trên. Hết sức tài tình.

Lưu thủ dư tình bổ Hóa công (Liêu trai)
Hồng nhan lưu lạc hận nan cùng (Bách mỹ)
Sinh tiền cá cá thuyết ân ái (Kim cổ kỳ quan)
Mạnh lý vô thời tổng thị không (Thăng bình truyện)

Phũ phàng chi mấy Hóa công
Ngày xanh mòn mỏi má hồng phôi pha
Sống làm vợ khắp người ta
Hại thay thác xuống làm ma không chồng.

(Kiều)

Bài kế tiếp:

Quế luân tà chiếu phấn lâu không (Tình sử)
Thủy tế, hoa gian ảnh đạm nùng (Trụ xuân viên)
Trù trướng đông lân thiên thụ tuyết (Thi lâm)
Hải đường khai tận nhất đình hồng (Đường thi)

Gương Nga chênh chếch dòm song
Vàng gieo ngấn nước cây lồng bóng sân
Hải đường lả ngọn đông lân
Hạt sương gieo nặng cành xuân la đà

(Kiều)

Tác phẩm "tập cổ" *Bút Hoa* từng được dâng lên Hoàng đế Bảo Đại "ngự lãm," và được Hoàng đế khen ngợi, "chuẩn thưởng Huy chương Tam hạng Kim Khánh."

Lẫy thơ của thiên hạ kim cổ mỗi nơi một câu ghép lại thành thơ của mình, hợp vần điệu và niêm luật, nhất quán về ý nghĩa, phải là tài năng văn chương lỗi lạc mới làm được như thế, không những được mọi người khen ngợi mà còn được vua chúa ban thưởng!

Người xưa coi đó là tài hoa – phải cực kỳ tài hoa mới làm được, chớ không phải đạo văn.

Thiếu Khanh

C’era una volta un libro

ELENA PUCILLO TRUONG

Đời Sách

TRƯƠNG VĂN DÂN (chuyển ngữ)

Ngày xửa ngày xưa… xưa lắm… có một quyển sách. À… mà chính tôi là quyển sách ấy và đây là câu chuyện đời tôi.

Có ai đó đã viết rằng đọc một quyển sách như sống cả ngàn cuộc đời, còn tôi thì nhờ được chuyền tay qua nhiều độc giả nên trong lòng cũng lưu giữ được bao nhiêu ký ức về họ.

Tất cả câu chuyện được bắt đầu từ ngày xa xưa ấy, khi sách vừa được in, trang giấy còn thơm mùi mực và gáy sách vừa mới kịp khô là người ta đã bỏ tôi vào thùng giấy bên những ấn bản khác. Chúng tôi tất cả đều giống nhau, 10 quyển sắp xuôi, 10 quyển sắp ngược để được nén chặt trong thùng carton. Tuy hình dạng như nhau mà định mệnh chúng tôi mỗi người mỗi khác.

Thế rồi có những người lấy chúng tôi từ thùng carton và sắp thành từng hàng như toán quân trên kệ của các nhà sách. Nhưng tôi không nằm ở đó lâu, có lẽ nhờ nội dung hấp dẫn qua những hàng chữ mà tác giả đã xăm lên trang giấy.

Trên kệ ở một cửa hàng lớn, người ta lồng tôi vào một chiếc bao nhựa, nhưng tôi không phải nằm lâu trong đó vì chỉ một ngày sau là đã có hai bàn tay háo hức kéo tôi ra khi chân anh chưa bước hẳn ra khỏi tiệm. Hai bàn tay trẻ, nhanh nhẹn, hồi hộp lật nhanh các trang sách. Thỉnh thoảng một bàn tay dừng lại để vuốt mái tóc đang rơi phủ xuống trán và ngước nhìn lên bầu trời. Anh chính là độc giả đầu tiên của tôi, có lẽ là một sinh viên trẻ vì tôi nhớ là đã cùng anh đến trường đại học bằng xe bus. Anh thường bỏ tôi vào chiếc ba lô để mang theo và lấy ra đọc trong những lúc an nhàn. Cũng có khi anh chở tôi trên chiếc xe đạp để về những vùng quê. Anh dành rất nhiều giờ để đọc và khi nào mệt anh úp tôi lên mặt để che nắng rồi thiếp ngủ.

Rồi một ngày người bạn trẻ này viết vài hàng lên trang đầu và để tôi lại ở một quán cà phê. Trên chiếc kệ đó có những quyển sách khác đang nằm chờ phủ bụi.

Cũng có thể là tôi sẽ nằm yên ở đấy mặc tình cho nhện giăng một thời gian nếu không có đôi bàn tay dịu dàng của một cô gái. Tôi yêu cô ấy ngay từ phút đầu gặp gỡ, không phải chỉ vì cô đã cứu tôi thoát khỏi định mệnh bị lãng quên mà vì cô là một người đặc biệt: luôn mỉm cười, hai bàn tay nâng tôi lên thật nhẹ nhàng, cử chỉ thân thương và không bao giờ vội vã. Với cây bút chì trên tay có khi cô làm tôi nhột vì những gạch dưới hay ghi chú bên lề. Tôi có cảm giác là tôi và cô đang trao đổi: Tôi mang lại cho cô sự thích thú nên khi đọc cô cảm nhận rồi bình luận, để lại trong tôi một phần hồn và những khoảnh khắc của mình. Cô lật sách dịu dàng, và khi nào ngừng đọc cô đặt một thanh đánh dấu bằng giấy có in hình một chú mèo, ở một đầu có cột một dải lụa màu vàng cam.

Thanh đánh dấu bằng giấy vẫn còn nguyên khi cô gái để tôi trên băng ghế của một sân ga và có lẽ nhờ dải vải màu vàng cam nên tôi được một người đàn bà chú ý.

Hai bàn tay bình tĩnh, gần như cẩn trọng, bà lật và đọc những ghi chú của độc giả đầu tiên và những bình luận của cô gái rồi cẩn thận bỏ tôi vào túi áo khoác. Tôi nằm yên trong chiếc áo đó và làm bạn với người đàn bà giữa những lối đi rộng và có mùi thuốc khử trùng.

Có lẽ người đàn bà này là bác sĩ hay một nữ y tá, tôi không chắc, còn bà ấy thì chỉ đọc tôi vào ban đêm và tôi rất thích những giây phút tĩnh lặng, năm khi mười họa mới bị làm phiền bởi tiếng ngáy hay một cơn ho của người bệnh.

Một ngày người đàn bà ấy lấy tôi ra từ túi áo khoác và đặt vào tay một người đàn ông, hai bàn tay của người này hơi run. Và thế là tôi lại bắt đầu cho một cuộc đời khác, chung sống với một ông cụ có hai bàn tay sần sùi và trên cánh tay có nổi những đường gân lớn. Ông cẩn thận và chậm rãi lật tôi từng trang và tôi rất thích điều này, vì điều đó có nghĩa là đề tài và những hình xăm của tôi thường làm ông suy nghĩ. Ông cụ nằm ở bệnh viện một thời gian khá dài rồi sau đó mới về nhà. Tôi còn nhớ là ông cẩn thận đặt tôi trên bộ pyjama nằm trong túi xách, trong đó còn có các lọ thuốc viên, chiếc đồng hồ báo thức, một radio nhỏ, chai nước suối và vài tờ nhật báo.

Bằng những bước chân chậm rãi nhưng còn khá vững ông mang tôi theo về một căn nhà lớn và mỗi ngày đều có một người đàn bà đến chăm sóc. Thế là tôi làm bạn với ông trong những phút cô đơn. Giờ nào tôi cũng ở cùng ông, giữa hai bàn tay khẳng khiu và trong sự yên lặng của căn nhà ông cẩn thận lật từng trang. Thay vì chiếc bàn đêm ở bệnh viện, bây giờ ông đặt tôi trên chiếc bàn con dưới một chân đèn, từ đó tỏa ra một thứ ánh sáng ấm áp soi chiếu chiếc ghế bành đặt trên một tấm thảm đẹp và một tủ sách thật to. Ông vẫn giữ thanh giấy đánh dấu tuy lúc này đã sờn, hình con mèo đã có hai tai bị cong queo.

Thế rồi một ngày kia mọi chuyện thay đổi.

Tôi bị bỏ quên nhiều ngày trên chiếc bàn con để nằm chờ ông cụ. Trong bóng đêm tôi lắng tai cố nghe bước chân chầm chậm của ông, tiếng dép kéo lê trên nền nhà. Nhưng không nghe thấy.

Thỉnh thoảng vào buổi sáng có một ai bước vào căn nhà, vén màn, mở những chiếc cửa sổ để tiếng chim chóc và ánh nắng ấm áp tràn vào. Rồi sau vài giờ những chiếc màn được kéo lại che cửa sổ cũng vừa được khép. Sau đó không có gì. Nhưng sự yên lặng không kéo dài.

Rồi đột nhiên tôi thấy mình bị nhốt trong một chiếc thùng carton cùng với những vật dụng khác. Rồi sau một chuyến đi không thoải mái, bị giằng xóc giữa những thứ linh tinh như bức tượng, các vật lưu niệm… cuối cùng tôi cũng được mang đến và nằm trong tay người bạn già. Ông không còn ở trong căn nhà lớn có phòng khách ấm cúng, một tủ sách to và nhiều ánh sáng.

Ông cụ đặt tôi lên một góc trên chiếc tủ nhỏ ở gần một chiếc giường bằng sắt. Dưới cửa sổ trong căn phòng nhỏ có một chiếc bàn và một chiếc ghế, một cái tủ đứng dựa vào tường và không có gì khác. Chẳng có ai đến thăm ông cụ của tôi. Ông làm bạn với tôi hằng giờ. Và một ngày, hai bàn tay ông buông thõng đánh rơi tôi trên mặt nệm.

Có những bàn tay khác quan tâm đến tôi. Họ gấp tôi lại, bỏ riêng ra, rồi cho vào một thùng carton và kể từ ngày đó tôi vĩnh viễn đánh mất thanh đánh dấu sách có in hình con mèo nhỏ.

Đời tôi sẽ ra sao?

Tôi cảm thấy mình bối rối và thiếu tự tin, mất phương hướng. Tôi gần như không còn hy vọng gì nữa.

May thay! Lại có thêm một biến chuyển mới.

Hai bàn tay mới này mạnh mẽ, nhanh nhẹn, linh động và đầy niềm vui sống. Anh ta cầm tôi lên và giải thoát tôi ra khỏi nhà tù. Xin lặp lại, tôi phải hấp dẫn thế nào nên mới được người đàn ông này mang tôi theo trong những chuyến công tác, phần lớn di chuyển bằng máy bay. Thật tuyệt! Ai mà có thể ngờ? Tôi được theo anh ấy đi khắp mọi nơi, nhìn thấy bao nhiêu miền đất mới dù có một vài trang trên thân thể tôi dính những vết cà phê, cà ri, có trang bị cháy vàng vì nắng hay có những hạt cát làm cho vài trang bị tổn thương. Tôi đã thấy sông, thấy biển, nghe được cả những hơi thở hổn hển, của đam mê và niềm sảng khoái trong các động tác ái tình. Tôi đã có mặt trong những giây phút đẹp nhất của anh ấy với trọn niềm vui sống và yêu thương. Với anh, với tình yêu, với những người bạn... tôi nghe được những tiếng cười, tôi nghe anh đọc vài trang cho các bạn nghe, vừa nói vừa lật sách, chỉ tay vào những hàng chữ cùng với niềm say mê như bàn tay một người đàn ông lướt trên cơ thể người tình.

Bao nhiêu thời gian đã trôi qua và có nhiều cuộc đời mà tôi đã sống cùng. Những bàn tay trẻ trung, mạnh mẽ hay có khi yếu đuối, mảnh mai, như trường hợp của một người đàn bà khiếp hãi, bị đánh đập và bỏ rơi. Và giống như những thân phận bất hạnh đó, với thời gian, tôi cũng bị sờn, vài trang bị rách, có trang bị mất... Thế nhưng dù thân thể đã hư hao tôi vẫn còn có sức thu hút.

Giờ thì tôi đang nằm trên một chiếc kệ ở sân bay nhưng tôi chẳng biết là đâu.Trên loa phóng thanh người ta phát ra bằng nhiều ngôn ngữ chìm lẫn trong những tiếng ồn của động cơ. Rồi có những bàn tay cầm tôi lên với sự hờ hững, liếc qua vài phút với vẻ hoài nghi, uể oải trong thời gian chờ đợi chuyến bay. Tự dưng tôi cũng cảm thấy nghi ngại, nghĩ đến những ước muốn và kỷ niệm của mình.

Mà đây rồi, có hai bàn tay khác đang cầm lấy tôi với sự nồng nhiệt, lật từng trang với niềm thích thú. Những ngón tay này chạm vào tôi thật khẽ khàng nhất là ở những chỗ có ghi chú hay bình luận bằng bút chì. Hai bàn tay ấy giữ chặt tôi, rồi mang tôi theo. Và thế là thân phận bị quên lãng của tôi cũng chấm dứt. Để trở thành một người bạn và tôi như lại được sống thêm một lần nữa.

Elena Pucillo Truong

Trương Văn Dân *chuyển ngữ*

Vợ chồng nhà văn Elena Pucillo (giữa) và Trương Văn Dân
đang tâm sự về tình yêu và trang viết - Ảnh: L.Điền

lục bát

HUY TƯỞNG

BÀI 265.

Khuya.ngã vào lòng thiên nhiên
Nghe mây xoè nguyệt huyên thuyên.giữa rừng
Chim kêu.lóng lánh cuối thung
Chuyền đêm chói mộng.bập bùng cỏ hoa!...

BÀI 266.

Cỏ hoa.ngợp cỏ lừng hoa
Tôi đi dưới mái xanh và.hoát nhiên
Từ trong.trong trẻo sơ nguyên
Bài thơ thảng thốt.chao nghiêng dưới trời...

BÀI 267.

Bài thơ đẹp.đẹp ngân lời
Chỉ xin được chết trên đồi.cỏ may
Chết ngu dại.chết thơ ngây
Chết đăm đuối mộng những ngày lấm hương...

Huy Tưởng

Ngôn Ngữ

HỒ CHÍ BỬU

Là tín hiệu biểu đạt của cảm xúc
Bằng ước lệ - ẩn dụ - tỷ lệ - so sánh v.v...
Ngôn ngữ hàn lâm hay ngôn ngữ bình dân
Đều là cách thể hiện cho một ý định

Đạt cảnh giới của một nhà tu là im lặng
Vượt mức tình yêu ta dành cho em cũng là im lặng
Im lặng thiền học và im lặng triết học
Tuyệt vời của ngôn ngữ là im lặng trăm năm

Vết chém. Sâu vào da thịt
Là nỗi trầm thống của đời người
Vết chém. Sâu vào trái tim vô tội
Là tình yêu rực rỡ hay lụi tàn.

Trong hố thẳm của thi ca
Là sự nhai lại ý định của người khác bằng ngôn ngữ
Oằn mình chịu đựng mơ hồ viển vông
Để đi tìm một mùi hương vốn có

Khi ta dành cho em một tình yêu
Mà ngôn ngữ không thể diễn đạt
Thì đó là tình vô lượng
Của kiếp nầy và của thiên thu…

Hồ Chí Bửu

Tình Câm

ĐỨC PHỔ

Em giấu u tình trong kẽ tóc
mỗi lần chải rụng một câu thơ
câu thơ đã thành bài bất tận
mà tình hoài chẳng chạm chân tơ.

Anh như núi không còn xanh tóc
còn mơ chi một phút xanh đời
muốn đứng lặng giữa trời quạnh quẽ
gió vô tình mải miết trêu ngươi.

Em là đất anh cây mọc ngược
tuổi xa trời tim trổ lộc non
lộc vẫn biếc tình không xanh được
thôi đành. Cố níu cũng mây tan.

Rồi anh sẽ trở về bụi cát
vo nỗi sầu thành lọn tóc thơm
mỗi lần chải mỗi lần mất mát
sợi tơ tình rụng giữa hư không…

Đức Phổ

Những âm thanh bên bờ sông lấp

NGUYỄN NHÃ TIÊN

Chỉ còn mỗi ngọn nồm dẫn đường sông vắng
dẫn đường khói nhòa
con mắt nhớ mông mênh
dẫn đường nắng rơi úa vàng trên cát trắng
giọt giọt buồn buồn xao xác mọi âm thanh

Chiều hoang thế sông thì đi biền biệt
rì rào gió lay như tiếng mẹ dỗ dành
mây trắng siêu hình giữa trời vạn đại
áo lụa vẽ vời trong từng ngọn gió xanh

Khoảnh khắc ấy chợt ngàn dâu lên tiếng
tóc tơ xưa tít tắp một sông dài
nàng con gái năm xưa đùa bướm trắng
đời ta... con tằm (*)
vắng tiếng gió đưa

Chiều cứ đi, mặc tình tôi ở lại
này cát, này sông, này khói tóc mơ hồ
mở nút áo cho nồm tràn lồng ngực
trái tim tan vào quê xứ hư vô

Chỉ còn mỗi ngọn nồm rì rào kể chuyện
mộ cát nhấp nhô
sông lấp tự bao giờ
ngọc khoáng trăng gieo vàng phai cổ tích
ngọn gió lang thang vọng thức bến không người.

Nguyễn Nhã Tiên

(*) Ca dao: Đôi ta như thể con tằm
Cùng ăn một lá, cùng nằm một nong

Đêm Tháng Tư

TRẦN MỘNG TÚ

Anh ạ, giữa đêm em chợt thức
thấy mình ngã sấp vào Tháng Tư
em và Tháng Tư cùng thương tích
xoa mãi cho nhau những vết bầm

em đi không biết bao nhiêu dặm
hơn bốn mươi năm nhật nguyệt xoay
chân quen hơi cỏ lòng vẫn lạ
vẫn gió thổi qua hồn hoang vu

mẩu bánh ngày nào em đánh dấu
dọc đường nước mắt lúc xa quê
con sóc thời gian ăn hết cả
làm sao em tìm được lối về

trên những cánh đồng nhân gian đó
em vừa cho vừa nhận yêu thương
lượng Trời rót xuống đầy tay nhỏ
vẫn thấy mình thiếu một quê hương

Em nằm im lặng nghe đêm thở
Tháng Tư mở đôi mắt trong đêm
Anh ạ, em nghe Tháng Tư khóc
Tháng Tư nhỏ những giọt lệ đen

Em nằm im lặng nghe em khóc
tiếng khóc câm trong Tháng Tư đen.

Trần Mộng Tú
Tháng Tư-2019

T

Chặt

TRẦN DZẠ LỮ

Chặt đứt một mối tình
Như chặt tay mình vậy
Nhưng em lừa dối anh
Làm sao mà không nói?

Ma mị em bước tới
Ngỡ sát nách thiên đường
Me mé là địa ngục
Đâu hay để phòng thân?

Cứ nhai hoài ăn năn
Vẫn khù khờ nhai tiếp
Tận cùng, khi nhận biết
Té ra mình vong thân…

Tội nghiệp, em đâu cần
Khổ đau, em nào tính
Sống trên ngọn phù vân
Chỉ có anh lýnh quýnh…

Ba năm anh thức tỉnh
Sau khi ăn bùa mê
Lại bừng bừng, nhớ Mẹ
Lại bứt đầu, thương quê…

Thôi chặt đứt quá khứ
Ném phăng đi mối tình
Ta lỡ ăn cháo lú
Giã từ giã từ em…

Trần Dzạ Lữ
(Viết khi giã từ quá khứ)

Nhớ Quá Hoa Vàng Trước Ngõ Ai

TRẦN VẤN LỆ

Hồi đó, tôi yêu cô bé đó
Miệng cười răng khểnh mới xinh sao!
Tình cờ duyên gặp mà thương nhớ
Có lẽ từ xưa cả kiếp sau?

Cô bé dễ thương tin dị đoan
Miếu thờ Ông Cọp nàng đi ngang
Dừng xe, ghé xuống, lâm râm khấn
Không biết khấn gì trong khói nhang?

Cô cũng có khi đi thẫn thờ
Chiều bay nắng tím mắt sầu mơ
Phấn thông vàng vướng trên đầu tóc
Tóc tím chiều phơ phất rất thơ...

Rồi chúng tôi xa rất nhẹ nhàng
Năm nàng mười bảy phải sang ngang
Năm tôi tuổi lính đi vào lính
Rồi vậy... Bây giờ mấy đại dương!

*

Hồi đó, hồi nào... chẳng rõ hồi
Truyện dài đứt quãng... tới đây thôi!
Sách bây giờ chỉ toàn tuyên giáo
Tôi ngó trời mây trắng trắng trôi...

Có thể bài thơ này tới đó
Tới ngày về tôi cũng không tin
Ngày mình còn sống mình như gió
Về gặp nhau hôn chút giật mình!

Cô bé dễ thương răng khểnh hỡi
Vì em mà suốt cuộc đời trai
Đi đi không biết đâu nhà cửa
Nhớ quá hoa vàng trước ngõ ai...

Trần Vấn Lệ

Nhành Mai Trắng Trên Lăng Mạc Cửu

NGUYỄN AN BÌNH

Bước chân phiêu bạc ngày về
Ngày qua lăng cũ bốn bề quạnh hiu
Rừng cây đã nhuốm màu chiều
Lá phai thềm đá bao điều tang thương.

Mấy mươi năm dấu đã mòn
Đâu nhành mai trắng biết còn trên lăng
Nắng thời gian bụi thăng trầm
Hương thơm lay động quẩn quanh chân người.

Mùa sen tàn rụng lâu rồi
Hồi chuông cổ tự lặng trôi vô thường
Cành khô giòn rụng ven đường
Mây vờn khói tỏa Bình San* mịt mờ.

Người xa vạn dặm bao giờ
Cheo leo đá dựng rêu hờ hững xanh
Gió rì rào thổi loanh quanh
Đâu hay thế sự bao lần bể dâu.

Đếm từng con dốc thấp cao
Nghe từng hạt bụi rớt vào biển khơi
Chiều buông sắc tím bên trời
Cành mai trắng mộng thương đời đa đoan.

Nguyễn An Bình

**Bình San: ngọn núi ở Hà Tiên, nơi có lăng Mạc Cửu và Phù Dung* Cổ Tự

Sống Trong Đời Sống

HOÀI ZIANG DUY

Lần đầu gặp nhau Trân hỏi. Anh là nhà văn hả? Không trả lời, tôi chỉ nhớ là lần đầu nghe vậy. Rồi về sau, không biết bao lần, chúng tôi lại gặp. Không phải ở Trân có nét gì đặc biệt, để tôi đề cập. Điều tôi cần là cần một chỗ ngồi. Một chỗ ngồi thường lệ, có người đối diện, có người kể nhau nghe. Bởi ở vào tuổi nầy, tôi không thích ngồi một mình lãng mạn như tuổi đời mới lớn ngày nào. Hãy thử đi, đâu cần cảnh trí bày biện, chỉ cần một chỗ lặng lẽ, có tiếng nói, có sự gần gũi thân quen. Có phải đó là hạnh phúc, dù lẻ loi, nhưng có còn hơn không. Trân là mẫu người với tính khí bất mãn trong cuộc sống. Mặc dầu đã có tuổi, nhưng giọng Trân sắc, đi kèm ánh mắt, miệng lưỡi trả treo với người đối diện nhiều hơn.

- Anh viết văn là viết chuyện thật hay đặt điều?

Thay vì dùng từ hư cấu cho cách dựng truyện, cô nàng lại dùng cái từ không mấy thiện cảm đó.

- Theo Trâm thì là thật hay tưởng tượng?

- Nếu là thật thì anh có bao nhiêu năm để nói hết cái thực.

- Hết rồi thì sao? - Tôi hỏi lại.

- Lúc đó anh là nhà văn hay nhà ăn?

- Tôi không có tâm hồn ăn uống, nên không biết lựa chọn bên nào.

- Vậy là anh sắp xếp điều thật giả trộn lẫn, thêm vào gia vị tình ý?

- Cứ coi như tác phẩm tôi đến là vậy, ưng hay không thì tùy.

- Anh có thấy một điều người ta đến với anh, ở vai trò của người cầm bút, chứ không phải đến với chính bản thân anh?

Câu nói của đàn bà, tôi tưởng là tầm thường đó, lại là nỗi ám ảnh để nhìn lại chính mình. Có thật là tôi viết lẫn lộn hư cấu, để người đọc coi đó là thật cho chính đời sống họ? Vậy thì tôi ở đâu trong hai bờ thực giả này.

Nhớ ở tháng năm đầu sống đời quân ngũ, tôi mang theo trong tôi không khí văn chương, lý tưởng đi vào đơn vị. Bây giờ nghĩ lại tôi cũng không hiểu sao hồi đó tôi chịu ép mình ngồi viết lách được vậy. Hành quân sáu tháng mới được về hậu cứ nghỉ dưỡng quân. Chỉ có mấy ngày ngắn ngủi yên thân. Ngày thì anh em ở phố, đêm về tôi lại làm bổn phận của người cầm bút như trước kia. Tôi chỉ có một đêm thôi, viết tay cho xong một truyện ngắn, không tẩy xóa (để khỏi phải chép lại) và sáng hôm sau gởi bưu điện về Sài Gòn. Đó là thời gian đầu, về sau cuộc chiến leo thang, sư đoàn lưu động di chuyển liên miên, phải đành thúc thủ.

Tôi là người lính tác chiến, nhưng trong tôi vẫn có tâm tình lãng mạn ở người cầm bút. Chung quanh tôi là tình đồng đội, sống chết với nhau trên chiến trường. Còn ở phố thị, trên mặt sách báo tôi vẫn là người viết văn như ngày nào. Như vậy có phải hai nhiệm vụ trong tôi song hành.Tôi vẫn sống với chữ nghĩa ở đó và con người thực tôi ở đây.

Hỏi sao hồi đó tên tuổi không xuất hiện thường vậy? Thú thật, tôi có ở Sài Gòn, có ở văn phòng đâu, để an toàn và có thì giờ ngồi viết. Đâu ai biết trong gian khổ sống chết, tôi vẫn dành cho con người trong đời sống tôi chút thủy chung. Anh em khác, ở thành phố có thời gian ngồi nhà, có thời gian tưởng tượng, hay nghe kể lại để thành chuyện tưởng như thật. Còn cái thực ở truyện tôi viết dẫu bên hiểm nguy, dưới mắt người đọc, có khác gì điều thường tình hiển nhiên.

Cho đến sau ngày mất nước. Là người tù binh trong trại tập trung, tôi vẫn viết, dù lén lút thiếu thốn hiểm nguy. Bài văn không thể viết dài, thì viết bằng thơ.

Tôi không có trí nhớ tốt để học thuộc lòng, giữ lấy trong đầu, nên thơ tôi viết rời từng câu, từng đoạn trên bất cứ giấy báo gói, giấy tay, món đồ nào, được lén trao đổi đem ra lúc thăm nuôi. Biết ý, vợ tôi về nhà ghép, chép lại trọn vẹn thành bài. Những bài thơ được viết trong tù, những ý tình tư tưởng đều phải lựa câu chữ, không thường tình để nếu bị phát hiện, người đọc vẫn không rõ ý. Sau nầy đọc lại tôi vẫn không tưởng mình viết được, bởi đó chính là những rung cảm chân thật, bằng đau khổ, bằng tủi nhục khốn cùng xót đau. Ở đó là nỗi tuyệt vọng, hố sâu chôn lấy cuộc đời danh dự, sống dở chết dở. Ở đó là không gian đích thực cách chia địa ngục, trần gian. Không ở hoàn cảnh nầy, không thể viết được. Cho dù có tưởng tượng, nghe kể lại để viết, thơ vẫn không có đủ hình ảnh, âm thanh, giai điệu thiết tha, hay tiếng gào tuyệt vọng từ nỗi đau thực sự, lặng câm chôn kín.

Qua Mỹ, tôi viết trở lại. Đến năm 1999 tôi có ý in sách. Theo phong trào lúc bấy giờ ở hải ngoại, cần có người viết lời bạt, cho khuôn mặt chân ướt chân ráo làm quen ở xứ người. Qua giới thiệu của nhà văn, hoạ sĩ Phạm Thăng (Canada). Anh hứa sẽ nói chuyện với nhà văn Xuân Vũ. Khoảng tuần sau, khi liên lạc xong. Anh gọi lại tôi, giọng e dè. Anh kể là bạn bè bộ ba, anh rất thân với Xuân Vũ và nhà văn Hứa Hoành. Nhưng lần này không biết có trật đường rầy không. Anh nói tôi ở đơn vị tác chiến, anh Xuân Vũ là người tập kết về miền Bắc 1954. Sau đó tham gia chiến trường miền Nam (trước khi anh Xuân Vũ hồi chánh 1968 với chánh phủ miền Nam Việt Nam). Cả hai người đều ở chiến trường không biết có đụng độ, ân oán gì xương máu, hay tư tưởng đối chọi không. Nhưng đã lỡ nói qua với anh Xuân Vũ rồi, biết sao, chờ thôi

Tuần sau đó anh Xuân Vũ từ San Antonio (Texas) gọi nhắn tôi gởi tập bản thảo xuống, anh đang chờ. Được mấy ngày anh gởi bản viết tay lời bạt cho sách. Qua điện thoại cho thấy nhà văn Xuân Vũ rất dễ mến trong tình cảm anh em văn nghệ. Anh sanh năm 1930, người xứ Bến Tre. Câu chuyện với anh nội dung vẫn là chuyện viết lách, không khí văn nghệ ngày xưa và hôm nay ở xứ người. Anh nói, nhiều người nhờ anh viết lời bạt, nhưng anh không nhận, anh vừa mới viết giới thiệu cho nhạc sĩ Phạm Duy (sách Phạm Duy, còn đó nỗi buồn). Đọc em rồi, anh vừa ý để viết giới thiệu cho em. Phải nói chữ viết tay của nhà văn Xuân Vũ rất tháo, dù chữ to, và khó đọc. Tôi đánh máy lại không thêm bớt và gởi lại cho anh ấy để so với bản viết tay từ anh. Với anh, cho đến chuyện vãn sau nầy, tôi thấy anh hoàn toàn không nhắc gì đến chuyện chiến tranh hai miền. Có lẽ bảy năm qua trước ngày mất nước. Anh cũng đã nhìn thấy đời sống thực tế ở miền Nam, để anh cầm bút tiếp theo từ đó, với một số sách xuất bản ở Sài Gòn, tạo được tiếng tăm. Trong lời bạt anh có nhắc lại, khuyên là cứ viết theo phong cách của tôi, một lối riêng cho chính mình. Theo anh tôi viết không giống ai và không ai viết giống mình.

Khoảng một tháng sau, anh Xuân Vũ điện thoại bảo tôi gởi gấp cho anh một truyện mới để anh giới thiệu trên báo anh do làm chủ bút. Anh có ý giới thiệu mười tác giả anh lựa chọn ở hải ngoại. Không hiểu sao tôi từ chối, một phần vì quá bận rộn trong sinh kế, phần không có thì giờ. Tôi muốn dành thì giờ nghỉ ngơi, ở đây tôi cũng quá bận với bài vở tạp chí mình cộng tác, đèo bòng thêm nữa tôi nghĩ mình không xuể. Tôi thường viết về đêm sau khi đi làm về, cho đến gần sáng, cố gắng dù mệt mỏi.

Vậy đó Trân thấy không. Cái viết đến và sống trong tôi từ thời gian ở tuổi học trò rồi đi liền, viết không ngừng nghỉ cho đến hôm nay.

- Nhưng thấy anh không giống như những văn nghệ sĩ khác.

- Cần gì phải giống ai? Có gì khác lạ?

- Anh không có đời sống nghệ sĩ, la cà bè bạn để người ta biết đến.

- Đúng, tôi chỉ là một người bình thường ít ai biết đến ở đám đông. Không giống như các nhà văn, thơ của một thời đi trước.

- Còn Trân, anh thấy không. Trân cần ồn ào, rõ nét, danh xưng.

Ở chốn này đây. Trân ngồi đó. Tôi ngồi đây. Một chỗ ngồi quen thuộc. Một người khách bạn. Một chân tình đã bao lâu gắn bó, không hẹn.

- Trân là một kịch sĩ mà, anh biết phải không?

- Tôi có coi Trân diễn trước đây.

- Anh là người sáng tác, lấy đời sống tưởng tượng, tạo nhân vật, cho người đọc tưởng như là thực?

Ngừng lại một chút, đôi mắt tư lự nhìn ở khoảng không trước mặt, giọng Trân trầm xuống. Đã lâu rồi nhưng Trân nhớ. Ngày đó Trân học diễn, học đủ trò để ra sân khấu mua vui. Cũng từ định mệnh anh ạ. Anh có biết ở thời mới lớn, Trân đã cắt tóc, ở chùa nương náu? Thật vậy sao? Tôi hỏi. Ừ thì sau ngày ở miền Trung di tản vào, mẹ Trân mất, buồn quá, không chốn dung thân nên vào nơi đó mà sống. Tưởng yên thân, cho đến ngày mất nước. Cuộc sống đổi thay, xã hội xáo trộn, cuộc đời ly tán, mỗi người một nơi không biết đâu mà tìm. Đời sống khó khăn lắm. Cho đến ngày có ông chú, nhà gần chùa. Thấy Trân mồ côi không có thân nhân. Ông gởi gắm cho đi học trường ca múa. Ông ta có chức phận thế nào, làm gì cũng không rõ, chỉ nghe kêu chú Ba, chú Tư. Lúc nầy ai cũng có quyền hết. Không biết đâu là thực, giả. Súng đạn mang theo, quyền uy đầy đường. Với Trân lúc nầy chỉ cần được ở lại để khỏi bị lùa đi vùng kinh tế mới, hay bị hô hào theo kiểu thanh niên xung phong. Anh nghĩ coi, hình dáng mình lúc đó mà xung phong cái nỗi gì. Cái cần trước là có miếng ăn, có sự sống trước đã.

Tôi nhìn Trân, ngậm ngùi trước một đời sống bên ngoài. Còn bên trong anh em chúng tôi cùng thời điểm đó, có khác gì. Mỗi phận người, có khác nhau cũng cùng chung phận số trong cuộc đổi đời. Tất cả mất hết, cuộc sống suy vong, tạm thời hay tệ hại hơn nữa. Đâu ai biết ngày sau. Chỉ còn tiếng thở dài chung, theo định mệnh an bày.

Ngừng lại một chút. Trân tiếp, nghĩ lại cũng buồn cười phải không. Đôi khi nhìn lại chính mình rồi tự hỏi. Là mình sao phải đóng vai làm người khác. Có quá nhiều nhân vật vai diễn, cũng chỉ là mình. Vai diễn giả, nhưng phải làm như thật. Để làm gì? Để cho người khác coi, phê phán. Họ thích mình khóc cười nhập vai. Cái nghệ thuật bắt con người mình sống giả dối để lừa người trước mặt, cái vai giả mình phải làm như thật để sống cùng đời sống chính mình. Có khác nhau không anh, trên sân khấu, trên võ đài, thiên hạ bỏ tiền ra đứng coi người võ sĩ đánh nhau. Anh thấy không, bên bi thương hay tàn bạo, ở về phía nào cũng có tầng lớp người ủng hộ, làm khán giả.

- Có vậy mới làm nên cuộc đời chứ! - Tôi nói chen vào.

Trân cười, miệng cười, môi nhếch lên như đồng tình. Tôi nói ở chỗ này chúng ta quen nhau. Một tình bạn bâng quơ, chuyện tầm phào thay cho trống vắng. Đến và gặp nhau như chuyện tình cờ, lúc có lúc không. Không hẹn hò trước, như một thói quen trong tháng. Cho đến bây giờ tôi vẫn chưa biết về Trân, ngoài hình ảnh một diễn viên trước đây.

- Anh muốn hỏi về đời sống gia đình?

- Đại khái thôi.

- Ở đây, khởi đi từ chính chỗ nầy, là một chỗ rất riêng của tôi chứ không là của hai người, tôi với anh. Trân làm ra vẻ nghiêm trọng.

Khi nói Trân không nhìn thẳng vào mắt người đối diện. Đầu hơi nghiêng, thân mình cúi xuống. Tôi có cảm giác như một thói quen ở người kịch sĩ này. Giọng cô với hơi thở nhẹ, tựa như cảnh đời thực với giọng của người chuyển âm.

Anh biết không. Trân mở đầu như thường lệ, với câu anh biết không. Những năm tháng còn ở bên nhà. Anh ấy làm người làm quét dọn, đôi khi thêm cái việc dẫn chỗ chỉ ghế cho khán giả. Lần đầu gặp anh ấy Trân có cảm giác không giống như những người làm trước đây. Anh ấy có học thức, nói năng nhẹ nhàng chịu đựng. Đời sống thiếu thốn, rất nghèo vì ở tù cải tạo ra. Anh biết mà, mình sống lớn lên từ thời trước, gặp người phe ta thì dễ đồng cảm lắm. Lúc nầy ai cũng kiếm sống, cái gì cũng làm, không cần mặt mũi, danh giá gì cả. Cả nước bấy giờ, người dân miền Nam ai cũng bị bạc đãi phân loại, không cho làm cái này, không cho học chuyên môn cái kia. Cũng may cho mình, và cũng nhớ ơn chú Ba, chú Tư gì đó, cái ông đứng ra làm cái giấy tay nhận mình là con cháu của người đi kháng chiến, để vào trường cho có cái nghề nuôi thân.

Rồi Trân còn liên lạc với ông ấy sau đó không? - Tôi hỏi. Trân lặp lại. Sau đó hả? Hình như ông ấy nghỉ việc, Trân chỉ nghe nói vậy. Nhà nước cấp giấy ghi công, cho thêm mấy công đất, mấy con bò về Hóc Môn hay đất Bình Chánh nghỉ hưu. Nghĩ cũng tội, mấy người như chú ấy thật thà và không biết ăn hối lộ đâu. Nghe nói, ai cho tiền ông ấy còn mang trả lại. Thật là khó tin, nhất là thời buổi bây giờ ở đất nước mình.

Sợ Trân say sưa với thành quả lúc giao thời, tôi tốp Trân để quay lại, bằng cách nhắc Trân uống nước. Như chợt nhớ câu chuyện tình lý thú dở dang, Trân trở lại vào đề. Anh ấy là sĩ quan, lúc ở tù thì vợ con vượt biên rồi, không liên lạc được, nhất là bây giờ nhà trước kia một nơi, gia đình anh chị chỗ khác. Không có giấy tờ hộ khẩu gì hết. Nghe anh ấy nói mà cảm động, Trân cũng muốn giúp anh ấy lo cái giấy cư trú cho xong. Nghề nghiệp của mình lúc đó, có khán giả thương, có người quen nhờ vả, để không hao tốn nhiều.

Nghe Trân kể, tôi hiểu tình cảnh của anh em lúc ở tù về. Lòng thương hại của người thân quen có đó. Bà con thì sợ liên hệ, sanh vạ lây với người chế độ cũ. Người ta sợ mình. Mình cũng nghi ngờ người chung quanh. Bao năm trong tù xa cách đời sống bên ngoài, giờ trở ra mọi sự đã khác. Người dân họ tập sống như thể nghèo khổ, e dè họp hành, kiểm điểm, kiểm thảo. Đời sống phân chia giai cấp Bắc -Nam, cũ- mới rõ rệt.

Anh biết không. Thời gian hơn một năm sau Trân sống chung với anh ấy. Trân có con cái gì không? - Tôi hỏi. Không được đâu. - Trân đáp. Phải giữ gìn chứ, Trân còn nghề nghiệp, phải kiếm tiền trước đã. Khán giả có biết Trân lập gia đình? Không đâu, em giấu hết mọi sự. Anh ấy khó chịu lắm, nhất là mấy màn ôm ấp yêu đương, tình lỡ, tình phụ. Anh ấy không cảm thông cho mình. Trên sân khấu chứ phải thật đâu. Đôi khi anh ấy còn nghi ngờ tình yêu là không thật, bởi ở nhà hay trước khán giả, ở đâu em cũng có thể làm như thực, khó mà hiểu được. Nghe anh ấy nói vậy, có nhiều đêm không ngủ. Trân muốn nhìn lại mình, thât sự là mình còn đó hay đánh mất bản thân? Có lần gây gổ nhau, Trân khóc với nước mắt cho thân phận, nghề nghiệp mình. Nhưng trước bàn phấn trang điểm, nhìn trong gương thấy không phải là mình. Lòng Trân tự nhủ, bỏ hết mọi chuyện. Quên hết đi, đừng khóc. Còn có nghệ thuật, còn có khán giả. Học thuộc vai trò diễn, như lời kinh cầu đọc hàng đêm, phải gắng lên.

Trông Trân lúc này có vẻ mệt mỏi, như phải chịu đựng lâu ngày. Anh thấy đó con đường đi qua, đâu phải là không gian truân, trơn tru mọi việc. Lúc ban đầu đâu ai cho mình nhận vai, bước ra sân khấu, chỉ đứng ở cánh gà nhìn ra học hỏi kinh nghiệm. Cả tháng trời như vậy, cho đến ngày có cơ may, có người bệnh, mình mới có cơ hội thay thế. Rồi thời gian từng bước đi lên, cái vòng xoay theo kiểu nghề dạy nghề, tích tụ kinh nghiệm từ người khác qua bản thân, trước khi thành danh. Điều quan trọng là phải có niềm đam mê đeo đuổi, và cái tâm chân thật ở mình.

- Trân có tìm thấy hạnh phúc không? - Tôi hỏi giọng nhỏ đủ nghe.

- Có chứ anh, vợ chồng mà. Hôm trước gây nhau, hôm sau làm hòa trở lại, rồi cũng yêu thương, tình yêu phải có sự chịu đựng bao dung.

Câu chuyện ở Trân không phải được tải đi một mạch liền lạc. Thật ra, những ý tứ này được tôi góp nhặt nhiều ngày để viết lại. Chuyện đối đáp ở những bất chợt không đắn đo, chuẩn bị ý tứ. Tất cả như một sự tình cờ.

Tôi không thể trải rộng cuộc đời Trân ra, làm nặng lòng người đọc. Nhưng với Trân thì khác. Cô nàng khóc thật, hay khóc giả vẫn có giọt nước mắt để khán giả lặng lẽ khóc theo. Chắc một điều là, thân phận một người đàn bà vượt qua bao nhiêu nghịch cảnh, chịu đựng sự khốn cùng lẻ loi, trong lòng Trân ắt hẳn cơn sầu thảm đã sẵn chực chờ, để khi cần thì có nước mắt rớt rơi. Cô ấy phải chuẩn bị tâm trạng, bao nhiêu là khổ lụy đời sống cá nhân, có khi là cái chết của người thân để lòng mình run theo tiếng nấc. Đó là điều tôi nghe được ở tháng ngày này, từ một tâm tình rất thực.

Không như tôi, tôi chỉ là một người, nhà văn hay gọi là người cầm bút, gọi gì cũng được. Tôi không bị áp lực, bởi vì trước mắt không có độc giả đang theo dõi. Sự thôi thúc ở đây chính là nhân vật, là câu chuyện tôi đang dẫn dắt bạn đọc. Ý tưởng thành hình và thói quen ngồi trước bàn viết, phải viết cho xong. Đôi khi không biết viết gì? Cứ ngồi xuống, viết ra những điều không biết viết. Khi đã bắt đầu thì sẽ có kết thúc. Cứ thế như một thói quen. Tôi đã đeo đuổi từ tháng năm còn ngồi ghế nhà trường. Ban đầu tôi không biết cái gì gọi là đam mê. Chỉ thực tế một điều là tiền. Tôi muốn kiếm ra tiền, Tôi muốn chứng tỏ với người chung quanh, dù ở tuổi học trò trung học tôi vẫn có thể làm ra tiền. Dĩ nhiên tôi không có tham vọng lớn, không biết làm giàu ở tuổi trẻ chưa bước ra cuộc đời. Nhưng ít ra số tiền trả nhuận bút, cho công lao lấy bớt thì giờ học tập, cũng giúp tôi trang trải cho sinh hoạt bản thân mình, cho mình chút niềm vui. Tôi phải làm người lớn dù ở tuổi chưa có căn cước. Tôi phải đọc sách nhiều, bất cứ loại sách nào, tạo cho mình kiến thức, hiểu biết. Không có trường lớp nào dạy tôi tập viết. Không có đàn anh nào giới thiệu tôi bước vào văn đàn, viết được trả tiền. Đời sống tự thân tôi lo liệu. Có thiếu thốn có khổ đau, có nghịch cảnh tạo ra mình như thế nào, tôi sống như thế đó, vươn lên. Sự thành công có được từ trải nghiệm chính mình. Viết với tôi như một thói quen. Cái thói quen lâu ngày, thường xuyên đó, phải chăng là nghiệp, từ ngữ mà người tu học thường hay dùng. Nhưng nếu có phải chọn lựa, thì chắc tôi không chọn lựa nghiệp văn chương. Chính nó tự đến và ở lại.

Tôi cảm nhận một điều là cuộc đời của người cầm bút dài lâu, đi qua nhiều khổ đau, bất hạnh. Tôi không có khả năng làm giàu, phong phú cho cuộc sống gia đình, họ hàng, so với những người tài giỏi khác. Nhưng nếu chối bỏ thì cũng có chút đắn đo, bởi ở thế giới này, chúng tôi có một đời sống tinh thần, có bạn bè cầm viết, có độc giả, dù không có dịp gặp, nhưng rất thân tình quen biết, qua chữ nghĩa ở một không gian trải rộng. Dĩ nhiên ở lãnh vực nào cũng có tốt xấu, như bàn tay với hai bề trên dưới. Có phe đảng, có gièm xiểm, có chia cắt tình thân, có buồn vui, có vừa ý hay không thuận lòng. Bên những mọi sự không tốt lành xảy ra, trong tôi, tôi vẫn có niềm an vui với chính mình, bởi ngoài cái khả năng đang có, tôi không có cách sống nào hơn, để biến nó thành thi vị cuộc đời.

Anh này, Trân gọi tôi, gây sự chú ý trước khi cô nàng hỏi:

- Người viết văn có nước mắt như người diễn viên không anh?

- Làm người ai không có cảm xúc.

- Vậy thì có lãng mạn không?

- Lãng mạn qua tâm tư chính mình để người ngoài khó nhìn thấy, tốt hơn, chứ ngông quá, trông lố bịch. Theo tôi, dù nhà văn, nhà thơ có nổi tiếng đến độ nào đi nữa, nhân cách vẫn là điều để tôi kết bạn.

- Vậy là anh khó tánh hả?

- Điểm này thì tôi cũng không biết trả lời.

- Anh này, không nói ra nhưng chắc chúng ta cùng một trường hợp đến xứ người?

- Tôi cũng nghĩ vậy.

- Cũng ngộ anh hả? Người Mỹ bỏ rơi mình, rồi chính họ lại cứu vớt kiểu nhân đạo này, trong đó có Trân được ăn theo.

Câu nói Trân được ăn theo, là việc Trân theo chồng, người đàn ông có hôn thú với Trân, tháng năm sau khi ra tù. Vậy mà hàng bao lâu tôi không được gặp người đàn ông đó lần nào nơi chốn này. Lúc đến đây Trân vẫn một thân một mình, mang ly cà phê sang chào và ngồi đối diện, nói chuyện mưa nắng. Quán nước này có thể là nơi gần chỗ với công việc Trân? Đời tư nhau tôi không tiện hỏi, xen vào chia sớt. Chỉ có lần vui miệng Trân kể thôi.

- Thật ra thời gian đầu mới sang, dù cực khổ để bắt đầu làm lại, nhưng hạnh phúc còn đó. Anh ấy đi làm, Trân cũng kiếm việc khác, con đường kịch nghệ thỉnh thoảng có thôi, làm bổn phận người vợ lo việc nhà thì nhiều. Gần mười năm sau, tuổi đời anh ấy cũng đã lớn. Anh biết không ở tuổi trung niên, tuổi tác không thấy chênh lệch bao nhiêu, nhưng qua rồi giai đoạn đó, thể xác và tinh thần sức khỏe khác nhau rõ rệt. Anh ấy hầu như đổi tính, trầm lặng ít nói, ghen tuông thì không có, nhưng lạnh lùng nhiều hơn, ngồi lâu hàng giờ như có điều khó xử. Linh tính ở người đàn bà, vai trò người sống với kịch bản cho phép em tiên đoán có điều gì sắp xảy ra.

Đó là cái hôm anh ấy dẫn về một trai, một gái nói là con anh ấy. Trân sững sờ, nhưng cũng dằn lòng tiếp chuyện. Anh biết không, như vậy cả năm nay anh ấy âm thầm tìm lại người đàn bà năm xưa và đám con lưu lạc của anh ấy. Hóa ra điều khó xử là bây giờ anh ấy muốn quay về với gia đình cũ, ở đó anh có đàn con, có người đàn bà năm cũ trở lại. Ngày xưa, ở trong tù ra anh oán hận vì bị phụ bạc, còn bây giờ lúc về hưu anh ấy muốn có đời sống thanh bình, bỏ hết, tha thứ hết, để có lại tất cả. Khi mà lúc này, tình nghĩa bảo bọc vẫn là ngôi nhà trống lạnh, người đi người về gặp nhau qua điện thoại. Anh ấy lại sống nhiều với ký ức ngày cũ, ở một thời còn chất liệu anh hùng, được trọng vọng. Còn đến với Trân là những ngày gian khổ, chịu đựng, cúi đầu mà sống. Biết là không thể cản trở, chỉ còn nước yên lặng, lớn chuyện chỉ thêm gây gổ. Anh ấy lớn tuổi có suy nghĩ để lựa chọn hạnh phúc, tùy anh ấy. Phần mình, lòng Trân cũng nguội theo thời gian chịu đựng. Hồi trước mình sống với cái tôi của mình và cái tôi ở vai diễn, nhưng vẫn là một lúc nguyên hình. Còn anh ấy bây giờ chia ra trong tuần đi về hai chỗ hai nơi. Vẫn là một con người, nhưng thật tự nhiên ở hoàn cảnh tương phản đối xứng. Anh ấy đâu cần diễn, anh sống với tuổi về chiều, như người qua đường dừng chân nơi quán trọ. Phải chăng tuổi tác, suy sụp tinh thần khiến anh ấy muốn tìm về đời sống đã mất trước kia. Trân mỗi ngày, mỗi tháng phải nhìn anh ấy diễn thầm lặng, tự nhiên từ một kịch bản tái hiện nhàm chán. Trước đây Trân làm khán giả khóc cho mình. Còn bây giờ nước mắt người diễn viên khóc thật, khóc uất ức, khóc vì bị hờ hững, khóc từ đáy sâu tâm hồn.

Sự chịu đựng này kéo dài được bao lâu, khi mà cánh cửa khép lại. Ngôi nhà thuê nhiều năm qua, vẫn là nơi chốn cũ. Ở đó có mối tình sau cuộc chiến, của người chiến binh trở về, tương lai mất hết. Người đàn bà bên rèm kia là người nữ của tuổi thơ một thời chạy giặc nhà tan cửa nát, ly tán gia đình. Cái đời sống khốn cùng, hạnh phúc nhỏ nhoi được mang qua xứ người để vươn mầm, cho đến cuối đời. Nhưng không, thực tế ngày sau lại khác. Người đàn ông không bỏ đi. Anh ấy chỉ quay lưng, đơn độc nhìn về một hướng. Ngôi nhà cửa mở, nhưng rèm vẫn buông, đèn đêm vẫn thắp sáng âm thầm.

Hôm nay Trân không thấy đến. Nhớ lại chuyện qua tôi tưởng như Trân đang có mặt. Với nguyên tắc là không hẹn, nên không thể biết lúc nào. Từ lúc sang đây Trân ít khi làm diễn viên. Trân chuyển qua nghề chuyển âm, để một lúc có thể giữ nhiều vai hơn. Tôi biết thêm chi tiết này.

Tôi vẫn ngồi đây. Lặng lẽ không tiếng nói bao quanh. Ánh nắng buổi trưa hắt vào soi nghiêng. Bóng chiếc ghế cũng theo đó kéo dài. Tự dưng tôi thèm nghe tiếng nói, giọng điệu cũ. Nhưng trước mặt, cái ghế Trân ngồi không ai. Cái khoảng trống trước mặt, nhìn xa vào khoảng không, gợi lại chút hắt hiu nỗi niềm cũ. Bắt đầu từ lúc vào truyện là tiếng nói của Trân. Tiếng nói mà giờ đây nếu cần mở lại bộ phim là có. Nhưng không phải là Trân với một đời sống riêng dành cho người đối diện, một nhân vật trong tác phẩm tôi. Ở lại gần bên, tôi sẽ dành cho Trân tiếng cười, bù đắp những ngày thơ ấu xưa, phai đi hình ảnh chết chóc trong cuộc di tản kinh hoàng. Như tôi cũng sẽ không nhớ những thương tích trong trận đánh, không giữ lại hận thù năm xưa. Tất cả sẽ quên như Trân nói. Căn nhà xưa đóng lại. Mối tình dang dở sẽ không còn là nỗi đau, khi đàng sau thực tế hiển hiện vẫn là mình, là ngày xưa đâu có ai bên cạnh để chở che. Danh vọng bao năm được người ngưỡng mộ, thật ra người ta cảm thông đau xót, thương yêu, chỉ là con người trong vai trò buổi diễn, chứ không cho chính ta, đừng hoang tưởng mọi người tôn kính mình.

Truyện tôi viết không cần bối cảnh, hình tượng. Chỉ có tiếng vọng âm thanh, để người nhận rõ vai trò, vị trí. Trân phê phán vậy. Tất cả chỉ có nội tâm, tiếng nói từ đó, làm người đối thoại. Không có cách giải quyết khi kết thúc. Tôi không bắt người đọc phải coi đó là đời thực tôi đang viết. Có thấy có tưởng mình trong hoàn cảnh, nhân vật đó là mình, chỉ là điều bình thường. Điều tôi muốn là sự cảm động qua câu chữ, qua ánh chiều của sự cảm thông, qua lẫn lộn được nhìn thấy ở mỗi người nghĩ khác nhau.

Tôi đưa Trân vào truyện, cho Trân thấy ở đó có tính thực hay hư cấu, như ở nghi vấn đặt ra đời sống của người cầm bút lẫn trong cuộc sống đời thường. Có khác gì trên màn hình điện ảnh, nó đổi thay thoáng chốc, như năm tháng không chờ ai, hay ở lớp lang trình diễn, tự hiểu khi cánh màn khép lại.

Có phải khi tôi đứng lên, lay động cái ghế ngồi này, mọi việc sẽ khác. Cứ giả dụ người đàn ông vẫn sống trong ngôi nhà cũ, ra đi và trở lại trong tuần, chia đôi cái tình không ghét không thương. Nhưng Trân không chịu vậy. Trân muốn sự trọn vẹn, và Trân biến đi.

Tôi vẫn nghe giọng Trân ở phần chuyển âm là vai cô gái ngây thơ mới bước vào đời. Truyện tôi cũng bắt đầu bằng sự giản đơn chân thật, rồi đi vào cái vòng luẩn quẩn đó. Cuộc đời đứng lại, trụ chân, nhưng ở tôi, ở Trân, ở nhân vật, là sự xoay quanh không ngừng nghỉ. Dẫu có lặng lẽ thế nào, bên ngoài cái hào nhoáng khó hiểu đó, ở trong, ở nội tâm chính mình vẫn có tiếng khua, tiếng va chạm, tiếng thổn thức. Không ai hiểu hơn chính mình, không ai chia sẻ được nỗi đau. Không ai khóc giùm giọt nước mắt, ngăn lại không rớt rơi. Nếu phải so sánh ở người diễn viên với người cầm bút. Nếu phải cảm nhận sự sống trong cuộc sống này, không ai nhìn thấy, dù mọi sự cũng như nhau, để rồi qua đó là sự hờ hững không bận tâm.

Có thể ngày mai tôi sẽ không ngồi ở vị trí này. Chỗ ở đây là tháng ngày êm đẹp của Trân và người đàn ông dở dang. Chỗ ngồi của tôi sẽ thay bằng người khách lạ, biết đâu còn có thêm nỗi buồn phiền khác.

Hoài Ziang Duy

Quỳnh Ơi

NGUYỄN DẠ QUỲNH

- Quỳnh ơi!

Đang lầm lũi bước lên cầu thang, tay vung vẩy chùm chìa khóa phòng mới nhận từ cô tiếp tân, nghe tiếng con gái trong vắt gọi tên mình, tôi lập tức đứng sựng và quay ngoắt lại, lia mắt tìm kiếm. Chủ nhân của tiếng gọi - một cô nhóc có vẻ bụ bẫm đang hớt hải chạy vô tiền sảnh, nhưng cặp mắt tròn xoe sau cặp kính cận không hề chiếu tướng về phía tôi. Ngó theo tia nhìn của cô bé, tôi bắt gặp một bóng con gái mảnh mai tóc dài quá lưng đang khệ nệ kéo chiếc va ly to tướng đến quầy tiếp tân. Bẽn lẽn vì tưởng bở, tôi giả lơ tiếp tục leo cầu thang tìm phòng của mình.

Lớp bồi dưỡng sư phạm ở Nha Trang tập trung rất nhiều giáo viên từ các trường đại học, cao đẳng của cả miền Nam về tham dự. Khu nhà nghỉ của trường nằm trên một ngọn đồi nhìn ra phía biển, con đường Trần Phú đẹp nhất thành phố Nha Trang kéo dài đến khu vực này chợt trở nên hoang sơ với những bờ cỏ cháy nắng, thỉnh thoảng điểm vài đóa cúc dại xanh biếc mong manh. Buổi chiều dịu nắng, tôi quấn chiếc khăn tắm trên vai, mặc mỗi chiếc quần cụt chạy băng qua ngọn đồi, lao ào xuống biển. Nhắm mắt lặn một hơi dài ra thiệt xa, trồi lên thả bồng bềnh trên sóng. Bơi chán, tôi lại quay vào bờ nằm dài trên cát êm, nhắm mắt lại. Biển chiều vắng ngơ vắng ngắt, dường như chỉ có tôi đang là chủ nhân của khoảng không gian mênh mông xanh xanh tim tím của biển của trời. Hít một hơi dài, tôi ngửa cổ rú lên một tiếng thật to đầy sảng khoái. Bao nhiêu bức bối từ một cuộc hôn nhân thất bại bị dồn nén hình như được dịp ào ra, ào ra, tan vào trời xanh, chìm sâu trong sóng biếc. Đôi mắt nhìn xoáy vào tôi đầy khinh ghét, đôi mắt của Nụ, ngày gặp nhau cuối cùng ở tòa án, đôi mắt như muốn ném hết vào tôi ý nghĩ về một thằng đàn ông vô dụng, đôi mắt ấy giờ dường như cũng nhạt nhòa đi.

- Ông bị điên hả?

Lại một giọng nói trong vắt khác, chỉ có điều giọng nói có vẻ hiếu kỳ này lại đang phát ra ngay trên đầu tôi làm tôi giật bắn tung người ngồi dậy vớ lấy cái khăn choàng vội qua người. Trước mắt tôi là... một chiếc răng khểnh nghịch ngợm lấp ló sau nét môi cười rất trẻ thơ. Cô bé tóc dài đang chống tay ngả người trên cát cách chỗ tôi vừa làm người hùng Tarzan không xa. Quần *jeans* xanh bạc phếch lửng ngang gối, áo thun trắng ngắn tay, chiếc nón rơm che gần kín nửa khuôn mặt, trông cô đúng là một cô bé vừa qua tuổi học trò.

- Nếu như tôi giống bị điên thì cô bé dường như không giống người biết phép lịch sự chút nào!

Dường như bất ngờ trước giọng nói cay nghiệt của tôi, chiếc răng khểnh xinh xinh lập tức biến mất sau vệt môi đỏ thắm mím chặt, cô bé đứng phắt lên bỏ đi về phía ngọn đồi. Tôi hơi hối hận, ngẩn người nhìn theo bước chân thoăn thoắt giống như những bước chim sâu nhảy nhót. Mái tóc dài đen nhánh bay theo gió dịu dàng như bàn tay vẫy gọi.

*

- Chị Trần Ngọc Phương Quỳnh!

- Chị Trần Ngọc Phương Quỳnh!

Thầy giáo phụ trách lớp đang điểm danh. Cả lớp ngơ ngác đảo mắt tìm cô gái tên Phương Quỳnh. Tôi đang mải miết nhịp chân theo điệu nhạc phát ra từ chiếc tai nghe không để ý. Một tên râu rậm ngồi kế bên tò mò liếc vào xấp hồ sơ trước mặt tôi rồi thúc tay vào hông tôi đau nhói:

- Là ông, phải không, Phương Quỳnh!

- Ủa sao biết tên tớ?

- Suỵt, thầy đang điểm danh đó.

Tôi đứng bật dậy:

- Là em, thưa thầy!

Cả hội trường nhốn nháo tiếng cười. Thầy giáo bối rối xoa mũi cười theo. Tôi cũng đỏ mặt bối rối ngồi xuống, cảm giác có một ánh lấp lánh từ đôi mắt nâu trong vắt che sau làn tóc đen mun đang mở to dò xét, nhưng không còn đủ cam đảm tìm hiểu thử coi là của ai nữa. Lòng cứ thầm giận ba má sao thiếu chi tên không đặt, lại đặt cho một cái tên dễ gây hiểu lầm như vậy.

Thầy hắng giọng trấn áp và tiếp tục:

- Anh Phạm Vũ Quỳnh!

- Là em, thưa thầy!

Một giọng con gái rất quen. Tôi choáng váng nhận ra oan gia chiều qua đang khúc khích cười, nụ cười trong trẻo nghịch ngợm nghe mát dịu như một muỗng kem va-ni thơm phức.

Cả hội trường lại được dịp rộn lên cười cợt. Thầy giáo là một ông già có vẻ vui tánh, tưng tửng nói sau một giây bối rối vì sự lầm lẫn được nhân đôi:

- Hồi thời tôi, tên họ cũng phân biệt chứ đâu có phi giới tính như thời các anh các chị bây giờ!

Lớp học kéo dài trong ba tuần. Oan gia được xếp ngồi bên cạnh tôi, chung một nhóm thảo luận được giáo viên phụ trách lớp máy móc phân theo vần ABC. Vũ Quỳnh dễ thương, vui vẻ hoạt bát và là trung tâm của những trò nghịch ngợm rất đỗi học trò trong lớp. Tôi thì lại là gã học trò già nhất lớp lại mặt sắt đen sì nên bị tấn phong làm lớp trưởng. Cô bé hình như vẫn mang lòng thù vặt nên nhất quyết không thèm nói chuyện với tôi. Chiếc răng khểnh vẫn khoe ra nghịch ngợm khi đùa vui với bạn bè nhưng khi quay lại nhìn tôi, chỉ là một nét môi mím chặt bướng bỉnh và đôi mắt nâu tròn sóng sánh như những giọt cà phê mà cái thằng phố núi như tôi mỗi sáng vẫn thèm đến chết nếu không được uống. Đúng rồi, mắt em như những giọt cà phê sáng, tứ thơ bất ngờ xuất hiện khi bắt gặp Vũ Quỳnh đang đứng ở bàn nước trong giờ giải lao. Thừa lúc không có cô bạn bụ bẫm bám lẵng nhẵng theo em, tôi lấy hết can đảm, ưỡn ngực cho đúng tư thế một... lão lớp trưởng ra để cầu hòa:

- Vũ Quỳnh uống gì để anh lấy cho!

Đôi mắt cà phê ngước lên nhìn tôi có vẻ đăm chiêu quan sát, hàng mi rợp chớp nhẹ rồi ngả bóng xuống đôi má trắng xanh, chiếc răng khểnh dễ thương lì lợm quyết tâm không thèm xuất hiện, em quay ngoắt bỏ đi, đuôi tóc lại dường như vẫy vẫy hai mắt tôi ngờ nghệch ngó theo. Chiêu cầu hòa coi như thất bại thảm hại. Cái thằng tôi dáo dác ngó quanh coi có đứa nhiều chuyện tò mò nào chứng kiến hay không rồi len lén đi vào lớp ngồi xuống ghế sau, hít nhè nhẹ mùi hương quen quen lạ lạ dìu dịu từ mái tóc em. Hương gì nhỉ, không hề giống mùi thơm kiêu sa từ mái tóc Nụ, mùi thơm của dầu gội và nước hoa sang trọng đắt tiền, vẫn làm khốn khổ cái mũi nhạy cảm của gã-nhà-quê-tội-nghiệp vốn dị ứng với mỹ phẩm son phấn, liên tục hắt xì hơi khi đến gần nàng trong những năm qua. Nụ gọi tôi như thế. Không biết từ bao giờ những yêu thương từ thuở sinh viên hóa ra thành những lạnh lùng chai sạn, những lời thơ có cánh hóa ra những lời nói sắc nhọn như dao. Đôi khi tôi nhớ Nụ, nhớ cô sinh viên non nớt dịu dàng ngày mới bước chân vào giảng đường đại học chứ không phải nhớ người đàn bà xinh đẹp sắc sảo sau này vẫn thức dậy bên tôi mỗi sáng. Bây giờ thì Nụ đã xa, Nụ con gái và cả Nụ đàn bà, để lại cho tôi tiếng thở phào nhẹ nhõm và cả tiếng thở dài chua xót. Bây giờ thì, tôi hốt hoảng nhận ra sau hơn mười năm, trái tim tưởng chừng xơ vữa của mình dường như thêm một lần đập hụt, vì em, vì một chiếc răng khểnh, một sóng mắt cà phê nâu sánh, một bờ tóc mượt dịu dàng mùi hương hoa chanh quen quen là lạ. Dường như cái thằng thi sĩ ngốc nghếch trong tôi lại muốn làm thơ.

- Đem túi thơ ngớ ngẩn của anh lên rừng đọc cho khỉ nó nghe đi!

Giọng nói vói cao riết róng của Nụ siết vào tai tôi buốt nhói. Mở choàng mắt ra giữa đêm khuya, căn phòng nghỉ cửa sổ hướng ra phía biển dập dồn gió và ầm ào sóng vỗ. Tôi ngồi dậy, đốt một hơi thuốc rít sâu thở chậm. Thoảng trong tiếng gió và tiếng sóng dường như có tiếng hát vút cao lẫn trong tiếng *guitar* bập bùng. Xỏ vội cái quần *jeans* và khoác thêm chiếc sơ mi, tôi mở cửa bước ra nhìn qua ngọn đồi. Hóa ra là buổi lửa trại tự phát của một nhóm học viên trẻ, họ có mời tham dự nhưng tôi nhức đầu vì mấy lon bia sau buổi liên hoan mãn khóa nên tối qua ngủ sớm. Ánh lửa chập chờn sau những hàng phi lao trên bãi biển, tiếng hát và tiếng đàn cũng từ đó theo gió vọng đến. Tôi lặng lẽ đi về hướng đó, nghe càng lúc càng rõ tiếng hát trong vắt và cao vút như tiếng chim rừng buổi sáng. Ánh lửa soi làm hồng gương mặt xanh xao của Vũ Quỳnh, em đang ôm đàn ngồi hát giữa một vòng tròn bè bạn chăm chú lắng nghe. Tôi ngồi nép bên ngoài vòng đằng sau cô bé bụ bẫm, bạn thân của em. Vũ Quỳnh ngồi đó, mỏng manh và đơn độc, dường như em bay theo cùng tiếng hát, dường như em không còn trên bãi biển này, nhìn em hát, bất chợt tôi nghe tim mình thắt lại, một nỗi đau đớn rất đỗi vô cớ như hồi nhỏ coi phim, nhìn cô bé Maica sắp sửa biến mất vào quầng sáng của chiếc phi thuyền để trở lại hành tinh mẹ của em. Hình ảnh Vũ Quỳnh ôm đàn ngồi hát bên ánh lửa trại - với tôi - chợt mong manh xa thẳm như một ánh sao xa, như Maica thuở nọ. Tôi có cảm giác mình sắp sửa để vuột mất em, mất mà chưa bao giờ có thêm được câu nào em nói với tôi, trừ câu hỏi bữa đầu tiên, cũng trên bãi cát này:

- Ông điên à?

Không ngờ tôi đang lặp lại lời em, cậu bạn rậm râu ngồi cạnh cô bé bụ bẫm nghe loáng thoáng quay lại ngơ ngác:

- Lớp trưởng ra hồi nào đó, ông mới hỏi gì tui vậy?

Tôi cười gượng:

- Không, tớ chỉ khen cô bé hát hay quá.

Rậm râu gật gù ra vẻ là tôi chỉ khen dư thừa, rồi quay lại chăm chú lắng nghe tiếp.

Mùi thơm phức của mấy xâu hải sản nướng, mấy củ khoai lùi bốc khói được bạn bè lôi ra để trên tấm ny-lông làm Vũ Quỳnh như sực tỉnh, cô bé nhe răng cười, ngưng hát, bỏ đàn xuống than đói quá, ăn cái đã. Vì sao xa xăm của tôi lại trở về thành cô bé nghịch ngợm hoạt bát. Bụ Bẫm quay lại túm tay tôi mừng rỡ:

- Anh Quỳnh, anh Quỳnh ra tụi bây ơi, hoan hô anh Quỳnh!

Đôi mắt cà phê chớp sáng long lanh ánh lửa, dường như chuyển sang màu trời đêm nhấp nhánh những ánh sao. Đôi mắt ấy nhìn tôi một thoáng, dường như có chút xíu dịu dàng, rồi lại quay sang... đắm đuối vào xâu mực nướng la-ghim(*). Tôi ngẩn ngơ bẻ đôi củ khoai nướng nhận từ tay Bụ Bẫm, chìa một nửa cho Rậm Râu, mắt vẫn bị hút vào chiếc răng khểnh đang cắn nhẹ miếng ớt Đà Lạt đỏ tươi.

Về khuya, buổi lửa trại chuyển tiết mục khiêu vũ trên bãi biển. Chiếc máy hát phát ra những âm thanh bập bùng lẫn cùng tiếng sóng. Một bàn tay con gái chìa ra mời mọc:

- Anh Quỳnh nhảy với em đi.

Cát My, một cô giáo dạy nghề trang điểm có thời gian được mời đi đóng vài bộ phim đang nhìn tôi cười cợt. Trong lớp, Cát My cũng là nhân vật khá nổi bật, thu hút sự chú ý của các thầy giáo học viên chưa vợ và cả có vợ vì vẻ đẹp khiêu khích và phong cách bạo dạn rất ấn tượng. Hình như Cát My thích tôi, theo như lời Rậm Râu tán ra tán vào bên tai tôi mỗi bữa là con bé cứ hỏi chuyện về anh Quỳnh hoài. Vẻ đẹp của Cát My làm tôi e sợ, cô mang cái nét gì đó na ná Nụ. Hình như mình đâu phải con chim bị tên mà đã vội sợ cành cây cong, tôi bực tức nghĩ bụng. Nắm nhẹ bàn tay Cát My, tôi uể oải đứng lên thì thầm vào tai cô:

- Tôi không nhảy giỏi đâu, My cẩn thận cái chân đó!

Cát My cười lanh lảnh:

- Không sao, em dìu anh!

Vòng lưng thiếu phụ ấm áp mềm mại. Phả vào mũi tôi là mùi nước hoa đắt tiền thơm ngát. Khổ cái thằng tôi, chứng dị ứng mùi mỹ phẩm làm tôi hắt hơi lia lịa, mũi ngứa như điên. Loạng choạng dẫm lên chân Cát My trong cơn khó chịu càng lúc càng tăng, nước mắt nước mũi cứ tràn ra, ruột gan thắt lại, tôi ấp úng xin lỗi cô. Đôi mắt Cát My liếc tôi sắc lẻm trước khi biến vào vòng nhảy với một cậu bạn khác.

- Anh là thằng dở hơi!

Hình như tiếng của Nụ chát chúa. Tôi cười buồn, lùi ra xa đống lửa, bó gối nhìn đám bạn đang nhảy nhót quay cuồng. Có cả Vũ Quỳnh của tôi, bước chân theo tiếng nhạc của em vẫn cứ nhẹ nhõm trên cát như những bước chim sâu ngày mới đến với biển. Vẫn áo thun trắng và quần *jeans* lửng màu xanh, vẫn dáng dấp như một cô bé trẻ trung thơ dại, vẫn sóng sánh ánh mắt cà phê. Tôi bỗng thèm vô cùng được một lần nắm lấy tay em, nhìn vào đôi mắt ấy mà nhớ đến vị cà phê Ban Mê thơm ngát nồng nàn.

Đêm sâu, lửa trại đã tàn. Lũ bạn ngáp dài rồi lần lượt nằm lăn ra bãi cát ngủ vùi. Vũ Quỳnh đang tựa lưng vào Bụ Bẫm, hai cô bé ngủ gà gật bên đống than còn ấm nóng. Tôi đứng lên đi dọc theo mép nước, nghĩ tới chuyến xe về phố núi sáng mai, trở lại với công việc, với căn phòng độc thân bề bộn những gói, những ly mì dang dở. Và cả những vết tích của Nụ còn để lại dang dở bên đời tôi.

Bó gối ngồi bên bờ sóng, ngó ra biển xa đen thẫm. Tôi nhặt mấy viên đá nhỏ ném thia lia ra xa. Lại đốt một điếu thuốc.

- Ông đốt phổi ông à?

Vũ Quỳnh. Giọng nói của em nhẹ như hơi thở của đêm. Em đứng bên tôi bất ngờ y như lần đầu xuất hiện. Tưởng là không còn dịp nào được nghe em nói với tôi.

- Sao anh không nghe tiếng bước chân em, Quỳnh nhỉ?

Cô bé cười giòn tan, tiếng cười như những viên đá lanh canh rớt vào chiếc ly pha lê mỏng dính:

- Vì em là ... ma, ma chỉ lướt nhẹ chứ không bước đi nên ông đâu nghe tiếng chân.

Tôi quay lại nhìn em:

- Đừng gọi là ông, anh ghét bị gọi như vậy, từ khi anh qua tuổi bốn mươi, tự nhiên bị dị ứng với mấy từ xưng hô đại loại như Bác, Ông, Chú, ...

- Còn dị ứng với gì nữa không?

- À có chứ, ví dụ như mấy tính từ già, lớn tuổi, nhăn nheo, ...

Chiếc răng nghịch ngợm lại được dịp khoe trên môi em:

- Ông ... à anh dị ứng với nhiều thứ quá. Hình như anh dị ứng với cả mùi... con gái phải không?

- Mùi mỹ phẩm thôi, do cái mũi khốn khổ của anh.

- Vậy anh có biết Quỳnh dị ứng với mùi thuốc lá không? Ngồi học bên anh mấy tuần, Quỳnh có cảm giác ngồi kế bên nhà máy thuốc lá dù anh không hút thuốc trong giờ học nhưng cái mùi đặc trưng đó vẫn cứ bám theo anh.

Tôi bật cười. Hóa ra, cái mùi thân thương của tôi cũng làm khổ thiên hạ không ít. Hình như Nụ cũng nhiều lần chỉ trích và cấm đoán.

- Thì từ nay anh bỏ thuốc vậy! Sao Quỳnh không nói sớm?

Cô bé lại nhe răng cười rất hồn nhiên:

- Tại anh cà chớn. Quỳnh dự định không thèm nói gì với cái mặt của anh cho tới hết khóa học luôn đó chứ.

Tôi ngẩn ngơ. Ừ thì cũng đã hết khóa học. Ngày cuối cùng rồi, những giờ phút cuối cùng rồi cô bé ơi.

- Mai này về lại trường, Quỳnh có cho phép anh liên lạc với Quỳnh không?

Quỳnh im lặng, bắt chước tôi chọi một hòn sỏi ra xa, nhưng chìm nghỉm, không thia lia phát nào. Cô bé quay sang nhìn tôi, đôi mắt mở to lấp lánh dưới ánh sao, tiếng nói nhẹ như hơi thở:

- Có chứ. Tháng sau là đám cưới của Quỳnh, Quỳnh sẽ gửi thiệp mời anh.

Maica ơi. "Đám-cưới? Đám-cưới-là-vậy?" Tim tôi buốt nhói, rất muốn hỏi em bằng cách hỏi của cô bé từ trên trời rơi xuống. Nhưng cuối cùng cái miệng bẻm mép của tôi lại hì hì tưng tửng:

- Lấy chồng sớm làm gì để lời ru thêm buồn, bé ơi!

- Quỳnh đâu biết hát ru, nên chắc sẽ không có vụ lời ru buồn đâu!

Cô bé nhoẻn miệng cười rồi nói thêm:

- Mà đâu có sớm, Quỳnh đã hai mươi hai rồi!

Tôi cố cười gượng, nói đùa rất vô duyên:

- Đúng rồi, lấy chồng sớm lỡ mai mốt có... bỏ chồng, còn đủ trẻ để lấy chồng khác phải không?

Như Nụ, ngày lấy nhau, chúng mình cũng vừa hai mươi ba tuổi, quá trẻ dại để có thể chịu đựng một cuộc sống chung giữa hai tính cách đối nghịch phải không em? Vậy nên, chia tay thiệt sự là giải thoát, cho tôi, cho em. Nhưng sao những ám ảnh buồn cứ mãi đuổi theo tôi, để tôi nói một câu thiệt vô duyên với Vũ Quỳnh. Để tôi bối rối nhìn mắt em mở to ngấn nước.

- Anh chỉ nói bậy. Quỳnh yêu, được yêu và muốn được ở bên người Quỳnh yêu. Thế thôi.

- Ừ, anh xin lỗi. Anh nói giỡn. Em sẽ hạnh phúc, *happily ever after*, nhóc à!

Quỳnh hồn nhiên cười, tin cậy tựa vào vai tôi. Em huyên thuyên kể cho tôi nghe về hoàng tử của em, về câu chuyện tình như cổ tích thời hiện đại của một cô bé. Tôi ngồi yên, để bờ vai cho em tựa, lòng dần dần êm ả. Những sợi tóc thơm hoa chanh được gió biển mơn man qua mặt tôi nhột nhột, dịu dàng như một niềm hạnh phúc vay mượn. Kể xong chuyện tình yêu, em lại chuyển qua chuyện giảng dạy, chuyện sinh viên của em rất mê nghe cô giáo trẻ dẫn nhập bài giảng khô khan từ những cổ tích đẹp như mơ. Tôi cũng đã từng được giả định làm sinh viên trong giờ thao giảng của em ở lớp bồi dưỡng sư phạm. Bữa đó Vũ Quỳnh kể chuyện cổ tích về công chúa và bầy chim thiên nga, trong đó có tình tiết công chúa dùng bàn tay rướm máu tước gai cây tầm ma để xe sợi dệt áo cho mười hai con thiên nga thoát khỏi lời nguyền. Bài giảng để dẫn nhập cho... một chủ đề thời trang thiết kế từ chất liệu vải gai. Cả lớp lặng đi để nghe em. Ông thầy hướng dẫn lớp bữa đó hình như cũng ngẩn ngơ vì giọng nói của em rồi ôm mãi mối sầu tương tư - như tôi. Em kể chuyện một hồi rồi... đòi nghe chuyện tôi bù lại. Tôi không biết kể chuyện cổ tích, giọng nói của tôi lại ồm ồm cạp cạp chứ đâu trong vắt như tiếng chuông giống em. Thôi được rồi, để tôi đọc thơ cho em nghe. Những bài thơ bị Nụ bảo gánh lên non đọc cho... khỉ nghe thì bữa nay tôi đọc để em nghe, lần đầu mà lần cuối nha em. Có cười chê cũng cười thầm thôi, hoặc để bữa mai về lại nhà rồi hãy lăn ra cười cho đã, giờ thì xin em hãy làm thính giả cho tôi một lần. Tôi thầm khấn trong bụng như vậy - và lần lượt đem "tác phẩm" của mình tra tấn em. Bất chợt giọng em nhẹ như hơi thở:

- Anh làm một bài tặng Quỳnh đi.

Ôi, ba tuần ở đây, tôi đâu chỉ có một bài mà có đến... ba chục bài thơ viết cho em, nhưng làm sao có thể đọc em nghe. Biết đâu em nghe xong sẽ phang cho tôi chiếc guốc rồi ngoe nguẩy đứng lên bỏ đi. Chiếc guốc không chỉ phang trúng người tôi thâm tím mà còn phang vào tan vỡ giấc mơ pha lê của tôi. Thôi thì đọc em nghe bài này:

Cái bống là cái bống bang
Bống vội bống vàng đi lấy chồng xa
Để anh ở lại quê nhà
Nấu cơm kho cá muối cà mình anh

Em khúc khích cười rồi ngủ quên lúc nào không biết, mái tóc dường như xõa nặng một bên vai tôi. Tôi cố ngồi im không nhúc nhích, lắng nghe hơi thở của em. Thỉnh thoảng nghe em chép miệng thở dài trong giấc mơ. Không biết ở không gian cổ tích nào tôi có thể đi vào giấc mơ em để xem em nghĩ gì thấy gì nơi đó?

Về lại cao nguyên, mỗi ngày tôi *check mail* và đợi mãi một thiệp báo hỷ từ em. Nhưng em mất tăm như hòn sỏi ném thia lia chìm sâu vào lòng biển thuở nọ. Những *email* gửi không có hồi âm, số điện thoại em hình như thay đổi, bạn bè trong lớp dạo nọ cũng tứ tán khắp nơi, ít ai liên lạc lại với ai. Công việc cuốn trôi tôi vào vòng xoáy, rồi cũng dần nguôi. Cái đêm cổ tích bên bờ biển dường như không có thật, không có một mái tóc thơm hoa chanh xõa nặng vai tôi, không có giọng nói trong vắt như chuông mà nhẹ như hơi thở, không có tiếng cười pha lê vỡ của em.

Tôi vẫn lầm lũi đi về trong căn hộ độc thân, vẫn những gói mì tôm, những ly cà phê đặc sánh mỗi sáng, cái *remote TV* mỗi tối mà giờ toàn quyền thuộc về tôi điều khiển. Nói chung, hiếm hoi có sự kiện đặc biệt nào xáo trộn đời sống cái gã độc thân già là tôi. Có lẽ thế, trừ những thiệp báo hỷ. Mỗi lần nhận được một phong bì cứng, đẹp đẽ trang nhã là tôi lại nhói lòng nhớ đến em. Trong số thiệp báo hỷ đó cuối cùng có một cái của Rậm Râu, gã thanh niên khá thân với tôi từ lớp bồi dưỡng năm đó. Đóng bộ trang trọng đến nhà hàng tiệc cưới, tôi suýt nữa nhảy cẫng lên khi nhìn thấy cô dâu có vẻ khó thở loay hoay trong chiếc đầm trắng bó chặt lấy người - ôi chính là cô bé Bụ Bẫm xưa kia. Rậm Râu thì bữa nay... hoàn toàn nhẵn nhụi đang cười một cách ngốc nghếch bên cạnh bà vợ tương lai, giơ cả hai tay lắc lấy lắc để tay tôi. Thiệt lạ là chú rể nào cũng vẻ ngớ ngẩn ngốc nghếch trong đám cưới chính mình, tôi cười thầm, khoái trá. Lòng tôi đang mở hội vì biết sẽ gặp Vũ Quỳnh, chắc chắn thế, trong đám cưới bạn thân của em. Trái đất quả đúng là nhỏ xíu. Cuối cùng tôi cũng sẽ tìm thấy em.

*

Vâng, cuối cùng thì tôi cũng tìm thấy em, răng khểnh thân yêu! Tôi đặt bên em một bó hoa cúc dại biếc xanh, em thông cảm cho tôi, gã đàn ông ngớ ngẩn rất tệ trong việc phân biệt các loài hoa và dị ứng với nhiều mùi hương, trừ mùi hoa chanh ngan ngát từ mái tóc em ngày nọ. Chiếc xe định mệnh đã cắt ngang đường đời ngắn ngủi của một đóa hoa, để ước mơ *happily ever after* mãi mãi ngủ yên với em trên chín tầng mây trắng. Ngủ ngon nhé, Quỳnh ơi!

Nguyễn Dạ Quỳnh

(*) từ tiếng Pháp *légumes* có nghĩa là rau củ.

tròn vo
miệng chén
thơm cơm
soi
vàng óng
giữa
mây
còn
rong chơi

lâng lâng
gió
lọc
tâm người

nguyệt rằm
em
với
đất trời
nuôi thơ
và tôi
linh hiển nhập vào
muôn nghìn thế giới
người trao nhau tình.

Con Nhà Gia Giáo

NGUYÊN CẨN

Danh mở mắt nhìn đồng hồ: 9 giờ 25 sáng. Nhìn ra cửa sổ. Nắng đã lên cao. Chàng thấy ê ẩm. Cuộc nhậu kéo dài đến hơn 2 giờ sáng hay đúng hơn cuộc truy hoan vì cuộc nhậu kết thúc lúc hơn 12 giờ. Sau đó là tăng ba. Bọn đàn em tìm đâu ra một "con mồi" nhí chỉ 16 tuổi. Cô bé đáng tuổi con chàng. Một chút băn khoăn lưỡng lự nhưng hơi men đã cuốn đi tất cả và chàng lao vào con bé như một con thú say mồi. Ngấu nghiến. Vồ vập. Đê mê. Còn "con mồi" thì co rúm, pha chút sợ hãi bỡ ngỡ khi đánh đổi tất cả trong một đêm vì cần tiền lo cho cha nằm bệnh viện. Sau cơn cuồng loạn, chàng bỗng nhớ những câu thơ hình như của Vũ Hoàng Chương:

Hai xác thịt lẫn vào nhau mê mải
Chút thơ ngây còn lại cũng vừa chôn
Khi tỉnh dậy bùn nhơ nơi hạ giới
Đã dâng lên ngập quá nửa linh hồn.

Chàng đã chôn chút thơ ngây còn lại của con bé lần đầu biết đến đàn ông ở tuổi trăng tròn. Chàng cũng biết mình vừa phạm pháp. Liệu có đàn em nào phản phé tố cáo thì mình chết! Hình như con Thúy Kế toán, em của Thảo, vợ chàng biết? Nhưng vì nó cũng hưởng quá nhiều "đặc quyền" trong cái xí nghiệp này nên nó giả vờ "lơ" đi chăng? Cái gì làm một thằng dược sĩ, mang danh trí thức, chìm sâu trong vũng lầy của "cuộc vui đầy tháng trận cười thâu đêm". Hơi thở toàn mùi Hennessy hay Johnnie Walker. Đây đã là cuộc nhậu thứ ba trong một tuần tiếp Đoàn Thanh tra của Cục khi Xí nghiệp chàng liên tục lỗ những năm gần đây. Nhưng có hề gì khi Công ty riêng của chàng ngày thêm phát triển, doanh số tăng vùn vụt. Những khách hàng lớn của Xí nghiệp nhà nước được chèo kéo "thương lượng" riêng, những nhà cung cấp chính được mời bán cho Công ty riêng thuộc tư nhân với nhiều ưu đãi hơn. Cứ thế Xí nghiệp ngày một teo tóp còn Công ty thì liên tục phình ra. Ông anh vợ làm giám đốc, thằng em vợ làm trưởng phòng vật tư. Còn Thúy cô em vợ thì đang làm kế toán trưởng trong xí nghiệp của chàng, quản lý mọi khoản thu chi và là tay hòm chìa khóa của chàng. Đã thế chàng lại nhập nhèm trong biên chế khi bố trí lái xe riêng cho mình những hai người, dưới danh nghĩa phục vụ Ban Giám đốc, nhưng thật ra chiếc xe Toyota Vios ấy chỉ phục vụ cho vợ chàng, vốn chẳng có vai trò gì trong Xí nghiệp và cả ở Công ty, nơi mà Thảo đem cả giòng họ bà con từ Thanh Hóa vào "giúp" chàng từ bà tạp vụ cho đến ông anh Giám đốc.

Danh phải trở dậy khi nghe điện thoại của Thúy: "Thưa anh, em có gửi Quyết định tăng lương và Bảng lương mới cho anh. Anh nhớ ký hộ em nhé!". Giọng cô ta nghe ngọt xớt. Thảo khéo dạy các em vì nàng nói: "Bố em mất sớm, em một tay nuôi dạy các em nên người vì anh Thông phải đi lao động hợp tác Hàn quốc. Và nàng rất tự hào về truyền thống giáo dục gia đình. Thế nên nàng đã gìn giữ "công dung ngôn hạnh", chứ không yêu đương dễ dãi như một số công nhân khác, cho đến khi gặp chàng. Chàng đến với hôn nhân dễ dàng và đơn giản, một cách tình cờ. Đẹp hơn tất cả những gì mà các cuốn tiểu thuyết ngôn tình có thể hình dung. Tình cờ là vì chàng gặp Thảo trong một hoàn cảnh trớ trêu khi xe chàng một chiều trên đường ra cổng đã vô tình đụng trúng cô công nhân này khi cô vừa từ Bệnh xá trong Xí nghiệp bước ra. Chàng vội ẵm nàng lên và đưa lại vào Bệnh xá. Gương mặt trắng xanh nhợt nhạt, lúc đó chàng nghĩ là do mất máu nhưng sau này chàng mới biết là nàng thường xuyên suy dinh dưỡng vì thiếu ăn. Đồng lương công nhân nuôi 3 đứa em và một người mẹ làm nông ở quê sao đủ. Nàng là "khách hàng" thường xuyên của Bệnh xá. Thế rồi hôm ấy sau khi hấp tấp bước ra, va phải xe chàng, cô bị gãy xương bàn chân nên lại phải nằm Bệnh xá. Định mệnh hay thần Cupid bịt mắt đã quất ngọn roi vào chàng khi khiến một kẻ từng trải, giàu có, địa vị cao lại ngã xuống đau đớn khuất phục chịu trận trước một cô gái không có gì đặc biệt. Cảm thấy áy náy, chàng ghé thăm nàng một lần mỗi chiều thứ Sáu. Thảo thoạt nhìn thì không ấn tượng nhưng càng nhìn càng thấy có duyên với vành môi trái tim, mũi hơi cao, và nhất là nàng luôn lễ phép. Nét phá tướng duy nhất trên gương mặt nàng là cái miệng hở nướu mỗi lần nàng cười thoải mái. Danh bảo chắc nàng nhiều tham vọng ngầm? Chàng đã trải qua nhiều mối tình, toàn những cô gái giàu có kiêu kỳ, chẳng ai lụy chàng và luôn bắt chàng chiều chuộng, phục dịch, nên lần đầu gặp một người biết quy phục, lắng nghe mình, lại lễ phép, nhẹ nhàng, chàng cảm thấy vui sau mỗi lần ghé vào Bệnh xá thăm nàng. Ban đầu cuộc gặp chỉ diễn ra 10 phút rồi sau tăng dần 20, 50 phút và sau cùng là hơn 2 tiếng đồng hồ đến nỗi Phát, gã tài xế của chàng phải la lên: "Sếp ơi, coi chừng sếp chịu ẻn rồi đó!". Chàng cười xòa: "Làm gì có. Tao từng trải nhiều rồi, đâu dễ gục ngã trước nai tơ đâu".

Nhưng tình trường như chiến trường: người ta chết khi chủ quan khinh địch. Một hôm chàng hỏi nàng: "Em có người yêu chưa?".

Thảo lắc đầu: "Em nghèo quá, ai yêu em làm chi cho khổ! Em cũng không dám yêu ai vì sợ người ta lo cho mình, người ta cũng khổ".

Chàng cảm thấy hào khí nam nhi trong người bừng dậy. "Nếu có ai nói yêu em thì em chịu không?". Nàng nhỏ nhẹ trả lời: "Chữ nếu đó không bao giờ có!". Em hỏi anh một đứa con gái quê mùa, học hành chỉ có lớp 12, lại thêm nhà nghèo, xấu xí. Có ma mới rước!". Nói xong nàng nhìn Danh, cặp mắt đẫm lệ và đau khổ, pha chút tuyệt vọng nhưng lại cuốn hút ghê gớm. Nhìn quanh, bệnh xá vắng người. Bất ngờ, Danh choàng tay ôm vai nàng, kéo nàng vào sát người mình và hôn say đắm. Thảo rùng mình, nhưng để yên cho chàng tự do tìm hiểu vành môi nàng. Lát sau nàng hổn hển nói: "Em... không xứng đáng đâu anh! Anh cứ tìm người giàu sang, giỏi giang hơn em. Đừng đùa với tình yêu. Tội nghiệp em! Em không chịu nổi sự phụ bạc đâu anh!" Chàng khẳng khái: "Chuyện giàu nghèo với anh là chuyện nhỏ. Tình yêu mới quan trọng". Thế là tình yêu bắt đầu từ đó dù gia đình chàng phản đối kịch liệt. Mẹ chàng tuyên bố từ con nếu chàng lấy Thảo. Lý do họ đưa ra là họ không tin vào sự trong sáng của Thảo được. Họ cảm thấy chàng bị lợi dụng. Nhưng Danh là người cương quyết và đám cưới vẫn diễn ra. Trước ngày thành hôn, Thảo quỳ xuống ôm chân chàng và nói: "Anh có tha lỗi cho em không?". Chàng hỏi: "Chuyện gì vậy em?". Thảo trả lời: "Em thú nhận em không còn trinh tiết". Chàng gặng hỏi: "Sao em nói em chưa có người yêu?". Nàng bật khóc và nói: "Em chưa có người yêu nhưng trong một lần tập xe đạp ở quê nhà em đã té và khi đi khám bác sĩ, họ nói em đã bị rách!". Danh bật cười: "Tưởng gì, chuyện nhỏ. Anh đâu quá quan trọng chuyện đó. Miễn em chung thủy với anh là được!". Nàng thỏ thẻ: "Anh hãy xem em như cây tầm gửi mà anh đang nghiên cứu đi". Chàng không biết sao nàng biết mình đang nghiên cứu thứ cây đó. Thứ cây mà ai cũng chê là ăn bám. Chàng cười xòa: "Nhưng thật ra tầm gửi cũng có giá trị nếu biết khai thác nó nhen em!". Vì chàng hiểu cây tầm gửi là cây bán ký sinh trên các loài khác, chúng có lá xanh để tự quang hợp và bộ rễ sống bám chặt vào vỏ thân cây chủ để cố định sinh trưởng. Nhưng chàng cũng biết tầm gửi là vị thuốc nam rất tốt cho sức khoẻ được lưu truyền trong dân gian. Nhưng chàng vặn hỏi nàng: "Em nhớ hoa tầm gửi là lưỡng tính hoặc đơn tính, còn em thì ...?". Bỗng dưng Thảo nói: "Em nhớ nàng Kiều: "Nghìn tầm nhờ bóng tùng quân, Tuyết sương che chở cho thân cát đằng". Chàng cười: "Hôm nay sao văn chương lai láng vậy?".

Em nhớ trong tiếng Hy Lạp, nó có tên là phoradendron, nghĩa là "kẻ trộm trên cành cây", còn trong tiếng Anglo-Saxon, tầm gửi có nghĩa là "phân trên cành cây". Em muốn là kẻ trộm hay là... Nàng đập vào vai chàng: "Anh này, quỷ sứ!".

Chàng cảm thấy có lỗi với Thảo thật nhiều vì nàng biết chàng phải tiếp khách và phải lao đầu vào những cuộc ăn chơi "không giới hạn" đến nỗi phải chia ra hai phòng riêng trong nhà để chàng muốn về khi nào thì về, khỏi ai quấy rầy ai. Lúc nào gặp nhau nàng cũng luôn nhỏ nhẹ: "Em chỉ lo cho sức khỏe anh thôi... Em hiểu anh phải chiều khách mà... ai nói anh sa đọa chứ em tin anh, người yêu duy nhất trong đời em". Nàng ngây thơ và thật thà quá. Đúng là con nhà gia giáo như nàng nói: "Giấy rách phải giữ lấy lề". Chàng tính hôm nay sau khi vào công ty ký giấy tờ xong sẽ rủ Thảo đi đâu đó dăm ba ngày để sống với nàng cho trọn vẹn vì mình thì vui chơi còn nàng thì thui thủi ở nhà như chiếc bóng vì hai đứa con cũng đã gửi đi nước ngoài hết rồi, theo ý nàng để chúng hội nhập nhanh dù chúng mới chỉ học trung học.

Vào đến văn phòng, Danh thấy trên bàn cơ man nào giấy tờ và hồ sơ trình ký, nhưng có một lá đơn viết tay, nét chữ vội vàng, nguệch ngoạc. Chàng vội cầm lên. Thì ra của đứa em chàng, thằng Dự, sau khi tốt nghiệp Khoa Tin học Đại học Quốc gia được bố trí phụ trách quản lý mạng trong công ty riêng của chàng. Sao thế này? Chàng đọc. Đơn Xin Nghỉ. Chắc là cu cậu lại muốn xin nghỉ vài ngày chăng?

Chàng đọc: "Em xin anh nghỉ luôn mà không cần xin lão Thông, gã giám đốc công ty, anh của bà Thảo, vì đó là một thằng mất tư cách, một tay ăn chơi đàng điếm, đã làm phá sản một công ty ngoài Thanh Hóa chạy vô đây trốn nợ. Em đã thâm nhập sổ sách công ty và biết hắn đã kê khống rất nhiều loại vật tư mua với sự toa rập của thằng Trung, em bà Thảo. Ngoài ra chúng đã phù phép làm tăng giá vốn lên nhiều lần khi bắt nhà cung cấp nước ngoài bán qua một công ty thứ ba, công ty 3T (em nghĩ là viết tắt tên của ba anh em chúng nó), trụ sở tại... nhằm làm giảm bớt lợi nhuận Công ty. Anh hãy điều tra xem làm sao Trưởng phòng vật tư như nó mà mua 2 mẫu đất ở Long Thành và hàng loạt bất động sản ở Đà Lạt, Vũng Tàu..., còn đâu nữa thì em không rõ. Em hiểu anh lo đối phó với sự thua lỗ của Xí nghiệp và họ để anh vui chơi nhiều quá... Em lo cho anh đấy vì con Thúy nó bán đứng anh bất cứ lúc nào!

Tiện đây, anh nên biết một chi tiết nhỏ nữa là bà Thảo, vợ anh, đã từng có người yêu ở quê tên là Nguyễn Thanh Phong. Họ đã từng sống với nhau ít nhất 2 năm, không rõ có con chung không. Em biết là vì em có thằng bạn đi hợp tác lao động với Phong ở Hàn quốc, và hôm nọ khi em với nó đang nhậu ở gần nhà anh thì gặp lão Phong này vô quán, nó mới nói: "Tao biết thằng này với con bồ nó, con Thảo. Tụi nó sống với nhau cũng được khoảng 1, 2 năm gì đó". Em buột miệng hỏi: "Cái gì Thảo?". Nó nói hình như: "Bùi Thị Thảo". Em còn gặng hỏi nó: "Bùi hay Lê hay Trần?". Nó cười: "Sao mày căng thẳng dzậy? Họ Bùi đâu có nhiều đâu nên tao nhớ!". Nghe đến đó, em dặn nó cúi mặt xuống và nhanh chóng ra về sợ chạm mặt lão kia. Có phải chị Thảo nhà mình cũng họ Bùi không? Mà hắn ở đâu gần nhà mình lắm!".

Danh nhếch mép lẩm bẩm: "Thằng này làm IT, nên nhìn đâu cũng thấy thông tin mật". Nhưng cũng không khỏi phân vân. Chàng tự an ủi: "Chắc không đến nỗi vậy đâu! Nhưng sao nó lại xin nghỉ?" Chàng nhấc điện thoại gọi. Máy ngoài vùng phủ sóng. Lát sau chàng nhận tin nhắn: "Em phải đi xa một thời gian. Chúng nó đang muốn truy sát em! Anh nhớ bảo trọng!". Mệt mỏi, chàng lấy chai rượu Hennessy làm một ngụm. Buông mình xuống ghế, lại nghe điện thoại, giọng của Thúy, hình như cố gắng kìn nén sự bực mình: "Thưa anh, anh đã ký cho em bảng lương mới chưa? Có hai bảng lương. Năm nay mình không tăng lương vì không có lãi nhưng có 6 người cần phải tăng. Trễ lắm rồi anh ạ!". Mẹ kiếp! Chàng làu bàu. Làm gì mà hối thúc thế? Sợ Xí nghiệp đóng cửa hay sao?

Uể oải, chàng nhìn vào danh sách những người được đề nghị tăng lương năm sau. Sao có đến 6 người. Làm ăn chẳng ra gì mà tăng nhiều thế. Trước giờ nhiều khi chàng ký mà không cần đọc chi tiết, nhưng lần này phải đọc. Mắt lướt nhanh qua tờ trình của Phòng tài vụ… Xét công tác, xét thành tích... Đúng là có những người có sáng kiến giải quyết hàng tồn hay thu hồi công nợ tốt nên được tăng lương, nhưng chàng sững người khi đọc: số thứ tự 4. Nguyễn Thanh Phong... ngày sinh... tại Thanh Hóa, Chức danh: tài xế xe Toyota Vios, số xe 3412, (đúng số xe vợ mình) tăng từ 9 triệu lên 12 triệu (!).

Chàng tháo kính ra, lau mạnh và đọc lại. Đúng như thằng Dự nói sao?

Nghe ngoài cửa có tiếng gõ và giọng của Thúy vang lên khô khốc: "Thưa anh, anh ký chưa ạ, cho em xin!"

Đúng, họ là con nhà gia giáo! Chàng nghe đắng trong cổ họng. Chuyện này không nhỏ!

Nguyên Cẩn

Hỗn Mang

NGUYỄN CHÂU

Người thanh niên đi sau bước qua, hích cùi chỏ không thân thiện vào ông. Ông dừng lại nhìn theo, lẩm bẩm: "Thân hình thật đẹp! Tuyệt…"

Ông rảo bước nhanh chân, chạm tay vào bờ vai vững chãi. Người thanh niên quay lại, đưa hai bàn tay hộ pháp nắm cổ áo, ông Đề nhẹ nhàng xỉa hai ngón tay vào cổ, hắn buông. Đôi mắt ốc lồi hằn lên tia đỏ.

Ông nhìn thẳng vào mặt hắn, nhỏ nhẹ:

- Anh có thân hình tuyệt mỹ, nhưng…

- Nhưng sao?

- Nhưng… phá tướng!

- Phá cái gì?

- Anh đi hai tay vung vẩy rất hiên ngang, nhưng cái đầu cúi xuống!

Hắn nhổ nước bọt, quay ngoắt.

*

Tự nhiên ông nhớ người bạn cũ, làm quan to, to lắm. Cũng dáng điệu như thế này. Ngày xưa, ông không biết gì về nhân tướng học, nhưng từ khi về vườn ông thèm đọc sách. Ôi! Cám ơn những tác giả đã "sinh thành" những tác phẩm để đời, làm thăng hoa cuộc sống.

Mà lạ thiệt! Trên đường phố hoa lệ hay thôn dã ai cũng cúi đầu. Tại sao vậy hè? Thậm chí có khi ông cũng cúi đầu, mà không hay! Ngoại trừ loại đã dốt nát mà hãnh tiến nhờ "*thời lai đồ điếu thành công dị...*" như bạn của ông. Mặt hắn nghếch lên, nên luôn nhìn thấy các ô cửa sổ sáng trưng của những tòa nhà cao tầng nghênh ngang giữa phố hoặc cao hơn nữa như những áng mây bay lang thang trên bầu trời, muôn hình vạn trạng có khi mang theo hiểm họa bão tố sấm sét, nhưng hắn nào hay! Hắn… mù giữa đời thường!

Ông Đề thiệt khó tính hay ông được giáo dục trên nền tảng văn hóa *"cổ lỗ sĩ"* nhìn đâu cũng thấy chướng tai gai mắt?

Ngày xưa, già rồi hay hoài cổ… Nhưng "*ôn cố tri tân*". Văn minh kỹ thuật mình phải học hỏi người ta mới theo kịp thời đại, cái gì hay phải học! Nhưng bản sắc văn hóa dân tộc đâu có lai căng được.

Bà cằn nhằn ông đủ điều: *"Hơi đâu ăn cơm nhà vác tù và hàng tổng"*? Ông tự ái, nhưng nhịn. Mấy đứa con ông đều ngoan hiền và học giỏi. Lễ phép, biết kính trên nhường dưới, ông thầm khen và tự hào khi có người vợ đảm đương như bà trong việc tề gia nội trợ. Còn ông mải mê và cần mẫn đưa bao thế hệ học trò sang sông, đôi khi ông quên hẳn việc sinh kế trong nhà, chỉ mình bà tần tảo sớm hôm.

*

Ông Đề lơ ngơ như mộng du, xớn xác thế nào lại va vào "bà xe đạp" bán đậu hũ. Bà đẩy nhẹ thân hình gầy nhom của ông. Ông chưa kịp xin lỗi, người đàn bà có vẻ luống tuổi, dáng kham khổ đã vội vàng tụt khỏi yên xe, hỏi nhỏ:

- Ông có sao không?

Ông lúng túng, cảm thấy thương hại, tò mò:

- Chị được nhiêu tuổi rồi?

Bà nhìn ông, không trả lời.

Hỏi vậy chớ đoán già đoán non, bà cũng tròm trèm tuổi ông.

- Có con cái chi không, mà chị vất vả thế này?

Bà quay sang hướng khác, đôi mắt đỏ hoe, nhưng không vằn tia máu như chàng thanh niên lúc sáng. Ông tìm trong túi, không thấy tiền. Ông đứng nhìn theo, thở dài.

Không biết vì ông đa cảm thường hay chạnh lòng với những người khốn khổ hay ông sắp xa lìa cõi tục nên lòng vương vấn đa đoan.

*

Chỉ khi ông nhìn ra vườn cây kiểng đối diện, cành lá xanh mơn mởn dịu mắt, tâm hồn ông an nhiên phơi phới. Những bụi cây dại dưới chân hàng rào kẽm gai đầy hoa ngũ sắc li ti, rung rinh trong gió. Ông lắng tai nghe bên vườn cây nhà Ngộ:

- Đ. Mẹ! Chúng nó là ma, tao canh mấy đêm đéo bắt được. Lúc thì con chó, lúc "móc" rách toạc bụng con mèo. Ông tóm được, chết mẹ chúng mày!

- Ma cỏ gì, một lũ lưu manh, đầu trộm đuôi cướp. Tối hôm qua tao thấy bọn nó đánh chén tưng bừng ngoài chòi canh. Giọng anh Ngộ trầm hẳn xuống:

- Đôi khi tao phải bịt mũi qua sông, giả lơ giả điếc. Hội hè đình đám, chúng nó đem xe vô chở mấy chậu kiểng đang kỳ nở rộ. Xong việc vất chỏng chơ, tao phải lai về. Chúng nó đích thị ma trơi. Thấy chớp, vụt biến mất. Hỏi thằng này đổ thừa cho thằng kia, không thằng nào chịu.

- Đâu phải của tiên sư cha nhà chúng nó. Lần sau đừng mơ nhé!

Ngộ nhỏ nhẹ:

- Đất có thổ công, sông có hà bá, vì miếng cơm manh áo, đành nhịn thôi mấy chú!

- Nhịn là nhịn thế nào? Sao mày hèn thế! Lần sau cứ để đấy cho ông!

- Thôi ông "kễnh" ạ! Một thân một mình làm gì chả được, tao dân tha phương cầu thực, đang lo kiếm gạo nuôi con…

*

Ông Đề chán ngấy mớ *"cải cách"* trong giáo dục. Phụ huynh không thể theo kịp để cùng nhà trường dạy con, xã hội không đồng bộ để dạy trẻ chữ nghĩa và học làm người. Cả một lũ sâu bọ gặm nhấm và phá tan hoang khu rừng đang xanh tươi của nền văn hóa dân tộc. Chúng không đủ kiến thức, tâm lý sư phạm để điều hành và không hiểu tầm quan trọng của *"trăm năm trồng người"*.

Đám cháu nhà ông, thế hệ sau tệ hơn thế hệ trước, ông cũng tự hào vì chúng rành rẽ về *"công nghệ"*, nhưng từ thằng cu Tủn lên năm đến con Ngà sắp thi tốt nghiệp, ngày nghỉ mỗi đứa như một ốc đảo, không thiết tha gì với những chuyện thích hàn huyên, bồng bế, mong ngóng yêu thương của ông bà. Chưa bao giờ những người già như ông lại cảm thấy cô đơn như bây giờ, dù gia đình ông *"tam đại đồng đường"*…

Nhưng chính ông, ông cũng tự nén vào ốc đảo của mình, những lời răn dạy của ông với con cháu, chúng vâng vâng dạ dạ rồi bỏ ngoài tai, riết rồi ông im lặng. Sự im lặng của ông mới nặng nề làm sao! Con cháu ngại ngùng khi muốn tỏ bày, không còn thân thiện vui đùa cùng ông như khi chúng lên năm lên ba. Bà thì thầm an ủi ông:

- Thôi ông ạ, mình chỉ dạy con, con mình dạy cháu.

Quan niệm sống mỗi thế hệ mỗi khác.

- Nhưng khác thì phải tốt hơn lên chứ! Ai đời…

Ông bỏ lửng.

Đêm gần sáng, tĩnh lặng. Tiếng động cơ ầm ì của chuyến xe sớm vọng đến tai ông. Những đôi vai kẽo kịt với gánh hàng rong nặng trĩu, thầm lặng chiếc bóng trải dài dưới ánh đèn đường vàng vọt trên đường phố ngang qua nhà, lòng ông dâng lên niềm xúc cảm lạ lùng. Người phụ nữ tảo tần sớm hôm ấy là hình ảnh của mẹ ông ngày nào, nhưng ngày ấy ông vô tư lự như lũ cháu nhà ông bây giờ. Ông chưa kịp làm gì để mẹ ông vui, bà đã mất.

Cơn mưa kéo về từ bên kia, không phải là cơn mưa của những ngày xưa cũ, nhưng đã thấm ướt đôi vai và những giọt nước li ti, đã tô điểm mái tóc bạc của ông óng ánh dưới ánh đèn.

………..

Năm mươi năm, thời gian không hề phai nhòa hình bóng cũ. Ông Đề nhìn ra khoảng không gian bao la bừng lên dưới ánh nắng chói chang của ngày hè. Đời ông sẽ vô nghĩa nếu xa rời nghiệp dĩ văn chương, nhưng những áng mây đen như tà áo của mụ phù thủy với chiếc mũi nhọn hoắt cùng lưỡi hái cứ ám ảnh ông trong những đêm mất ngủ, nguồn cảm hứng một thời bị dìm chết thô bạo trong niềm thất vọng và chán chường.

Cái đói khát cứ thường trực như tia nắng mặt trời và bóng đêm. Đôi khi ông cố nhắm mắt, đưa tâm hồn phiêu du về những ngày cặm cụi, nắn nót bằng cây bút sắt viết tựa đề, vẽ những nụ hoa hay gõ lộc cộc bằng chiếc máy chữ Remington cũ kỹ trên stencil. Mùi mực in thơm nồng trên từng trang giấy đã quay roneo, khiến ông hít hà trong niềm sảng khoái của đam mê, để quên đi cái đói cồn cào đang co bóp dạ dày khốn khổ.

Và ông không thể an nhiên nhìn lũ trẻ con gầy còm, đang đưa những đôi mắt dại khờ, háo hức chờ mong âm thanh sùng sục của nồi bắp luộc. Ông không thể ngờ có ngày gia đình ông lại “thích nghi” với rừng rú và khốn cùng đến như vậy. Bản năng sinh tồn đã loại trừ những gì phù phiếm không thực tế ra khỏi đầu óc vốn được ông trời sinh ra ông, chỉ để làm văn nghệ.

Ngày ấy, bà yêu ông nồng nàn bởi rung động đầu đời của thời con gái, bà cảm phục sự tinh tế, đam mê văn chương và thông tuệ của ông. Một lần ông mời và hẹn bà đi xem phim “Love Story” do Ryan O’Neal và Ali MacGraw thể hiện mối tình say đắm nhưng đẫm nước mắt của Oliver Barrett IV và Jennifer Cavilleri do Arthur Hiller đạo diễn.

Bà chờ ông và chờ mãi. Trời đã hừng đông, ông vẫn miệt mài nối đuôi từng con chữ, ánh nắng tươi vui của ngày mới lọt vào khung cửa sổ, ông giật mình nhớ lại giờ hẹn đón bà đêm qua. Nhưng nhờ sự cảm thông và chia sẻ của tình yêu, bà không hề giận. Rồi những lần hẹn sau, sau nữa… bà vẫn chờ. Chỉ những cơn mưa bất chợt, tiếng mưa dội vào lòng, làm rung động tâm hồn, khiến ông chợt nhớ và bà vẫn đứng trong mưa…

Ông bà ước mơ cùng tạo dựng một mái ấm đơn sơ. Tâm hồn đa cảm của ông như màu nước biển xanh trong, mộc mạc như cánh đồng muối trắng và màu trời xanh ngắt của vùng biển quê nhà.

Bà như chiếc bóng bên ông, khuyến khích và nâng đỡ để ông được vẫy vùng, bay lượn thỏa thích trong không gian huyền ảo của văn chương, vì văn chương được tạo nên từ tâm hồn và cảm nhận của những người yêu nó.

*

Đêm không đầy sao. Những cơn mưa cuối mùa và trời se lạnh lại là mùa biển sóng êm gió lặng của vùng đất phương Nam, đôi lần ông hối hận định tìm đường ra đi, ông như chiếc lá tre khô lênh đênh theo dòng nước đục ngầu, nhiễu nhương thế sự và vô định.

Sự nghiệp văn chương của ông như khói như mây. Thanh âm cung, thương ngưng ngân, khi dây đàn đột ngột đứt lìa. Ông ngóng về quê cũ, nơi còn lưu dấu những kỷ niệm một thời văn chương chữ nghĩa. Sự thô bạo và đê tiện đã giết chết tâm hồn mẫn cảm của ông, lòng ông khô khốc như đồi cát, dòng sông Hàn vẫn vô tình mang theo hoài bão đời ông xuôi về biển cả. Ông chôn chặt nỗi khổ đau và thất vọng vào tận đáy lòng nhưng những giọt lệ nhân ái, xót xa lại dâng tràn khóe mắt khi nhớ về những hoài niệm xa xưa.

*

Anh Ngộ hớt hơ hớt hải dắt thằng con mặt mày lem luốc sang nhà ông Đề:

- Thầy chỉ dạy giúp con, hôm nay đi học về cháu nói bị nhà trường cho nghỉ hai ngày vì chưa nộp tiền mua đồng phục và sách giáo khoa. Thầy nghĩ xem, bộ đồng phục của cháu và sách giáo khoa chị nó vừa học năm ngoái còn mới cứng, thế mà phải bỏ mua mới. Sao lãng phí thế hở thầy? Con cũng đã từng đi học…

Tự nhiên ông nghe nhói lòng, ông liên tưởng đến các thầy cô giáo đồng nghiệp tại xã nghèo miền Đông Nam Bộ ngày nào. Ngôi trường trên đồi heo hút, không bóng mát cây xanh. Học trò đủ loại trang phục, chân không giày dép, thầy cô giáo cũng chẳng gì hơn. Đôi khi họp hội đồng, thầy băn khoăn khi muốn góp ý với các thầy, cô giáo mặc những bộ áo quần quá giản dị, khi thầy nhìn lại mình: chiếc áo trắng đã sờn vai, ố vàng cùng chiếc quần vải sơ-vi-ốt xếp li như lò xo, phô bày hai cổ chân tong teo bám đầy bùn đất đỏ ba-zan, lòng thầy dâng tràn niềm thương cảm và không thể sẻ chia…

Nhưng tất cả đều bỏ lại nhọc nhằn, khó khăn cơm áo ngoài cổng trường, chỉ còn lại nhiệt huyết của trái tim nồng nàn yêu thương và hăng say làm tròn phận sự của người thầy.

Chưa bao giờ sự "phối hợp" trong giáo dục chặt chẽ và đồng bộ như thế này. Từ ban giám hiệu, hội phụ huynh học sinh đến các nhà thầu, ông bảo hiểm lẫn ông in sách giáo khoa chia nhau *"bòn rút"* những giọt máu hồng ngây thơ của mầm non xanh tươi, thế hệ anh tài tương lai đất nước, được nuôi dưỡng bằng mồ hôi và nước mắt của cha của mẹ.

Hãy nhìn đi hay có mắt không tròng?

*

Bà xót xa khi nhìn thân hình ông ngày càng còm cõi, nhưng nỗi lòng khắc khoải cứ như tiếng cuốc kêu trong sương chiều hiu quạnh.

Con vẹt mỏ đỏ đang bị nhốt trong lồng quen nhái tiếng người, lâu dần quên mất tiếng kêu than của đồng loại, nghểnh cổ tự đắc hát vang bài ca chiến thắng. Nó đã trở thành "cò mồi" trong bẫy rập, chiêu dụ và khoe khoang những điều vô tưởng bằng ngôn ngữ không phải của chính mình.

Ông nhìn thằng cháu thực nghiệm ươm mầm hạt giống trong lon sữa bò và nóng lòng chờ đợi. Hắn reo vui khi những chiếc lá xanh non run rẩy cùng thân cây trắng muốt bật lên, rung rinh trong ánh nắng ban mai ngày mới.

Nhúm đất khô tận hưởng những giọt nước tinh khôi, cây lớn lên từng ngày, nhưng đã vội èo uột và chết rũ vì úng thủy, đáy lon sữa bò đã không được hướng dẫn cặn kẽ đục lỗ thoát nước dư thừa.

Cháu ông đã được dạy trồng cây hay đi tìm nguyên nhân cây chết? Mải mê gây ra hậu quả tang thương để rồi ngồi gặm nhấm và rút kinh nghiệm cho những bài học suốt đời lầm lỗi.

Tiếng đàn cò (đàn nhị) não nuột từ nhà ai khuất sau vườn nhà anh Ngộ, hình như có đám ma. Nhưng không, nghe xen thanh âm khác của đàn kìm, đàn tranh, đàn tỳ bà, đàn bầu, đàn tam, song loan… lẫn tiếng sáo vi vu.

Ông Đề lần dò theo âm thanh quyến rũ. Mọi người ngưng bặt lễ phép chào, ông khẽ khàng ngồi bên mép chiếu và khoát tay ra dấu ban nhạc đừng bận tâm.

Những người nghệ sĩ *"đàn ca tài tử"* thực sự chỉ dùng đàn hát để mua vui với tâm hồn chân chất thăng hoa ngẫu hứng, tạm quên đi sự lo toan và nhọc nhằn trong mưu sinh khốn khó.

Lời ca mộc mạc gieo vào lòng ông cảm xúc khó tả, thấm đượm ân tình bởi giọng hát ngọt ngào của cô gái ông chưa hề gặp:

"Nhắn ai đi về miền đất phương Nam/ Trời xanh mây trắng soi dòng Cửu Long Giang/ Mênh mông rừng tràm, bạt ngàn dừa xanh/ Tiếng chang đước đong đưa, nhớ người xưa từng ở nơi này/ Cho ta thêm yêu dấu chân ngàn năm đi mở đất/ Cho ta thêm yêu bầy chim sáo sổ lồng.../ Ơi ơi hò, ơi ơi ơi ơi...hò/ Còn đâu đây tiếng vó ngựa phi/ Mà ngỡ con tàu vỗ sóng bờ xa/ Nỉ non sao tiếng nhạn kêu chiều/ Buồm xuôi vô phương Nam phiêu bạc theo thủy triều/ Dẫu trải qua thăng trầm giông tố/ Qua bao cuộc bể dâu, mãi dâng cho đời/ Bài tình ca đất phương Nam...."

(Bài Ca Đất Phương Nam – Lư Nhất Vũ)

Cô hát nhưng đôi mắt đăm đăm nhìn ông, trái tim già nua hình như ngưng đập, không gian lắng đọng, thời gian như ngừng trôi... Ông mơ hồ nghe tiếng hí vang của bầy chiến mã, tiếng dầm khua nước của đoàn thủy quân trên sóng nước bao la... Chỉ khi nghe tiếng song loan gõ nhịp bên tai, ông giật mình lúng túng.

Ông hòa mình vào lời ca tiếng nhạc, có lúc tâm hồn ông chơi vơi giữa muôn trùng sóng vỗ, đôi khi như gió ngàn khơi phiêu du qua bao ghềnh thác, có lúc phảng phất bóng dáng người xưa kiêu hùng Nam tiến thuở nào...

Nhưng đôi mắt ấy ám ảnh ông, người con gái miền sông nước mang tâm hồn của loài chim quốc khắc khoải năm canh, nhớ về phương trời xưa xa ngái.

Nỗi u hoài tiếc nuối một thời đã lỡ, chim thiên di không còn rừng xây xanh làm tổ, người người cũng tha phương, lang bạt kỳ hồ...

Không ai ngờ cô gái ấy là con cháu của danh gia thế phiệt, mượn lời ca tiếng hát để giải tỏa lòng mình, ông giật mình và cảm thấy lòng se thất lẫn tự thẹn khi đọc những dòng chữ của nàng: *"... Quang Trung ơi! Vó ngựa Người ngang dọc, thất đởm kinh hồn quân xâm lược Càn Long, nhưng hậu duệ của Người là điêu tàn khốn khổ, áo vải và anh hùng sao bàn chuyện an dân..."*

Đêm đã về khuya, tiếng đàn tiếng sáo im bặt, bao nỗi lòng như chìm đắm trong tịch liêu, sương khói mông lung. Loài chim ăn đêm cô đơn vừa gieo vào thinh không, tiếng kêu buồn rũ rượi...

Nguyễn Châu

Một Thời Thuở Ấy

CAO THOẠI CHÂU

Thuở ấy khi cần thiết thương ai
Ta rất sợ người ấy thành góa phụ
Mỗi bài thơ có tên có tựa
Không phải thơ hoang xô lệch mấy câu buồn

Và thật tình ta khờ như cục đất
Hồn nhiên cho cỏ mọc lên đầy
Chim chóc mặc tình về làm tổ
Con suối hiền mặc sức cá tôm bơi

Trái tim thuở ấy hồng như bếp lửa
Trời mùa đông ta đón một ai vào
Hai chiếc bóng hồn nhiên in trên vách
Đâu biết sông dài thây kệ cả trời cao

Thuở ấy làm thơ, ôi bài thơ thuở ấy
Những con rắn dài ta vẽ thêm chân
Lũ chó nhà thành bầy hươu cao cổ
Và sầu kia xây nên lũy nên thành

Vậy đó, đầu ta vẫn còn nguyên trên cổ
Chân tay mọi thứ vẫn nguyên lành
Mà sao giờ luôn luôn nhức nhối
Không theo mùa nhức cả quanh năm!

Cao Thoại Châu
20-2-2019

Đã Thêm Lần Bẽ Bàng Rồi

ĐINH THỊ THU VÂN

đã thêm lần bẽ bàng rồi
trời không dung, đất không thôi đọa đày
tôi thành mảnh rượu nhừ say
loang phơ phất mãi chưa phai phận nhòa!

cam tâm rơm rạ bao giờ
mà không khóc nữa xác xơ đời mình?
nén đau nén nhục mà vin
níu đen níu trắng mà xin dạt dào!

"anh không về với em sao?"
biết câu hỏi nhạt... vẫn rao bán lời
rẻ thân lần cuối này thôi
tôi đem tôi đổi chút vôi vữa buồn!

đem lòng ấm... lấp và chôn
đem tim lạnh phủ trắng hồn hư hao...

Đinh Thị Thu Vân

T

Gió Đưa Lẽ Phải Về Trời

SỸ LIÊM

Hôm đưa vịt lộn về trời
Thấy rau răm khóc… Mỉm cười muối tiêu
Ta ngồi giữa bếp cô liêu
Nấu canh cải bẹ xanh hiu hắt buồn

Quê hương mất dấu cội nguồn
Dân ta lủ khủ cởi truồng tắm mưa
Mỗi lòng nhớ lại ngày xưa
Tuôn theo dòng nước lệ thừa thãi đau

Nhìn trời đất hỏi tại sao
Bỗng nghe tiếng sấm trên cao đánh rầm
Giật mình rớt cái trăm năm
Vào trong cái cõi người căm giận tình

Nguyễn Du – Nguyễn Ánh hiển linh
Mấy đời họ Nguyễn đã hình như hư
Thúy Kiều đứng giữa ngã tư
Gọi Tây Sơn Nguyễn Huệ thư giãn. Mời

Gió đưa lẽ phải về trời
Dân ta ở lại chịu đời đắng cay!

Sỹ Liêm

Nấu Cơm Cho Vợ Ở Nursing Home

TRẦN THỊ NGUYỆT MAI

Em nằm đó tháng ngày trôi bất tận
Cả thân hình hưu trí đã từ lâu
Căn nhà vắng tiếng em cười nói
Từ thuở em vào *nursing home*

Giờ anh chỉ có mỗi niềm vui
Nhìn em ăn hết khay thức ăn anh nấu
Bằng tình yêu người chồng dành cho người vợ
Người thương dành cho người thương

Anh vào *internet* kiếm tìm
Những món ăn ngày nào em thích
Bánh cuốn, bánh bèo, canh chua cá lóc...
Để học nấu cho em ăn

Hôm nào hết khay thức ăn
Thì anh biết em cho anh mười điểm
Lòng anh hân hoan, ca hát suốt ngày
Thấy trời xanh mây
Hoa tươi nở thắm, gió mát hây hây…

Những hôm nào em lấy nĩa đâm đâm
Miếng thịt nướng hay con cá chiên dầm mắm ớt
Khay cơm còn nguyên
Nước mắt rơi trên má
Anh hiểu bà xã
Đã không hài lòng
Cho điểm số không
To tướng…
Tội nghiệp cho em…
Tội nghiệp cho anh…

Thương em quá anh chỉ nhìn và khóc
Sao căn bệnh quái ác mãi theo em
Như hình với bóng
Sao nó không chịu "oa xịt" nghỉ chơi em
Để trả lại cho anh
Người vợ thuở nào
Rất đảm đang
Cáng đáng giùm anh mọi chuyện gia dình
Không quản thân mình
Luôn lo cho chồng con được hạnh phúc...

Hôm nay em không ăn được
Để anh sẽ tìm, thay đổi món ăn
Cầu mong ngày mai em vui trở lại
Khay cơm đầy em sẽ ăn hết nghe em...

Trần Thị Nguyệt Mai
16-5-2019

Giọt Nắng Mai Xuân Quê Cõi Tịnh

TRẦN THOẠI NGUYÊN

Sáng xuân quê cõi tịnh
Bên hiên giọt nắng mai
Lòng vui theo khói trắng
Chập chờn cánh hoa lay...

Vườn xanh con bướm tóc
Trĩu nặng gánh trần gian
Tôi không còn cô độc
Trong linh thánh bụi vàng.

Ồ. Hồn mộng. Không nói
Từng khoảnh khắc... vô biên
Tôi đốt thuốc nhìn khói
Nghe lòng mình tịnh nhiên.

Trần Thoại Nguyên

Ai Ngờ Đời Đã Mộng Du

CHU NGUYÊN THỤY

1.
Vò nát tiếng chuông
làm tin
Bước chiều khấp khởi
giật mình bóng
ai?
Nước qua truông
thả
dặm dài
Mượn phôi pha
góp nhặt
bài tụng ca.

2.
Ngắm mình
dung dị hóm
già
Chưa cười nắc nẻ
đã
òa khóc than
Mãi
so đo nợ
gian trần
Ngồi câu bóng nước
mơ
ngần ấy thương.

3.
Chợ người
bán
nõn bán nường
Lòng ta
dị hợm vô thường
thú hoang
Trèo năm non
ngửa
thạch bàn
Khát khô trinh bạch
chảy
tràn mộng du.

4.
Hỡi người
ai
rõ ngục tù ?
Tưởng khe lạch
mát
tạc thù trăng hoa?
Phơi khuya
lạnh thấu tim già
Mới hay tuồng kịch
diễn
mà mắt chơi

Khóc điên đảo
mới là đời…

Chu Nguyên Thụy

Tiều Phu Ca
HỒ XOA

Ta cắt thân cây chết đứng giữa trời
Cây chơ vơ...
Không biết phương nào ngã xuống
Ôi cuộc trở về một lần với đất
Có cần chăng gió tự phương nào?

Ta nhìn đời trôi
Nhọc nhằn theo vết xe thổ mộ
Có nơi đâu là không phải chân trời
Lớp lớp nguyện cầu
Chập chùng cát bụi
Vu vơ đời mình một khúc tiều ca

Nghe giọng cười âm u ngàn năm gió núi
Những Kinh Kha, Đặng Dung...
Mài gươm khuyết dưới trời
Và những ma vương nấp bóng con người
Dưới những hoàng hôn chập chờn mặt đất

Mỗi thân củi lặng im
Như ngàn tiếng chuông đã tắt
Như đời người lặng im
Sau tiếng Nam Mô!

Hồ Xoa

Tha Hồ Mây Trắng Bay

KHÁNH TRƯỜNG

Quê nhà xa lắc xa lơ đó
Ngoảnh lại tha hồ mây trắng bay

(Hành Phương Nam – Nguyễn Bính)

Tính ra thời gian tôi sống trên quê hương ít hơn xứ người. Vậy nhưng không hiểu sao, sau ngót 40 năm thổ ngơi này vẫn chưa ghi dấu trong tôi một ấn tượng mạnh nào.

Bolsa ngày tôi mới đến còn khá "quê". Nhiều khu vực trống chưa khai thác. Nhiều nơi vẫn phảng phất hơi hướm tỉnh lẻ. Hàng quán, các ngành nghề, dịch vụ có vẻ còn mang đầy… dân tộc tính (!) những năm 50, 60 của Việt Nam. Trên tường các quán ăn vẫn những tranh sơn mài cẩn xa cừ tứ bình mai lan cúc trúc. "Hiện đại" hơn, cũng tranh sơn mài (dỏm), màu sắc lòe loẹt, hình thể bố cục thô vụng, nhưng tân thời hóa bằng những cảnh quen thuộc đến phát ngấy: Lăng Ông Bà Chiểu, Chùa Một Cột, Tháp chuông Thiên Mụ, Cầu Tràng Tiền, nữ sinh áo dài nón lá che nghiêng, bến đò cạnh cây phượng vỹ chói chang màu hoa rực đỏ… Những biểu tượng quê hương thô thiển và sáo mòn đến không gợi nổi một chút xúc động, dù nhỏ nhất, ở người nhìn. "Chúng ta đi mang theo quê hương", nhưng mang theo kiểu này thì thảm quá. Đã vậy, báo chí sách vở thì nghèo nàn, đồng phục, quanh quẩn cũng chuyện tố cáo tội ác cộng sản, chính nghĩa quốc gia bị bức tử, anh em đồng minh phản bội… Rồi trại cải tạo, tù tội, vượt biên, hồi ký phét lác của các tướng lãnh, các sĩ quan quân đội, các quan chức cao cấp VNCH (cuốn nào cũng ngời ngời gương can đảm, bất khuất, tỏ lộ chính nghĩa quốc gia!) Tôi nhìn, đọc, ngao ngán. Quá khứ còn quá đỗi nặng nề, định kiến hẹp hòi, một chiều, lên gân, biểu diễn bắp thịt. Chả biết bao giờ xóa quên được. Người ta không thể tiến về tương lai nếu không can đảm vất bỏ hành trang xưa cũ đè nghiến trên vai.

Tuy vậy vùng đất mới này vẫn là một hấp lực đủ mạnh để tôi đặt nhiều kỳ vọng. Bấy giờ tóc tôi còn xanh, sinh lực còn đầy ắp, những hoài bão còn cháy đỏ trong tim. Tôi nghĩ, với phương tiện và môi trường rộng rãi, cả nghĩa đen lẫn nghĩa bóng, tôi sẽ tha hồ vùng vẫy. Những ước mơ ôm ấp từ thiếu niên, rồi thanh niên, chừng như tôi chưa thực hiện mảy may, vì thiếu môi trường và nhiều yếu tố khác. Tôi vui. Nghĩ sẽ bắt đầu một lên đường, tuy hơi muộn màng nhưng sóng êm bể lặng, chân trời mênh mông rộng mở, điều kiện thuận lợi.

Trong giới hạn nào đó, trải dài nhiều năm sau, tôi đã làm được một số việc, tuy không to tát gì, song cũng giúp tôi tránh được mặc cảm giá áo túi cơm, tiêu pha sinh lực một đời vào những quẩn quanh cơm áo và hưởng thụ tầm thường. Một tờ báo. Vài trăm bức tranh. Hơn chục cuộc triển lãm. Năm ba cuốn sách. Tất nhiên chả là gì, có điều tôi không hổ thẹn, bởi đã làm hết sức mình. Khả năng tôi chỉ thế, đến thế. Chả thể buộc con ốc mang vác một tảng đá nặng. Phải không?

Không có gì đáng phàn nàn suốt hơn ba thập kỷ qua. Xét mặt nào đó, tôi khá bằng lòng. Nhưng sự bằng lòng nhàn nhạt, bình thường, chả có dấu ấn nào sâu, đậm.

Khác hẳn những ấn tượng tuổi thơ vẫn thỉnh thoảng hiện về trong đầu tôi. Bãi cát nhấp nhô với những nhánh xương rồng đầy gai, những lùm bụi xác xơ, úa vàng dưới ánh nắng thiêu đốt mùa hè, những bãi phân người hôi thối, những mộ bia nghiêng ngả giữa đám cỏ dại. Căn nhà nhỏ vách ván gió luồng tuông từ cửa trước ra cửa sau, mang theo những vạt mưa và hơi lạnh thấu xương. Mặt biển mù trong bão giông, bầu trời sà thấp một màu chì pha đen dơ bẩn, hàng nghìn con sóng vỗ bờ ì ầm, đe dọa… Có vẻ thời gian ăn nằm ở xứ sở này, tôi đã hòa nhập tận tình, từ ngôn ngữ đến phong tục, tập quán. Tôi hầu như quên mình cũng có một quê nhà, cũng đã sinh ra từ một nơi chốn. Quê nhà tôi đâu? Giang hồ lưu lạc từ thiếu niên, ấu thơ cơ cực, phấn đấu để tự tồn, để vươn mình làm một thành viên tốt của xã hội, trong tôi hai từ "quê nhà" có vẻ khá xa lạ. Tôi đã đánh mất quê nhà ngay từ lúc chưa trưởng thành, vì thế mỗi khi đọc hoặc nghe ai đó than vắn thở dài mấy từ "nhớ quê", "thương quê", "quê nhà yêu dấu"… tôi thường cười ngạo, bỉ thử: "bày đặt, màu mè". Thế nhưng tuổi tác chất chồng, những ấn tượng gắn liền với ấu thơ tôi hiện về càng lúc càng nhiều. Phải chăng, như người ta nói, người già luôn sống với quá khứ?

Quá khứ tôi? Chẳng những chả có gì đáng tự hào, trái lại luôn làm lòng tôi quặn thắt.

Đó là những tháng năm gắn liền với bao nghèo hèn và tủi nhục.

Đó là giả đêm về sáng, tôi len lén mở cửa ra đường. Phố vắng, những ngọn đèn từ trên cao giọi ánh sáng vàng ủng xuống lòng đường, xô ngã chiếc bóng dài ngoằng là tôi, thằng nhỏ ốm o đang đi nhanh về hướng nhà ga.

Tôi rắp tâm bỏ nhà ra đi.

Trong túi chỉ vài mươi đồng lẻ, không đủ mua một vé tàu. Đành đi lậu vậy. Tôi trốn chui trốn nhủi trên con tàu tốc hành lúc trời sắp rựng sáng.

Đi đâu? Tôi không biết. Trong đầu đứa bé 13 chỉ duy nhất một ý nghĩ, phải đi, phải rời xa căn nhà đó. Cha tù tội oan khiên. Mất đi nguồn lao động chính. Bữa cơm hàng ngày dù chỉ mắm rau nhưng vẫn bữa đói bữa no. Bà mẹ kế không nghề nghiệp. Tôi và hai đứa em trai còn quá nhỏ…

Một ngày một đêm trên con tàu cũ kỹ đến vùng cao, Đà Lạt, đẫm ướt sương mù và lạnh cóng. Đói, khát, lo sợ. Thằng nhỏ bước xuống sân ga, tay ôm một bọc ni-lông tái chế xỉn bẩn, bên trong đựng bộ quần áo cũ, hai may-ô, hai quần lót và một gói xôi, ba củ khoai lang mua từ ga Phan Rang. Trong túi chỉ còn đúng 20 đồng nhàu nhĩ. 20 đồng, mua được gì? Và những ngày tới phải sống bằng cách nào? Khi thất thểu trên vỉa hè về hướng hồ Xuân Hương, lạnh quá, nhìn thấy một tiệm thuốc tây thằng nhỏ nghĩ nhanh, vào trong khuất gió may ra đỡ lạnh.

Thằng nhỏ bước vào, quả, đỡ hơn rất nhiều. Thằng nhỏ nhìn quanh, tiệm hẹp, bóng đèn trần không đủ làm căn phòng, dù nhỏ, đủ sáng . Bên ngoài buổi chiều đang xuống, mưa lâm râm, bầu trời chùng thấp, bóng tối đang dâng. Gió cuốn tờ player quảng cáo cuốn phim đang chiếu của rạp hát trên đỉnh đồi. Gã chủ tiệm nhìn thằng nhỏ mặt mày lơ láo, hất hàm,

"Mày mua gì?"

Thằng nhỏ lúng túng. Gã chủ tiệm lớn giọng,

"Tao hỏi, mày mua gì?"

Nghe giọng nói thằng nhỏ cảm nhận được mối nghi ngờ trong lòng gã chủ tiệm. Thằng nhỏ bỗng sợ hãi, ấp úng,

"Con… con… muốn mua…"

Thật ra thằng nhỏ chỉ định vào trong tiệm tránh gió, bớt lạnh.

"Mua gì?"

Gã chủ tiệm càng gay gắt.

"Optalidon."

Thằng nhỏ vọt miệng. Optalidon. Tại sao? Thằng nhỏ có lần đọc báo biết một thiếu nữ bị tình phụ, cô ta tuyệt vọng, quyên sinh bằng cách uống trọn tuýp Optalidon. Có lẽ cách tìm đến cái chết này đã nằm trong tiềm thức thằng nhỏ, bất ngờ vọt ra thành lời trong lúc hốt hoảng.

Cầm tuýp Optalidon và 2 đồng tiền thối thằng nhỏ ra khỏi tiệm thuốc. Gió không lớn nhưng lạnh buốt xương.

Thằng nhỏ bước đi vô định. Mặt hồ Xuân Hương phẳng im không gợn sóng. Mưa đã tạnh nhưng sương mù trắng đục loang tỏa mỗi lúc một nhiều. Rừng thông bên trái bờ hồ đã nhá nhem. Đêm sắp lên. Thằng nhỏ đến ngồi trên chiếc ghế đá cạnh bờ hồ nhìn mông mặt nước nhập nhòa hư thực, muốn khóc.

Trời tối hẳn, thằng nhỏ đi lên khoảnh đất rộng, là trạm taxi, có cây xăng lớn. Thằng nhỏ tìm góc tối cuối nhà rửa xe. Co ro, lạnh cóng, nhưng có lẽ mệt quá, thằng nhỏ thiếp đi.

Khi tỉnh dậy, đêm sắp tàn, bến xe nhộn nhịp. Một bọn năm bảy đứa tuổi tác khoảng bằng tôi đang lăng xăng, đứa xách nước, đứa lau chùi những chiếc taxi trong bến. Xong việc, được các tài xế thầy cho vài chục. Tôi nghĩ ngay, mình kiếm sống được bằng nghề này. Vội lục tìm trong bọc ni lông cái áo may-ô, xách cái xô nhựa ở góc nhà đến vòi hứng nước. Vừa đặt xô nước cạnh một chiếc taxi, chưa kịp làm gì thì tôi lãnh ngay một cú đá chí mạng, ngã ngửa,

"Đụ mẹ, mày là ai?"

"Dạ… em… em…"

Thêm một cái đá nữa.

"Đụ mẹ, tao hỏi, mày là ai?"

Tôi đau và sợ điếng người,

"Dạ… dạ… em từ miền Trung mới lên… các anh tha cho…"

Thằng lớn nhất quét tia mắt khắp người tôi, hất hàm,

"Chỗ làm ăn của bọn tao, mày không biết hử?"

"Dạ… em không biết."

Sau trận đòn tôi bị đàn anh đưa đến đường Yết Kiêu, bán cho "chị Hai".

Nơi này là một xóm điếm gồm nhiều nhà chứa. Động của "chị Hai", nơi tôi bị bán, là một căn gác dài chia làm bốn "buồng". Mỗi "buồng" được ngăn bằng một tấm vải bông rũ từ lưng chừng, cao quá đầu người, xuống sát mặt sàn gỗ. Buổi tối, sau một ngày mỏi rã chân ngoài đầu hẻm, léo nhéo mời chào các đấng chiến sĩ rằn ri ngang qua, "Đại ca ơi, đi một phát lấy hên đại ca. Hàng mới ở tỉnh lên, mướt rượt, đông ngò (nhiều lông), nước nôi đầy đủ. Hết sẩy đại ca ơi…" . Khuya, tôi trở vào, ăn qua quít bát cơm với vài chị được, rồi vào ngủ ở một trong bốn phòng, nếu vắng "khách"…

Bọn điếm bán trôn nuôi miệng. Tôi bán nước bọt bằng những lời thô tục, cũng để nuôi miệng!

Như thế đó, tôi đã bước xuống cuộc đời vào tuổi 13, trên chuyến tàu tốc hành lên miền cao, hành trang chỉ với vỏn vẹn một gói xôi, ba củ khoai lang và một ống thuốc Optalidon. Tôi đã kể khá tường tận câu chuyện này trong cuộc phỏng vấn của Lê Quỳnh Mai cách đây hơn 20 năm, có lẽ không cần nhắc lại.

Hơn nửa năm sau. Do một biến cố nao lòng, tôi rời Đà Lạt xuống Qui Nhơn trong cốp xe *taxi traction*.

Giữa lúc tuyệt vọng, đói lả, tôi gặp một ân nhân. Ông là thầy giáo. Đã nuôi tôi những ngày đầu, đã bày vẽ cho tôi kiếm sống bằng cái nghề mãi đến hôm nay vẫn còn theo tôi, như nghiệp dĩ. Định mệnh? Qua thử thách, thấy tôi khéo tay, ân nhân bày tôi đến các *snack bar* dọc bờ biển. Nơi này là thiên đường trụy lạc. Những tên lính viễn chinh say sưa, những em được phấn son, quần áo diêm dúa. Trong men rượu với tiếng nhạc ầm ĩ cuồng loạn, tôi vẽ chúng – bọn lính say và lũ bán phấn buôn hương. Những tấm ký họa thuở đó hẳn vụng về, nhưng giữa bầu khí ăn chơi trác táng, nực mùi tình dục, thuốc lá và men rượu, một hai đô la đỏ (loại đô la dành riêng cho bọn lính viễn chinh) nào đáng chi. Nhờ thế tôi sống được và cũng vì thế, tôi lún dần vào thế giới đồi trụy.

Để rồi, lại một duyên cớ khác, tôi biến thành "anh chị".

Như hầu hết những em được đều có kép đồng chủng (một hình thức "về nguồn" của những kẻ đã đánh mất quê hương ngay trên chính quê hương?), em Liên "sàng" chấm tôi. Tại sao Liên "sàng"? Tại vì em có lối làm tình… trời sợ! Em chuyên trị ngồi trên và xoay vòng như chong chóng. Vị nào từng nhìn thấy ở quê người ta sàng gạo thế nào thì em cũng sàng như thế, y chang. Nếu được mây mưa với em một lần, ắt khó quên. Thuở đó tôi 16, em 20 (đàn chị!!!). Trước, em là đào ruột một tay trùm khét tiếng. Chả hiểu sao em bỏ hắn theo tôi. Có lẽ tôi thư sinh, ra dáng con nhà lành. Có lẽ tôi đang hành một cái nghề xem ra rất… tài hoa, "có học", khác hẳn với môi trường dao búa máu me em từng chung đụng. Có lẽ… Có lẽ… Tôi không biết. Đã nói, được ăn nằm với em một lần, khó quên. Tay anh chị hẳn thế. Lại thêm bị một thằng ranh con vô danh tiểu tốt phỏng tay trên, còn gì nhục bằng? Hắn sai đàn em khử tôi.

Khuya, tôi cùng một thằng bạn nối khố trở về (thằng này mãi mãi là bằng hữu tốt nhất của tôi, đến tận bây giờ, không ai bằng. Hắn cùng ăn ở với tôi một nơi, cùng chia nhau những đồng bạc kiếm được, cùng mỗi tuần ba buổi tối sánh vai nhau đến lớp học bổ túc văn hóa.

Sau, hắn đỗ tú tài bán, đăng lính, đi Thủ Đức. Ra trường, được điều lên Pleiku. Chỉ hai tháng sau vinh thăng thiếu úy vì đã "về miền hư vô" sau một trận bị địch quân công đồn!).

Chúng tôi bị chặn đường. Tên đàn em nhìn tôi,

"Mày gan cùng mình."

Tôi chưa kịp trả lời, hắn tiếp,

"Mầy biết Liên "sàng" là ai không?"

"Không."

"Đụ mẹ, mày tới số rồi."

Dứt lời, hắn lao đến, vung cao con dao chặt nước đá phang vào đầu tôi. Thằng bạn đứng cạnh đảo người đưa lưng hứng. Tôi thoát nhưng thằng bạn nằm nhà thương hơn nửa tháng. Ân nhân cứu mạng thứ hai của tôi, sau anh bán kẹo kéo lôi tôi từ dưới sông lên khi tôi sắp chết đuối năm 11 tuổi. Cả hai tôi vĩnh viễn không còn gặp nữa. Những ân tình mãi mãi theo tôi suốt đời!

Để tự vệ và cũng để trả thù nhát dao chó chết, tôi cùng thằng bạn và mươi tên nữa tạo một băng khác, cũng "ngầu" ngang ngửa.

Những đòn thù ân đền oán trả, những trận thư hùng giành địa bàn hoạt động, những cuộc tình nhầy nhụa… Tôi sẽ kể chuyện này khi có dịp.

*

Bạn lòng,

Nửa kiếp đời bão táp, hơn ba thập niên trên xứ người. Thời gian đủ dài để gã thiếu niên, rồi thanh niên xưa kia trở thành một ông già da mồi, tóc rụng. Tệ hơn nữa, do stroke, hậu quả của một cuộc sống nổi trôi, ăn chơi trác táng, anh bây giờ thu mình lại, suốt ngày giam thân trong bốn vách tường nhà, giữa lòng chiếc xe lăn, và khôn nguôi nhớ về quá khứ.

Cái quá khứ vẫn luôn khiến anh cay mắt.

Cái quá khứ khắc đậm trong anh những vết hằn mãi mãi không thể xóa quên.

Cho nên ngay từ đầu anh đã nói, dù ít nhiều anh đã làm được vài điều như mơ ước thuở thiếu thời, nhưng vẫn không tạo được trong anh những ấn tượng mạnh, khả dĩ khiến anh rưng rưng mỗi lần hồi tưởng. Như cồn cát khô cháy nực nồng mùi phân người hôi thối. Như bầu trời u ám bão giông. Như căn nhà vách ván gió luông tuồng từ cửa trước ra cửa sau mang theo những vạt mưa lạnh cóng. Như khuôn mặt Liên "sàng" từng gắn bó. Như ngọn dao chặt nước đá. Như vết thương sâu trên lưng thằng bạn.

Phải chăng ký ức chỉ miên viễn với những điều bất ưng?

Phải chăng giao tình giữa chúng ta rồi sẽ nhạt nhòa? Tuổi anh đã cao, ngày lên đường không còn xa, nhưng anh e sự chia tay sẽ đến trước ngày anh ra đi.

Bởi chưng hạnh phúc sẽ chẳng tồn tại lâu như khổ đau?

Anh mong không phải thế, bạn lòng.

Khánh Trường

Tạp Ghi Tháng Bảy

MINH NGỌC

Một ngày đầu tháng Năm, đi làm về, mở hộp thư trước nhà, một gói giấy vàng. Mở ra, tập sách dầy cộm đề Ngôn Ngữ.

Lâu lắm rồi mới có cảm giác vui vui này, kể từ khi các tạp chí văn học lần lượt đình bản chục năm trước. Nhớ hồi viết cho tạp chí Văn của nhà văn Nguyễn Xuân Hoàng, lúc ấy còn học *residency*, rồi *fellowship*, rồi đi làm, bầu bì, con nhỏ, bận rộn thi cử, làm việc, trực gác, soạn bài giảng dạy… mà tháng nào cũng bị đòi bài, thấy *email* của ông Hoàng là biết ngay: "Ngọc ơi, gởi tin văn đi, thêm cái truyện ngắn nữa". Toàn bộ các *email* đòi bài này tôi vẫn còn giữ, lâu lâu tình cờ nhìn thấy lại nhớ những ngày viết báo tài tử, bận mà vui. Độc giả ngoài giới đừng nghĩ viết nhiều là có tiền. Không đâu, toàn viết văn chùa cả. Người viết hầu hết đi làm nghề tay mặt lãnh lương, viết văn làm thơ chỉ là tay trái vì đam mê văn chương, mỗi tháng lãnh tờ báo biếu là mừng rồi. Chính nhà văn Nguyễn Xuân Hoàng cũng làm tổng thư ký ấn bản Việt ngữ của Mercury News (nhật báo chính của San Jose) lãnh lương nuôi tạp chí Văn, thường là lỗ chứ được huề vốn là may. Tôi biết vậy nên tiếp tục đóng tiền mua báo dài hạn, ông bèn gởi về hai cuốn mỗi tháng. Má tôi lắc đầu: "Ổng làm báo quân tử kiểu này chắc cụt vốn!"

Quả nhiên, báo chết, các tạp chí khác cũng chết. Người viết bèn đưa bài lên *internet* – talawas, Tiền Vệ, Sáng Tạo, Da Màu, phổ biến nhất là Facebook. Người đọc lâu dần quen đọc văn thơ *free* trên *internet*, không mua báo mua sách nữa. Trong tình hình đó, việc cho ra một tạp chí giấy gần như trò đùa. Nếu như thời nhà văn Mai Thảo làm tạp chí Văn thập niên 80 có mấy trăm độc giả dài hạn, thì bây giờ may lắm được vài chục. Với ấn phí, cước phí cao hơn trước rất nhiều, tiền bán sách thu lại may lắm đủ trang trải các chi phí. Do vậy, báo biếu cũng trở thành xa xỉ. Người viết đóng góp bài vở vì nhiệt tình văn chương mà thôi, được trở lại cảm giác vui vui ngồi cặm cụi viết bài, gởi bài, bị đòi bài, sau đó tự mua báo để đọc, không khác gì thời học sinh, sinh viên làm tập san.

Hồi trung học, mỗi năm trường cho các lớp làm báo tường hai lần, ngày nhà giáo 20-11 và Tết. Tôi mê làm báo nên dù là lớp phó học tập, tôi cho lớp phó văn-thể-mỹ chầu rìa, giành làm hết, từ kêu gọi gởi bài, chọn bài, sắp bài. Để cho công bằng, phần chọn bài có lấy thêm ý kiến của lớp phó văn-thể-mỹ và các tổ trưởng. Phần sắp bài và trang trí có các bạn viết chữ đẹp và vẽ đẹp phụ giúp. Bài vở phần nhiều các bạn chép ra từ sách báo, tôi loại gần hết, chỉ lấy những bài có tính cách phổ biến kiến thức, ví dụ giai thoại danh nhân, sự kiện lịch sử… Một số bạn gởi sáng tác của mình, thơ chiếm phần nhiều, mặc dù không theo vần vè niêm luật tôi vẫn cho lên để khuyến khích. Người viết những bài phiếm luận và truyện ngắn hay nhất là Hồng Vân, cháu ngoại học giả Nông Sơn Nguyễn Can Mộng. Báo là một tấm poster khổ lớn, bài nào viết chữ đẹp thì dán thẳng lên, bài viết chữ xấu thì chúng tôi chép lại, hai họa sĩ của lớp là Sơn và Trung vẽ tựa, trang trí hoa lá cành. Tới ngày báo treo lên, thầy cô và các bạn xúm lại đọc, trầm trồ vui thích là chúng tôi đủ mát ruột.

Lên đại học, cũng có làm báo tường trước kỳ nghỉ Tết, nhưng tôi không hứng tham gia nữa. Năm tôi học năm thứ ba, Phan Xuân Trung thi đậu vào năm thứ nhất, phát động viết báo. Trung trước làm kỹ thuật viên phòng thí nghiệm bộ môn Sinh Hóa của trường, cũng là họa sĩ vẽ hí họa cho các báo Tuổi Trẻ, Thanh Niên nên có máu làm báo. Trung lớn tuổi hơn tôi nhưng vì đi làm mấy năm mới thi vào nên học dưới tôi hai lớp. Trường có một tủ kính trên hành lang giữa nhà ăn và văn phòng sinh viên, nhìn ra hồ nước rợp bóng cây rất lãng mạn, Trung sử dụng làm báo tuần. Bài gởi về trước chiều thứ sáu được đọc để chọn đăng vào thứ hai. Tôi gởi bài viết ngay kỳ đầu, một phiếm luận hài hước về sinh hoạt của trường, được đăng lập tức. Tuần đầu tiên, Trung triệu tập các tác giả có bài đăng để họp ban biên tập, hỏi ngay: "Minh Ngọc đâu?", tôi giơ tay, Trung gật gù: "Bài của bạn rất khá, vừa đọc tôi có ấn tượng liền". Tôi hơi tự ái, tuy Trung lớn hơn mấy tuổi và có thâm niên sinh hoạt báo chí chuyên nghiệp nhưng trong trường, Trung là đàn em nên lúc đó tôi nghĩ đáng lý Trung phải gọi tôi bằng "chị". Vì vậy, những kỳ họp sau tôi bỏ không đến, mặc dù vẫn gởi bài đăng đều đặn, và những bài thơ vớ vẩn của tôi trên báo tủ kính lọt vào mắt xanh của nhà thơ phụ trách mục văn nghệ báo Tuổi Trẻ nhân một lần ghé trường, đem đăng lên Tuổi Trẻ Chủ Nhật. Trung còn làm tập san, in trong xưởng in của trường nên không mất tiền in, nhưng dĩ nhiên tác giả có bài đăng không có nhuận bút cũng không có báo biếu vì báo bán rất rẻ cho sinh viên, và tiền thu được cho vào quỹ công tác xã hội. Bây giờ Trung làm ở Medic Hòa Hảo, điều hành mấy cái website về y khoa, viết bài thường xuyên trên Facebook về các vấn nạn trong ngành y, trong xã hội, được rất nhiều người theo dõi.

Làm báo bây giờ có khác gì đâu, chỉ mong có được một phần nhiệt huyết thời học sinh, sinh viên để viết báo chùa mà lòng vẫn vui, nghĩ rằng mình có góp phần nào đó duy trì sinh hoạt văn chương hải ngoại. Bài vở trên không gian ảo mênh mông, có cái mất cái còn, người đọc nhớ ít quên nhiều, chỉ có bút sa là gà chết thôi. Lại nhớ những vị nặng nợ làm báo, báo chết mấy lần vẫn xoay xở làm tiếp, từ Tản Đà, Nhất Linh, Nguyễn Vỹ, Võ Phiến, Mai Thảo, Viên Linh…

Và cách đây mấy ngày, tin nhà văn, họa sĩ , nhạc sĩ Hoàng Ngọc Biên và nhà thơ Tô Thùy Yên từ trần làm ngẩn ngơ giới văn chương. Hai tên tuổi đóng góp trong mọi lãnh vực văn học nghệ thuật, hoạt động xuất bản văn chương không mệt mỏi ở hải ngoại. Xin ngả mũ chào hai ông!

Minh Ngọc

Sài Gòn, Ngày Trở Lại

NGUYỄN VY KHANH

Khi cùng thực hiện với các anh Khánh Trường, Luân Hoán bộ *44 Năm Văn Học Việt Nam Hải Ngoại* (Mở Nguồn, 3-2019, 7 tập), chúng tôi đã có dịp nhìn lại một thời văn học và đã hơn một lần ngậm ngùi khi đọc lại những tác giả và tác phẩm viết và xuất bản vào thời kỳ đầu của văn học Việt Nam hải ngoại, những Lê Tất Điều, Võ Phiến, Thanh Nam, Minh Đức Hoài Trinh,...

Sau biến cố 30-4-1975, chúng ta đã lần lượt ra đi và đã bỏ lại tất cả - chúng ta đã mất tất cả và nhất là đã đành đoạn mất quê hương, đất nước như không còn lựa chọn khác. Và nỗi nhớ quê hương đã là tâm trạng chung, như Võ Phiến đã từng viết: "*người ta nhớ nhau không nhớ vì cái lỗi lạc, lại e rằng chính nhớ nhau vì cái nhảm nhí ... những cái xe bánh mì ở đầu con hẻm, cũng như nhóm trẻ nít trong xóm vẫn rình rập trèo lên các mái tôn để thả diều, v.v... Tất cả những cái nhảm nhí vô nghĩa ấy, đến một lúc nào đó, trong một hoàn cảnh nào đó, bỗng dưng trở nên quan-trọng như thể chúng là linh hồn của cuộc sống, ít ra, là linh hồn một quãng đời vài chục năm ở quê hương. Trên đất khách, giữa người xa lạ, chợt nhận ra không còn có ngày gặp lại những người xưa cảnh cũ, ta thấy mình mất hết dĩ vãng. Đêm đông không chỉ dài có năm canh mà những sáu bảy canh; ngày không còn đủ sáu khắc: mới chừng bốn giờ chiều đã mịt mù u ám, trời sầu đất thảm. Cuối đông hướng về mùa xuân, không còn chờ đợi dáng con én mà lại lắng nghe một con ó đêm (nighthawk) lẻ loi, kêu chão choẹt đó suốt đêm trường trên khoảng trời vắng ngắt. Người cũ xung quanh chẳng còn ai, kỷ niệm cũ không còn. Những giọng nói tiếng cười cũ, không còn. Những con người đã sống trên đời chừng nửa thế-kỷ, bỗng không còn quá khứ nữa, bỗng bơ vơ như trẻ sơ sinh: Hoàn cảnh kỳ cục không thể tưởng"* (Cỏ Bồng Phất Phơ, *Ly Hương*, 1977, tr. 89-90).

Quê hương của người lưu vong như đối với người Việt thời bấy giờ là một quê hương đã mất nhưng đồng thời quê hương đó cũng trở nên không chắc chắn, mơ hồ vì thời gian và cái mất mát ở đây không thể đo lường, thống kê như khi người ta đánh mất vật dụng hay tài sản! Với Thanh Nam, Sài-Gòn đã là tất cả, nay mất, tức không còn lại gì:

"*Sài Gòn, ôi những thân quen*
Nhịp xe chợ sớm, ánh đèn hẻm khuya
Vang trong hồi tưởng não nề
Tiếng mưa pháo kích bốn bề thủ đô
(...) Ghé thân lữ thứ trăm miền
Nỗi buồn nào cũng mang tên Sài Gòn" (*Đất Khách,* Sài Gòn).

Đối với thế hệ đầu, lưu đày đã là sống một đời sống mới, trong hoàn cảnh chẳng đặng đừng, cho hy vọng nẩy sinh. Hạnh phúc không cho bản thân thì thôi đành sống những mảnh hạnh phúc còn lại trong hy vọng, trong hạnh-phúc của người khác, của con cái, người thân hoặc của cả đồng hương nơi địa phương. Đời sống mới ở xứ người không thể là một mục đích vì thường với hy vọng, người ta mong đó chỉ là một giai đoạn tạm bợ, chuyển tiếp ("di tản", "tị nạn", "tạm dung", "đất khách"), dù có lúc ý chí nhìn nhận đây là nơi *đất hứa*, *quê hương mới*. Lê Tất Điều thì cay đắng khi viết về thân phận và cuộc đời mới Kéo Cày Trên Đất Mỹ trong *Thơ Cao Tần* và các tùy bút xuất-bản chung với Võ Phiến - tập *Ly Hương* (1977). Võ Phiến trong *Thư Gửi Bạn* (1976) và *Lại Thư Gửi Bạn* (1979) lúc đó quá Việt Nam, không tin vào hội nhập vì nghĩ rằng tâm hồn Việt Nam không thể hội nhập; ông giữ mình và lấy mình làm tham khảo, đến soi mói, nghi ngờ hàng xóm bản xứ.

Hơn 40 năm qua đi...!

Đến thời gian gần đây, tôi được đọc một số tác phẩm của vài tác giả viết về Sài Gòn như một nơi chốn mà họ đã trở lại: Nguyễn Minh Nữu với *Thương Quá Sài Gòn Ngày Trở Lại* (2017), Trương Văn Dân với *Milano Sài gòn: Đang Về Hay Sang?* (2018, và *Hành Trang Ngày Trở Lại*) và Lê Thanh Hoàng Dân với *Thành Phố Sài Gòn* (2019). Mỗi tác giả một hành trình, họ có điểm gì chung chăng?

Bài này, với tư cách là độc giả, chúng tôi chỉ ghi lại một số điểm đã gây cảm xúc, suy nghĩ. Thật vậy, 40, 44 năm sau chúng ta đã trở về/ trở lại Sài-Gòn, thế thì với một tâm trạng như thế nào? Sài-Gòn đã là "thành quách cũ" trong lòng người lưu-dân, thì nay khi trở lại, "thành quách" ấy có còn chăng? Nay đã thế nào và họ đã nhìn thấy gì, cảm tưởng ra sao? Dù gì thì cũng phải nhìn nhận rằng tình cảnh cũng như cảm nhận "lưu-vong" đã thay đổi và biến hóa theo thời-gian!

Nguyễn Minh Nữu sinh ngày 6-1-1950 tại Hà Nội, từng đi lính và định cư tại Hoa-Kỳ từ 1995. Làm báo, chủ biên *Văn Phong, Văn Nghệ* ở vùng Washington D.C. và đã xuất bản: *Những Sự kiện Đáng Nhớ Năm 2001* (2001), *Lời Ghi Trên Đá* (2006), *Thương Quá Sài Gòn Ngày Trở Lại* (xuất bản trong nước và hải ngoại, 2017)

Nguyễn Minh Nữu sử-dụng thể-loại bút-ký, ở đây đồng thời cũng là tự truyện khi tác-giả viết về mình cũng như bạn hữu và các sinh hoạt văn-nghệ. Tâm sự của Nguyễn Minh Nữu tức tâm tình, nhung nhớ, lại vừa mang tính sử ký về một thời và những con người thật có tên, có chân dung, từng ở đó, đang còn ở đó hoặc đã rời bỏ cũng như đã chết. Thời tuổi đôi mươi nhập dòng văn-nghệ, ở Sài-Gòn, Ban-Mê-Thuột, thời của "Cơ sở Văn-nghệ Con người", của "Phong trào Du ca",... Qua anh, người đọc được thấy và nhớ lại những người trẻ qua các sinh hoạt một thời, trước 1975. Tự sự ở mối tình đầu, rối rắm nhưng không dễ quên, ở những năm tháng trong quân ngũ,... Tự sự về cuộc sống khó khăn sau 1975, phải bươn chải để sống còn, với những "nghề mới" ở đường-cùng, ở khắp Sài-Gòn và Chợ Lớn, ở Rừng Sác, Nhà Bè, Kênh Tẻ, v.v…

Thương Quá Sài Gòn Ngày Trở Lại xuyên suốt cuộc sống của tác giả, còn là chân dung một số người làm văn-học nghệ-thuật trước sau 1975 và bây giờ, có người đã là thân thiết từ lâu, có kẻ mới quen, với những nét đơn sơ mà cụ thể, hữu hình, trung thực, những nét rất riêng Nữu, và là gốc gác, xuất xứ những văn bản thơ, văn và nhạc, kèm theo văn bản, cả "tình sử" làm nền, bạn văn,... Thành công làm sống lại được như vậy, Nữu phải thân thiết lắm, phải sống-chết-với lắm, dĩ nhiên với tài quan sát, với tình thân thương chân thật, với một trung thành vô vị lợi,...

Thương Quá Sài Gòn Ngày Trở Lại đã là những nhìn thấy tận mắt, những thấu tâm can qua quan sát và ký ức của Nữu, qua những cuộc lái xe thăm tìm bạn hữu, qua bạn hữu của Nữu, những con người, nhân-vật bên ni bên tê, còn sống hay đã chết, qua những tách cà-phê và những con đường sách trước sau 1975, ... Người đọc được nghe kể về kinh nghiệm làm văn-chương, văn-nghệ (thơ, văn và nhạc). Qua mỗi chuyến "Đi và Về Sài-Gòn"!

Thật vậy, với Nữu, "Đi và Về" đã trở thành những ám ảnh đời thường nhưng mang tính văn-chương cũng như tâm trạng hiện sinh. Qua bút ký, với Nữu, Sài-Gòn đã thay tên và thay da đổi thịt, nhưng Sài-Gòn vẫn mãi là Sài-Gòn, ở những con người đã "đi và về", đã từng ở đó, từng đến đó, đã sinh sống và xem Sài-Gòn là da thịt, là tâm hồn, là sự sống hoặc lẽ sống,... của chính mình, của thế hệ đôi mươi ở thập niên 1970 cũng như của nhiều thế hệ khác. Một kiếm tìm thời gian và không gian qua kỹ thuật bút ký vừa kể vừa nhớ vừa tìm - đối với Nữu, tất cả đã là nỗi ám ảnh khôn nguôi. Cảm hoài, tìm lại và tìm thấy, nhận ra, sẽ khiến nỗi day dứt vơi bớt khi người ra đi có thể trở về chốn cũ. Bước chân đi tìm về chốn cũ, đi qua nhiều con đường ngày cũ, háo hức tìm ra những nơi chốn thân thương, những ngôi nhà nơi đã ở, đã đến. Qua bút ký này, Nữu đã trở về chốn cũ và đã tìm thấy, đã sống lại và đã chứng kiến đôi "cái còn lại", hữu hình và cả vô hình hay trong tiềm thức. Cuộc trở về luôn liên quan đến lúc rời bỏ, cho nên đây đó người đọc nhìn thấy một số hồi hộp và cả lo sợ!

Khi viết về văn chương lưu đày, chúng tôi đã từng ghi nhận: "*Quê nhà do đó trở nên điểm tựa, cho những tham khảo đã mất đó! Nhưng với thời gian, nỗi nhớ cũng trở nên khô cằn, già cỗi, một cách bi thảm, khó khăn. Nỗi nhớ trong cô đơn, giữa những thê thảm của cảnh vật xa lạ, "của người" thường trực chung quanh,... đã là những yếu tố làm suy bại kẻ lưu đày! Quá khứ quấy rầy đến làm hỏng cuộc sống hiện tại; đã dứt bỏ quá khứ nhưng không dễ, lắm khi bị thương tổn*". *Thương Quá Sài Gòn Ngày Trở Lại* đã thoát ra khỏi phạm trù đó, vì ở đây cái bất hạnh nếu có cũng chỉ do bất lực bình thường, của con người, của cuộc đời, của hoàn cảnh; ảo tưởng do đó không có chỗ trong hiện tại và cả tương lai!

Gấp tác-phẩm lại, cái còn lại của những ngày trở lại là tình bạn, tình văn-nghệ, là những chốn cũ không thể chìm vào quên lãng hay phải thuộc về quá-khứ như có người và tập thể vẫn chủ trì. Với chúng tôi vốn vẫn tự cho sứ mạng đi tìm và làm sống trong nguyên trạng tinh thần và chân lý, qua những cái đã mất, cho nên *Thương Quá Sài Gòn Ngày Trở Lại* cho chúng tôi đoan chắc rằng Sài-Gòn ấy, không-gian ấy, nếp sống văn-hóa ấy, vẫn sống, vẫn trơ gan dù tuế nguyệt dù định mệnh có khắc nghiệt đôi khi!

Thương Quá Sài Gòn Ngày Trở Lại đã cho độc giả từng ở Sài-Gòn sống lại một thời đã qua, và thăm viếng, gặp lại những nơi mình cũng từng sống, từng đi qua, có nơi từng ghi dấu đau khổ và hạnh-phúc, những nơi gần như tới lui mỗi ngày, những khu phố, những con đường "từng có một thời". Nguyễn Minh Nữu với vốn liếng "từng có một thời" khá phong phú, nay với những chuyến "Đi và Về" thường xuyên, sống thực hữu, thực tình, bằng cái hiện sinh bất chấp, bằng cái tiềm thức sống động,... đã cho người đọc những giây phút hạnh-phúc chúng tôi nghĩ không có gì đánh đổi được.

Trương Văn Dân sinh năm 1953 tại Bình Định, 1971 du học Ý ngành Hóa và Công nghiệp Dược phẩm, về hưu sớm, trở lại Việt Nam, viết văn, dịch thuật và xuất bản 7 tác phẩm – tập sau cùng là *Milano Sài gòn: Đang Về Hay Sang?*

Với ông, viết như một nhu cầu nội tâm vì muốn giãi bày và nhất là tự-bạch; 11 năm sau *Hành Trang Ngày Trở Lại,* ông xuất bản *Milano Sài gòn: Đang Về Hay Sang?* Trong tùy bút được dùng làm tựa tuyển tập này, họ Trương cho biết "*Một thước phim lướt nhanh qua tâm trí: Tôi rời quê nhà lúc 18 tuổi, khi trái tim mẫn cảm vừa khe khẽ chạm vào cuộc sống còn đượm màu thiên nhiên nên trong lòng luôn mang theo nỗi nhớ và lòng quyến luyến với quê hương. Tôi nhận ra một điều, là dù sống ở bất cứ nơi nào không phải quê hương... với thời gian bao nhiêu năm đi nữa thì tiềm thức vẫn luôn in đậm nét của kỷ niệm, có buồn có vui nhưng lúc nào cũng đẹp, và quyết định quay về vẫn là một lực đẩy tiềm ẩn trong tâm hồn.*

... Sau 40 năm cuống rún xa lìa tổ quốc, tôi đã được quay về. Dù chuyến về không dễ dàng và cũng có nhiều hệ lụy..." (tr. 188).

Trương Văn Dân cho biết thêm: "*Khi còn ở Ý và viết "Hành trang ngày trở lại" (2007), tôi đã xem Việt Nam là nơi trú ẩn an toàn sau những bon chen của xã hội Tây Phương. Còn khi đi về để viết "Bàn tay nhỏ dưới mưa"... thì xã hội Việt Nam đã như xã hội Tây Phương. Đã và đang bị Tây Phương hóa"* (tr. 112). "*Thương yêu hờn giận, gắn bó đến thế, làm sao lòng không vương vấn, không đau như cắt ruột khi phải chia xa, dù được quay về nơi mình cất tiếng chào đời? Thế thì 40 năm sống ở trời Âu có khác gì 40 năm cuộc đời của Gấm? Rồi ba năm hạnh phúc, cũng chính là 3 năm mà tôi đã trở về quê hương. Tôi đã bình an biết bao. Nhưng khi ánh hào quang của cuộc trùng phùng chấm dứt, những biến đổi xã hội Á đông đang thay da đổi thịt, hòa theo nhịp sống cuồng loạn của toàn cầu hóa... đã xóa mất nếp bình thản cũ xưa, xuất hiện nhiều mâu thuẫn trong thời hội nhập"* (tr. 121).

Đã "trở lại" nhưng vẫn "đi" và "về" Milano, nơi lưu trú của hơn 40 năm qua. Hình như trong tâm thức tác giả vẫn còn những day dứt, quyến luyến, dù ông đã có lúc muốn dứt khoát: "... *Mới đến Milano "hôm qua" thế mà nay đã sắp về lại Việt Nam rồi. Một tháng trôi qua trong nháy mắt. Tôi xuống phố Cassina dé Pecchi để mua sắm vài món đồ. Đang bước, tôi bỗng nghĩ là mấy mươi năm trước những con đường này hoàn toàn xa lạ với tôi, thế rồi trở nên quen, đã đi qua đi lại bao nhiêu lần và bây giờ lại sắp hóa ra xa lạ.*

Sự vật biến đổi. Còn duyên thì hợp, hết duyên thì tàn.

Milano-Sài Gòn" (tr. 125)

Trương Văn Dân "đi" và "về" như cùng lúc có đến hai quê hương, ở bước chân và trong tâm thức. Ông sống cái "bản ngã nhị trùng" vì sống như gạch nối giữa hai quốc gia với nếp sống, sinh hoạt văn hóa và vật chất khác biệt. Ngày trở lại mà ông mong ước và thực hiện, đã không dễ dàng. Trong truyện ngắn *Hành Trang Ngày Trở Lại*, nhân vật Quang như đã nghĩ giùm ông: "Sau hơn ba mươi năm sống và làm việc ở Âu châu, trong chuyến về thăm nhà lần đầu Quang vừa muốn nghỉ ngơi, vừa muốn tìm một cách nghĩ Á Đông nào đó khả dĩ giúp anh quên đi nỗi ưu tư về một tương lai mù mịt, lâu nay cứ ám ảnh trong hồn" (HTNTL, tr. 53).

"Tắm" lại cùng dòng sông đã trở thành bất khả thi, vì con nước ngày thơ ấu nay đã bị ô nhiễm, chặn nguồn và trở thành nguy hiểm cho những ai mạo hiểm, vì Sài-Gòn cũng như ở các nơi đô hội khác, tâm-địa, hành xử của con người đầy bất ngờ và nhiều khi không thích thú tí nào... Nhưng Trương Văn Dân đã trở lại và đã về! Đã chấp nhận đắm mình trong sinh-lộ của cả tập thể, dĩ nhiên với tâm thức đã tỉnh với từng trải. Ông cũng hay nói đến nghĩa trang, người chết, đã và cả đang chết, hình như cũng để nói về kiếp người, về bản thân mình và những người thân, sơ. Cuối cùng, tư tưởng nhà Phật thấm nhuần, ông đã "ngộ" được nhiều điều, đã mở tầm mắt để nhìn mà thấy được những gì tưởng đã là kinh điển, kiến thức, và ông đã viết ra, trao gửi bạn đọc qua các tùy bút, truyện ngắn.

Lê Thanh Hoàng Dân sanh năm 1937 tại Sài-Gòn, trước biến cố năm 1975, ông là giáo sư ngành sư-phạm và là nhà nghiên cứu, dịch giả cùng chủ trương nhà xuất bản Trẻ và đã xuất bản nhiều biên khảo, lý thuyết về phương pháp sư phạm, giáo dục, cùng một số dịch-thuật tác phẩm văn học thế giới. Ông và gia đình định cư ở New York ngay sau ngày 30-4-1975, đi học lại và làm việc trong ngành tài chánh. Năm 2002, nghỉ hưu và cùng phối ngẫu mà ông vẫn gọi là "người tình trăm năm" đi chu du nhiều nước. Từ năm 2018, ông bắt đầu cho xuất bản bộ sách "Nước Mỹ Nơi Tôi Đang Sống", quyển đầu là *42 Năm Sống Ở Mỹ,* và mới đây là *Thành Phố Sài Gòn* (2019), quyển 1 của bộ sách Việt Nam Quê Hương Mến Yêu.

Tác giả Lê Thanh Hoàng Dân thuộc thế hệ di dân thứ nhất, nói đến quê-hương là nói đến quá khứ, và thường là quá khứ của riêng họ. Trong Lời Nói Đầu tập *42 Năm Sống Ở Mỹ,* ông cho biết: *"Sách này ghi lại những suy nghĩ riêng tư của một người thường dân Việt Nam do tình cờ lịch sử được sanh ra và lớn lên ở Sài Gòn, gia đình con cái bị cuốn hút vô biến cố 30 tháng Tư năm 1975. Cuộc đời của tôi giống phần nào đời các bạn sau biến cố lịch sử này, bị xáo trộn, bị cuốn hút trong vòng xoáy lịch sử, bánh xe lịch sử nghiền nát, cố gắng tranh đấu để sống, và xây dựng lại cuộc đời yên bình và hạnh phúc cho mình, và vợ con..."*.

Lê Thanh Hoàng Dân tâm tình: *"Tôi ra đi cũng khổ lắm. Mặc dầu nước Mỹ rộng lượng và tốt với di dân, tôi cũng phải tranh đấu nhiều năm, mới sống được vững vàng, có chân đứng vững chắc trong xã-hội mới. Điều đầu tiên cần làm là quên quá-khứ, và bắt đầu lại"* (tr. 7). Vì cũng như đối với tập thể người Việt tị nạn Cộng-sản lúc bấy giờ, ông đã nghĩ: *"Không còn quê-hương để về, phải sống bơ vơ và cô đơn dưới đáy xã-hội, tranh đấu ngoi lên, vừa làm vừa học, mệt và chán nản vô cùng..."* (tr. 17). Ông tâm sự với độc giả, cách riêng với giới trẻ: *"Suốt 42 năm nay, tôi hình như có hai con người, với hai bậc thang giá trị khác nhau, chưa hội nhập hoàn toàn vô xã-hội Mỹ được"* (tr. 53). Đây không phải chỉ riêng đối với tác-giả mà còn là "định mệnh", là "bản ngã nhị trùng" của nhiều người Việt tị nạn trong các thập niên qua. Ông đã quyết tâm từ bỏ, quên đi quá-khứ và các tác-phẩm đã từng xuất-bản, để sống cuộc đời mới mà định mệnh đã đẩy đưa đến!

Từ năm 1994, ông đã trở lại Việt Nam nhiều lần, ban đầu thăm và giúp đỡ đại gia đình, đồng thời ông và vợ con và cháu du lịch đi khắp vùng đất nước để nhìn lại cũng như thăm lần đầu những nơi từng đến. Như ông cho biết: "*Tôi cố gắng quên quá khứ, quên quê hương, nhưng sâu thẳm trong lòng, tôi vẫn chưa quên được. Chưa quên được nơi tôi sanh, nơi tôi sống thời tuổi trẻ, chưa quên được gia đình, bạn bè, chưa quên được. Tôi chưa bao giờ quên được tình người Việt Nam. Tôi không thích Cộng Sản. Nhưng tôi vẫn thích người Việt Nam, thành phố Sài Gòn nơi tôi sanh, và quê hương rộng lớn, quê hương Việt Nam của tôi trong gần 40 năm..."* (tr. IX).

Thành Phố Sài Gòn là tập ký sự ông ghi lại những lần trở lại Sài-Gòn. Ông trở lại nơi đây, *"bỏ tự do một vài tuần, để lại tự do tôi hưởng ở New York lại New York, ra phi trường về Việt Nam, tôi chỉ muốn tìm tình người Việt Nam, chớ không phải tìm tự do"* – cho nên *"khi tôi ngồi trên máy bay cất cánh khỏi Sài Gòn, tôi lại thở phào nhẹ nhõm, rất vui trở về thế giới Tự Do, nơi tôi sống 44 năm nay. Tôi có cảm giác mình đang về Nhà. Việt Nam là nơi tôi sanh. Nhưng Mỹ mới là Nhà của tôi. Mỹ là nơi tất cả những gì quí nhất của tôi trên đời, con cháu của tôi đang sống và lập nghiệp, bây giờ và mãi mãi về sau"* (tr. X, XI).

Ông đã trở lại Sài Gòn, "*lang thang phố xá Sài Gòn, tìm lại, sống lại những giây phút êm đềm thời tuổi trẻ, mới lớn, vừa biết yêu, yêu nhau say đắm. Thời đó đã qua. Nhưng già, chúng tôi muốn tìm lại hương vị xưa", và "ôn lại những kỷ niệm xưa, nhớ mơ hồ về một quá khứ xa xôi thời tuổi trẻ, luyến tiếc những di tích xưa của Sài Gòn, nay không còn nữa"* (tr. 1, 35). Thật vậy, kẻ cưỡng chiếm Sài-Gòn đã phá đổ, bôi xóa những dấu vết của Sài-Gòn cũ, dù nhân danh tiến bộ và cập nhật thời đại, kể cả làm trái thiên nhiên và khuyến cáo của chuyên viên *"tránh phát triển đô thị phía Nam Sài Gòn, vì đây là vùng đất thấp hay ngập lụt, nước thành phố sẽ đổ về phía này... Họ (Cộng Sản) càng đắp khu Nam Sài Gòn cao, Sài Gòn càng giống lòng chảo, nếu mưa là ngập, ngập càng ngày càng nặng, không có giải pháp"* (tr. 113).

Tác giả đã cất công đi tìm viếng thăm những tàn tích này, truy tìm gốc gác lịch sử, văn hóa, v.v... Buồn thay, ông đã phải "*thường đi ngơ ngác trong một Sài Gòn xa lạ, không còn thấy được gì duyên dáng của thành phố năm xưa. Nhiều người nói cái hồn Sài Gòn xưa cũ nay không còn nữa"* và ông còn chứng nhận: *"Những chứng tích chống Tàu xâm lược của Sài Gòn từ từ biến mất rồi"* (tr. 43).

Thành Phố Sài Gòn đưa người đọc đi khắp phố xá, di tích, đền đài, cơ sở,... Từ những tiệm ăn, khách sạn sang trọng đến những quán cóc, những con hẻm, góc đường,... Hương vị, hình ảnh Sài Gòn và những vùng phụ cận sống động tràn ngập tập du ký, cùng với nhiều nỗi u hoài, tiếc nuối và cả tâm tình bất lực.

44 năm trước, tác giả Lê Thanh Hoàng Dân đã cố gắng hội nhập hướng đến tương lai, nay, khi trọng tuổi. ông đã trở lại quê quán, quay về quá khứ, sống trong hoài niệm. Với ông, cũng chỉ là "đi" và "về" vì không thể hoàn toàn "trở lại"!

*

Ba tác giả Lê Thanh Hoàng Dân, Nguyễn Minh Nữu và Trương Văn Dân sinh quán ở ba miền đất nước khác nhau, cả ba đã "trở lại" Sài Gòn nhưng vẫn "đi" và về" là chính. Buồn thay, đó cũng là sinh mệnh của đa phần người Việt. Đổ lỗi cho "định mệnh" thì quá dễ dàng; thiển nghĩ con người và "bá đạo" mới chính là thủ phạm đã gây ra những cảnh tang thương của Sài Gòn!

Nguyễn Vy Khanh

30-5-2019

Căn Phòng Ba Cô

ĐỖ KH

Buổi trưa Sài Gòn rất nóng. Căn phòng khá lớn, bằng gạch vữa cẩn thận nhưng nằm bên một góc mái của một công trình cũ. Lối vào buồng không có thang trổ lên, mà là một xà gỗ dài 3 mét bắc ngang một phần sân. Nó được xây dựng gán ép muộn màng trong thập niên 60-70 vào dãy nhà phụ sau vườn của biệt thự 1930 thời Pháp. Phần còn lại của dãy nhà này cũng thế, gần như không còn thấy công trình nguyên thủy nữa, mà bị che lấp hẳn bởi những vá víu của những thập niên qua. Đây thêm một căn bếp, rồi một phòng tắm khập khiễng, kia một phòng ngủ ọp ẹp dán vào. Đó là một cái 'xóm' chứa 4 hay 6 hộ tôi không rõ, tổng số dân cư tại sân sau biệt thự lên đến 3 tá nhân mạng hay là 50 người.

Căn phòng nói đến, chiếm được một vị trí hết sức riêng tư của 'xóm' này. 10 mét vuông của nó là một diện tích cao cấp, phần trú ẩn yên lành trong chung cư tập thể xô bồ tại sân sau biệt thự, êm đềm đằng sau những huyên náo mặt đường. Buổi trưa thì nóng như đã nói, và căn buồng thì rất kín tầm nhìn, nên cửa sổ mở toang. Cô gái đi học về vững chãi băng qua 3 mét xà gỗ để về buồng. Cô vặn quạt máy rồi cởi áo, cởi váy, mắc vào trong tủ cẩn thận. Cô người cao hơn trung bình và đầy đặn trước sau hơn trung bình, hơn nhiều, là điều hiếm thấy ở một phụ nữ Việt ngày đó. Hai cô bạn gái của chủ buồng theo chân cô này cũng thế, cởi hết quần áo ngoài ra mà cứ vậy trong phòng long nhong. Một cô quá khổ và gầy, đến độ lòng ngòng, tạng quá tầm thước nên lúc nào đi đứng cũng phải cong người. Cô thứ ba thì bánh mật mini, dạng 1m48 và 34 ký. Họ ngoài hai mươi, kẻ đứng người ngồi rất tự nhiên và phe phẩy đi lại. Nhưng nóng mấy thì nóng, không cô nào cởi nịt vú hay quần lót.

Tôi xé tờ giấy xếp làm bì, lấy dây thun bắn vào đít cái cô mông nẩy.

Năm 1975, căn biệt thự là của gia đình. Nó nằm ngay trung tâm thành phố, số 15 công trường Lam Sơn và nhìn thẳng sang phía bên hông Nhà Hát, lúc đó là Quốc hội miền Nam. Phía bên trái của biệt thự là một ngôi nhà cổ mặt đường và 4 hay 5 tầng, là ngân hàng Phương Nam của bác Trần Tâm. Sau đó là khách sạn Caravelle 9 tầng ở góc đường Tự Do. Biệt thự thì thụt vào trong vì có sân trước, tường rào cách nhà 10 mét, để làm chỗ đậu xe. Phía sau biệt thự là dãy nhà phụ như đã tả, để cho gia đình nhân viên giúp việc bàn giấy. Qua mấy thập kỷ, họ sinh con đẻ cái và sanh tới đâu xây thêm ra tới đó nhưng công trình phụ lem nhem này giấu mình sau mặt tiền vẫn còn uy nghi. Văn phòng luật sư của bố tôi trước là ở đó, nhưng những năm chót ông dời nó về 186 Nguyễn Công Trứ, và nhân viên văn phòng ông vẫn tiếp tục ở sân sau. Tầng dưới biệt thự lúc đó cho công ty bảo hiểm Đại Nam thuê, hình như đuổi họ đi không được và đang còn thủ tục thưa kiện. Nhà tôi chỉ còn giữ nguyên khu vực từng trên và cầu thang chính lên xuống bảnh chọe, hai bên đầy những tủ đựng sách bìa da gáy đỏ là Công báo từ đời tám hoáy. Từng trên này, chẳng mấy khi chúng tôi đến. Các em tôi, chỉ thỉnh thoảng ngủ trưa hay là dẫn gái về, các cửa sổ có phen từ thời Pháp đóng im lìm. Căn biệt thự này trần cao 5 mét, tường dầy mấy chục phân, xây dựng từ thủa chưa phát minh ra điều hòa nên lúc nào cũng mát âm u. Không mấy khi chúng tôi ở lại tối, chẳng bật đèn đóm gì nên xóm sau nhà coi như là vắng chủ.

Từ phòng ngủ phía bên phải nhìn xuống sân là một trong những nhà tắm dựng sau này. Nếu ở ngang tầm sân dưới thì nó có cửa để che chở riêng tư khi kỳ cọ nhưng hở ở phía trên. Nhưng nếu ở lầu hai nhìn xuống thì thấy được đến nửa người đang đứng. Khi nàng tiên đang tắm ngồi bệt xuống chồm hổm mà ôm chậu nước thì chỉ còn thấy mái tóc thề óng ả, thế mới bực mình! Phía bên trái biệt thự nhìn ra sân thì là chỗ buồng riêng của Thúy, biệt lập với bên dưới vòng vèo ra sao thì tôi không biết, nơi bố mẹ và các em của Thúy ở. Riêng người con gái lớn, được ông bà nuông chiều dành cho cái buồng trên, trưa nào cũng rủ hai bạn gái về tâm tình hay học bài chung và ba cô ngồi đó mà tự tại chổng mông ra cửa sổ.

Ba cô này học năm thứ 3 trường Luật và Thúy là con lớn của một nhân viên lâu năm trong văn phòng của bố tôi. Cô tóc thề khi tắm đã nói đến, ưa ngồi xổm mà tạt nước vào phần hạ bộ là con của một nhân viên khác, hình như là ông có nhiệm vụ khóa cổng nhà mỗi chiều. Tôi không có biết họ hết, và không biết họ rõ, một là vì tôi ít ở đó và hai là vì tôi mới về nước sau 5 năm ở Pháp. Tất nhiên là họ biết tôi nhưng họ biết và đồn đại thế nào thì tôi cũng không hiểu. Cha của Thúy là một ông cao gầy, tôi có từng thấy loáng thoáng trong văn phòng của bố, lo công văn giấy tờ lục sự gì. Nhưng đó không phải là một lý do chính đáng để bắn bì giấy vào đít của cô con gái.

Ba cô trong phòng ngạc nhiên hết đỗi, không hiểu bì bắn từ đâu tới.

Tôi đợi họ kiểm soát trên dưới không thấy phát hiện gì, bèn hé cửa tí xíu và bắn thêm một cái bì nữa. Lần này họ hoảng hốt, mặc quần áo vào và đi cả ra ngoài xem xét có thằng bé nào nghịch ngợm. Bì giấy của tôi có ghi thông điệp hẳn hòi trước khi xếp lại, nhưng không cô nào nghĩ đến việc mở ra mà đọc. Tôi bèn phải tìm một hòn sỏi, gói giấy bên ngoài và ném sang. Họ vẫn chưa biết là nó từ đâu tới nhưng lần này mở giấy ra và đọc.

Trên giấy đề "khi nhìn trăng lên". Ba cô bàn tán và phân tích nhưng không giải mã được cái câu bí hiểm này. Khi họ quay lưng đi thì tôi ném sang phần tờ giấy gói thứ nhì. Các cô vội vàng mở ra xem. Họ bật cười.

Họ bật cười thì tôi mở cửa sổ ra và ra hiệu, vẫy. Lúc đó họ mới biết là bì bắn và đá ném là từ phía lầu trên của biệt thự bởi thanh niên này là chính tôi đây. Thông điệp tiếp theo "khi nhìn trăng lên" là "thím xẩm tụt quần".

Khi mới trở về nước, tôi chẳng ngây thơ gì, nhưng những chuyện trai gái, tôi lâm vào hoàn cảnh cách biệt văn hóa. Ở Pháp, trước 1975, con gái Việt rất ít, mà tôi cũng không quan tâm. Một số chị, đối với tôi là lớn tuổi, ngụ tại Institut Franco-Vietnamien đường St Jacques, là nơi mẹ tôi có từng ở trọ thủa nào. Tháng nào các chị cũng tổ chức nhảy đầm, có chả giò chiên và gỏi cuốn, chắc là để tuyển phu xứng đáng. Đến đó dự thì rất sợ, câu chuyện làm quen của các chị nghe mà rợn cả tóc gáy. Bố mẹ anh là ai, làm gì? Anh học đâu, bao giờ ra trường? Câu thứ ba chắc là đặt luôn vấn đề của hồi môn! Cho nên không bao giờ tôi ngồi lại, sau hai câu đầu là tôi chuồn. Phụ nữ Việt tôi chỉ biết có vậy, và tôi ngây thơ đến đỗi, lần đầu em tôi chở đi ngang một quán bia ôm ở Sài Gòn, tôi bảo nó dừng lại để vào chơi, sao quán này nhiều gái vậy! Tôi cứ ngỡ đây là một quán bar thường như ở Paris, nhưng vì lý do gì đó lại có nhiều thiếu nữ dễ coi ngồi nhìn trời. Thì mình vào bắt chuyện để cưa cẩm và chinh phục con tim! Đây cũng như câu nói của một bạn người Anh về nước Thái. Bạn bảo: “Bar bên Thái Lan thì cũng như bar bên Anh Quốc thôi. Chỉ khác ở chỗ là, vào bar bên Thái thì phụ nữ nào cũng nhìn mình và mỉm cười!”

Khi gặp Thúy, thì tôi đã bớt ngây thơ hơn với đàn bà Hồng Lạc tuy cái khờ vẫn là cái bẩm sinh. Giờ, đến lúc phải tả cho người đọc ba cô công chúa nội y này xem có xa gần bà con gì với nữ hoàng Ngọc Trinh.

Phụ nữ thì nói thật tình, tôi chưa thấy ai xấu hết. Đàn bà dễ ghét, đàn bà kênh kiệu, đàn bà vênh váo, đàn bà vô duyên, chưa mở miệng là đã muốn cầm thắng hồng kế (tức là hoa cứt lợn) mà đánh họ nhè nhẹ, thì tôi có biết nhiều. Nhưng nếu bạn không thấy họ đẹp, là vì bạn chưa biết nhìn thôi. Như rượu vang mà bạn bảo là chua lè hay mỹ tửu mà bạn bảo là đắng nghét, tại vì bạn chẳng biết gì hết!

Hằng là cô cao gầy, dáng như liễu lom khom trước gió, 1m65 hay 1m67 nhưng dạo ấy ở Việt Nam là đã phải đi dép bệt để còn nhường cánh đàn ông. Nàng mảnh khảnh và tha thướt, có tí ngực nhờ sú-cheng nhọn và mông thì đét, tưởng như quần lót còn lềnh bềnh trôi trên hai đùi xanh xao. Tóc Hằng dài và mắt Hằng to to buồn, như phụ nữ trong tranh Nguyên Khai.

Liên là cô bé xíu, xinh khẳng khiu như một con chim sẻ lạc bầy, chứ không phải xinh như một cục kẹo. Liên không ngọt, Liên có vẻ gì dài dại. Khi cười chúm chím vẫn như bất cần đời, vừa trâng tráo lại vừa thủ kín. Da Liên ngăm và đùi Liên thì li ti thẹo, là khách hàng tốt của các loại kem chống nám. Nhưng nói thế không phải là Liên không gợi cảm mà Liên gợi cảm có thừa cho những kẻ tinh mắt, giấu dưới vài ba lớp lấc cấc những hứa hẹn sôi nổi.

Nhưng bạn Thúy là bạn tôi bắn bì trúng đít trong căn phòng ba cô này. Thúy đẹp kiểu to đầy Tây phương trong vóc dáng, 1m62 50 ký, dạng hiếm thấy trên phố Nguyễn Huệ và trầm hương đình Bắc ỷ lan can. *Sầu xuân man mác tan đầu gió, Cửa bắc đình Trầm đứng lả lơi* (bản dịch Ngô Tất Tố). Hay là "Cửa sổ nàng đưa đít tựa ngồi". Thúy là người rất vui và hồn nhiên, khi đọc thông điệp "thím xẩm tụt quần", nàng tuy không tụt quần nhưng là người đầu tiên bật cười.

Dạo đó, chậm trễ thế nào, là bộ phim *The Scarecrow* (1973) của Jerry Schatzberg mới nhập về Sài Gòn. Lúc mới về nước 1974, tôi còn coi được *Trafic* của Jacques Tati là phim hoàn tất từ 1971 nên có thể nói rằng phim Tây về Sài Gòn chậm mất 1-2 năm. Trong *The Scarecrow* có Gene Hackman và Al Pacino diễn, và tôi muốn xem vì thích thể loại Road Movie như là *Easy Rider* hay *Alice Doesn't Live Here Anymore*. Thì *Trafic* cũng có thể coi là một dạng Road Movie! Dài dòng như vậy, là vì hôm đó tôi muốn đi coi phim tử tế và tôi rủ Thúy. Thúy nhận lời ngay.

Nếu biết trước thì tôi đã rủ Thúy đi coi bộ phim "Trại nữ tù binh" (*The Bamboo House of Dolls*, 1973) là một phim Hong Kong có quân phiệt Nhật xé quần xé áo đàn bà Trung Hoa cấm dưới 18 tuổi do Trương Triệt đạo diễn. Ý tôi là xem phim Mỹ này để xem xong khi đi ăn kem hai người còn có chuyện nói và bàn cãi, diễn nghĩa hình thức và nội dung… Nhưng tôi lại gặp một lần nữa trường hợp khác biệt văn hóa như đã nói, vì trước giờ tôi chưa lần nào xem phim với bạn gái Việt. Khi vào rạp tối, tôi nghiêng người sang Thúy định nói gì về nghệ thuật thứ bảy, ánh sáng và khung hình hay me chua đồng tiền thì bị nàng hiểu lầm. Cử chỉ ghé sát này Thúy nghĩ là kêu gọi và nàng đáp ngay lời sông núi, đặt lên môi tôi một cái hôn lè lưỡi quấn quít! Thì ra trai gái ở ta vào rạp tắt đèn không phải để xem ciné mà là cụp lạc, như sau này vào quán đèn mờ không phải là để uống sữa dâu, chanh muối. Thúy gật khi tôi rủ đi xem hát là đã nhận lời táy máy, còn tôi Tây con nên chưa thuần tập tục địa phương, cứ tưởng xem hát là xem hát thôi!

Vậy là *The Scarecrow* ra sao, kể chuyện gì, thì đừng có hỏi tôi và đừng có hỏi Thúy. Sau đó thì diễn biến rất nhanh.

Buổi trưa, tôi đang ở trong căn buồng nhỏ với Thúy, tất nhiên là không Hằng và không Liên cố hữu, thì có tiếng đập cửa. Tôi quen

Thúy như vậy mới non có một tuần, và người đập cửa là đương kim bạn trai của nàng, chưa kịp được nàng thông báo về hoàn cảnh mới. Bạn này gõ nhẹ, rồi gõ nặng. Thúy đằng sau cửa bảo, "Anh đi về đi!" thì chàng đập ầm ầm gấp bội. Tình thế trở thành tế nhị, tôi bèn nhỏ nhẹ đề nghị để tôi theo lối cửa sổ leo mái mà chuồn về nhà tôi, cho hai trẻ rảnh rang mà tính đường tương lai còn lại với nhau, tôi không can dự. Thúy trừng mắt lên bảo: "Anh ngồi yên ở đó! Không có đi đâu hết!" với một giọng khiến nửa đời sương gió ngang tàng của tôi bay đi mất tiệt. Nàng cầm cái quạt máy, không rút dây điện ra mà phang luôn xuống đất. Tôi bèn rụt chân vội lên giường. Bạn kia bên ngoài dọa là tông gãy cửa. Thúy lấy cái máy cassette ném luôn vào cửa khiến bạn kia đổi ý việc xông vào. Nàng tiện tay vớ gì ném nấy, vào tường, xuống đất, khiến bạn kia lặng lẽ mà triệt thoái để tôi bên trong co chân mà nhìn mùa mưa đi qua. Hết thứ để đập, Thúy mở luôn tủ quần áo. Tôi rụt rè ngăn: "Quần áo em ném làm gì, lại mất công giặt ủi. Hắn đi rồi, để anh về luôn nhe".

Bạn trên, tức là bạn trai cũ của Thúy, sau này tôi có gặp lại ở Pháp. Bạn kể là sau bận ấy, bạn không gặp Thúy nữa, nhưng có rủ vài tên anh chị đi theo để rình tôi ở trước nhà. Tôi nói, may cho mày mà không bắt được tao, chứ đụng phải là tao đánh què cả bọn! Hỏi có thiệt thân không, tình đã mất mà tật còn mang! Tao sợ Thúy chứ tao sợ gì mày! Bạn cười bẽn lẽn và vượt qua quá khứ thương đau. Ngày nay, tôi vẫn còn thỉnh thoảng gặp bạn ấy.

Quan hệ tôi và Thúy chỉ có chừng hai tháng và kéo dài đẹp đẽ cho đến ngày 26.4.1975.

Tôi đến gọi Thúy trước nhà vào buổi sáng hôm đó. Chỉ có năm phút để chia tay, mà tôi nhớ lại là câu nàng có lần hỏi: "Thế anh đi lính có bao giờ thấy Việt cộng chưa?". Tôi trả lời lúc đó, họ cũng là người thôi, như ta vậy, em gái hậu phương ạ. Giấc bùi ngùi ngắn ngủi, tôi định nhắc lại câu hỏi đó và định nói: "Em ở lại mà nhìn họ cho kỹ, Việt cộng sắp vào rồi".

Nhưng tôi chỉ nói: "Nhà em có vải đỏ không?"

Thúy hỏi lại: "Để làm gì?"

Tôi bảo: "Em lo mà may cờ, còn anh đi."

1976, Thúy lấy chồng, có gửi cho tôi hình đám cưới. Năm 1980 Thúy vượt biên đăng ký với cả họ nhà chồng sang Mỹ.

Tôi có đến nhà hai vợ chồng ở New York thăm, tặng chồng Thúy một con dao Cold Steel Tanto lưỡi 18 centimét, có cái vỏ đeo ở bên một vai như là súng ngắn, rất là oách. Đây là vì anh thích tạng giang hồ, lận dao trong người và tay cầm xích sắt có cái ổ khóa lớn. Họ sau đó có qua ở nhà tôi tại Cali chơi mấy hôm, anh tặng tôi một cái gạt tàn bằng nhôm đặc do anh tự chế biến, đến giờ tôi còn giữ vì nó rất tốt.

Hằng đi trước Thúy, sang Canada và tôi có liên lạc, bảo em giờ đi giày cao gót được rồi nhé, không còn phải sợ là cao hơn mọi người. Hằng lúc đó có vẻ chán đời, kiểu xa quê hương nhớ mẹ hiền từ mãi tận những chân trời xứ tuyết. Dỗ dành không được, nghe nàng than khóc mãi, tôi không còn cách.

Liên thì tôi không biết ra sao.

Bận chót tôi gặp Liên là trước cửa nhà Lam Sơn vào một buổi chiều, sau giờ hành chính của công ty Đại Nam. Cổng sắt đã đóng, phải gọi ông gác dan bên trong cầm chìa khóa ra mở. Tôi nói, gọi làm gì, thôi em leo qua đi, đưa dép đây anh cầm. Liên mặc váy ngắn mini, liếc tôi một cái nhanh. Tôi nói, bộ anh chưa từng thấy em mặc quần lót ra sao hả? Liên cười, để cho tôi đỡ chân đẩy nàng leo qua cổng. Tôi chỉ đẩy chân, chứ tôi không đẩy mông. Dưới chế độ nào, thì hẳn Liên vẫn vậy. Lơ ngơ mà mặn mà, có khi sau này nàng không để ý là Sài Gòn đã đổi cả tên.

Căn nhà công trường Lam Sơn, với tôi chẳng có mấy kỷ niệm.

Năm 1990, ngân hàng Phương Nam đã phá và thay vào bằng vũ trường thuộc KS Caravelle. Bảo hiểm Đại Nam, bố tôi không đuổi được nhưng Sài Gòn Tourist trục xuất thành công. Số 15 trở thành nhà hàng Nhật của công ty này nhưng tôi không vào ăn hay vào thăm.

Sau đó vài năm, biệt thự bị phá đi và giờ là cổng chính vào KS Caravelle mới mấy chục tầng với đá hoa đen sì. Ngày trước, cái quần lót của Liên khi tôi đỡ nàng leo qua cái cổng này cũng có hoa, nhưng mà màu trắng.

Đỗ KH

Trở Lại Đường Reims – Lê Công Kiều

PHẠM CÔNG LUẬN

Hai mươi năm đã qua từ khi tôi đến với con đường Lê Công Kiều, con đường bán đồ mỹ nghệ, đồ cổ và giả cổ lớn nhất miền Nam này. Đây là lớp vỡ lòng giúp tôi tiếp cận đời sống vật chất của miền Nam ngày xưa, qua những món đồ bán cho khách trên con đường nổi tiếng này. Ở đó, tôi thấy được vẻ đẹp phong phú và đa dạng của kiểu dáng các đồ vật, vẻ đẹp của hội họa, nghệ thuật tạo hình và sự tiện dụng của từng món đồ... Ở đó là một thế giới mua bán đa dạng và phức tạp, giá cả thượng vàng hạ cám, nhiều mánh lới và nhiều đam mê có cả ở người mua kẻ bán. Tất cả thể hiện chỉ qua hai thứ: “người” và “đồ”. Người bán, người chơi và người tìm kiếm cơ hội làm ăn. Đồ cổ, phỏng cổ và giả cổ. Bên cạnh đó là tranh sáng tác, tranh nhái và tranh hàng chợ của họa sĩ từng có tên tuổi hay vô danh. Hằng vạn món linh tinh của đời sống hằng ngày thuở xưa, từ đồng hồ quả quýt, bàn toán gỗ, đèn dầu, muỗng nĩa mạ bạc v.v...

Ở đó, tôi tìm thấy được bao món đồ từng bị mê hoặc của thời tuổi nhỏ, khi rụt rè đến chơi căn "nhà Tây" của bạn bè với đủ thứ trang trí, hay khi đứng ngoài vòng rào xem người ta khui thùng đồ mỹ nghệ trong sân chuẩn bị trang trí ngôi biệt thự vừa xây xong. Đó là mớ đồ gỗ Philippines như khay nhiều tầng đựng trái cây trang trí hình quả thơm, đầu ngựa và các món bày bàn ăn như tô trộn salad, khay, giá để chai rượu vang, ca uống bia và các thứ trang trí khác như tượng voi, muỗng nĩa loại lớn cao cả mét để gắn trang trí trên tường, phù điêu chạm lủng bằng gỗ... Sau mấy chục năm tồn tại trong căn nhà sang trọng, chúng được bày bán ở vỉa hè đầu đường Nguyễn Thái Bình, dưới chân cột đèn hay bên vách tường ngôi nhà cổ ở tấm trải bán hàng của dì Sáu. Cả một thời vàng son của giới trung lưu và thượng lưu Sài Gòn và toàn miền Nam một thời bày ra, có dấu sứt mẻ trên đầu tượng, vài vết vá vụng về trên mép cái muỗng gỗ. Chúng lưu lạc từ nhà một gia đình đã vượt biên hay bị sa sút sau 1975, ra phơi nắng trên vỉa hè hàng "xôn" đường Trần Quang Khải, lạc vào nhà một khách sành điệu và cuối cùng ra đường Lê Công Kiều.

Đến mấy năm đầu thập niên 2000, cổ vật gốm sứ Trung Hoa bằng sứ trắng vẽ lam Hồi được ký kiểu thời Lê Trịnh và triều Nguyễn đã ra nước ngoài khá nhiều. Những món ở lại, từ món nhỏ nhất, dù sứt sẹo nứt nẻ đã thành của hiếm và rất mắc tiền, chỉ được mua bán âm thầm trong giới chơi đồ cổ với nhau. Các lái đồ từ Huế, Bình Định, miền Tây đưa về đường Lê Công Kiều những món sứt mẻ, hiệu Nội Phủ, Ngoạn Ngọc thông thường,.. với dĩa trà, tách trà, ấm trà... vẽ các tích Ngũ liễu, đạp tuyết tầm mai, mai thọ... được giành nhau mua, đấu giá với nhau. Họ vào tiệm để chào bán trước khi đưa ra vỉa hè. Đó là phân khúc đồ cổ cao cấp.

Sau khi có luật di sản để rộng đường chơi mà không ngại phạm luật, những người không nhiều tiền nhưng giàu lòng hoài cổ sau vài lần ra ngồi uống cà phê góc đường Nguyễn Thái Bình - Lê Công Kiều đã có được vài bài nhập môn, học phân biệt bằng mắt ở mức độ thấp các loại đồ sứ cổ và cận cổ, giả cổ, biết thế nào là đồ gốm, sứ, da đá, men rạn, đồ bờ, đồ vớt biển, họa tiết vẽ tay hay in... bằng cách nghe ngóng góp nhặt lời bàn của các bậc (ra vẻ) đàn anh trong làng chơi đồ. Họ có thể mua được những chiếc dĩa da đá rẻ tiền vẽ nguệch ngoạc vài cái lá, vài cái dĩa gốm Chu Đậu nhỏ, hoặc dĩa bàn Nhật có họa tiết in rập đầu thập 1940, sang hơn là cái ấm trà Nhật, bình uống sa kê và dĩa Nhật hiệu Kutani, Imari thập niên 1940 là đủ thấy sung sướng cho bước đầu đến với thú chơi này. Thỉnh thoảng, xuất hiện trên các gian hàng vỉa hè một ấm trà tetsubin Nhật rỉ sét bằng gang có ở Việt Nam từ trước 1945, hộp đựng trà bằng chì thời nhà Thanh, nhiều nhất là dĩa bằng gốm nhẹ phương Tây với các họa tiết cây liễu (*Willow pattern*), người chèo thuyền... Các món đó giá vừa phải, không được chuộng bằng đồ sứ Trung Hoa nhưng ít nhiều quyến rũ những người có hiểu biết về văn hóa, lại có dấu thời gian. Chơi lâu hơn và mạnh dạn chi tiền, họ săm soi những cái chóe đầu thế kỷ 20 thời mạt Thanh, những chiếc bình kiểu bá huê tôn vẽ tích người dù không xưa nhưng giá cao. Họ thích thú ngắm bình bông hay dĩa tách trà "da rạn" tuy non tuổi nhưng trông rất cổ nhờ lớp men phủ có những vết rạn màu nâu hình thành rất khéo từ bàn tay thợ gốm, làm nền cho các họa tiết xanh. Tuy màu lam vẽ họa tiết không xanh rưng rức như lam Hồi có gốc Trung Đông chỉ để dành vẽ trên đồ sứ cao cấp, nhưng loại đồ này vẫn cuốn hút nhờ lớp men da rạn.

Tôi đã trải qua những ngày say mê, cứ vài ngày lại ra Lê Công Kiều xem đồ cổ vớt biển. Những con tàu chìm dưới biển dọc theo tuyến đường đưa gốm sứ mậu dịch Trung Hoa thời Minh, Thanh thế kỷ 17 đến thế kỷ 19 sang Batavia (Jakarta) để cung ứng cho đoàn tàu của công ty Đông Ấn Hà Lan đưa sang châu Âu. Những trận hỏa hoạn khiến chúng chìm xuống vài vùng biển ven bờ nước Việt. Đồ sứ Khang Hy dưới vùng biển gần Hòn Cau thuộc Vũng Tàu, đồ sứ Ung Chính vùng biển gần Cà Mau, đồ gốm nhà Minh chìm dưới vùng biển Bình Thuận. Chỉ có đồ gốm cổ chìm ở vùng biển Quảng Nam là gốm Việt, dòng gốm Chu Đậu thuộc Hải Dương thời nhà Trần. Ngư dân phát hiện, vớt lên và những đồ đẹp nhất đã được thu gom bởi các đại gia và dân buôn lớn. Những tách trà, chung trà và những ấm trà sứt quai, sứt vòi còn lại được bày ê hề trong tủ kính các cửa hàng dọc theo đường Lê Công Kiều. Tuy không còn nhiều những món đẹp và lành lặn nhất, những món còn lại ở nước nhì, nước ba, vẫn thu hút người chơi tuy kích thước nhỏ, mẫu vẽ hoa văn trùng nhau. Nhiều món còn lớp men bóng, bên cạnh những món bị cháy chồng dính vào nhau, có món còn nguyên nhưng da gốm đã bợt bạc. Đồ cổ Khang Hy có nhiều chân nến, tách và dĩa trà với hoa văn bông dây. Đồ "Minh phố", chỉ dòng đồ gốm sứ loại thường thời Minh chìm dưới biển Bình Thuận có những cái dĩa to vẽ hình hoa và chim phượng bằng màu men xanh xám không đẹp nhưng có sắc thái riêng, trầm cổ. Đồ Ung Chính, có chung uống trà và dĩa trà, rất đa dạng về mẫu vẽ trong lòng dĩa hay thân chung trà, vẽ hình người đi qua bờ sông, đạp tuyết tầm mai, con gà ngước mắt nhìn cây bông, con công…

Nhờ ra đường Lê Công Kiều, tôi biết về dòng quạt điện nước Ý hiệu Marelli trong cửa hàng chuyên bán quạt điện cổ với đủ kiểu đứng, để bàn kích cỡ khác nhau mà khách sạn xưa nhất nhì thành phố đã tìm đến mua để phục chế lại không gian quán cà phê. Tôi tha hồ ngắm những chiếc tủ Huế gỗ chạm tỉ mỉ và tinh tế cùng những khay trà, kỷ trà tuyệt đẹp cẩn ốc xà cừ. Tôi biết thêm về các kiểu tủ gỗ phỏng thời nhà Minh thanh nhã và tiện dụng, đỉnh cao của dòng đồ gỗ Trung Hoa xưa. Thời đó, gốm Biên Hòa chỉ được chuộng từ vài người Pháp có nhà ở Việt Nam và những người hoài niệm thời Sài Gòn cũ mua về trang trí chứ không lên giá khủng như sau này ở các sản phẩm thập niên 1950, 1960. Gốm Vạn Ninh, Móng Cái ở biên giới Trung - Việt vẽ kỹ, màu lam hơi nhạt và không xưa lắm nhưng cũng làm ấm lòng người chơi ít tiền nhưng mê đồ gốm xanh trắng của Tàu. Lúc đó gốm gia dụng Lái Thiêu xưa không có chỗ đứng như bây giờ và tranh sơn mài và tủ bàn ghế hiệu Thành Lễ đã vô cùng hiếm. Gốm Thành Lễ không được để tâm, dễ lẫn với gốm Biên Hòa. Hầu như không thấy đâu các sản phẩm sơn mài của xưởng Trần Hà ở Bình Dương hay Mê Linh ở Đa Kao.

Ở đây, có lần tôi thấy một bình gốm Trung Hoa cổ bị vỡ gần hết được làm lại toàn thân với những hoa văn vẽ trên bình tuyệt đẹp và trông rất cổ kính, tất cả là phục chế chỉ mỗi cái đáy bình có triện thời nhà Nguyên là thật. Có những cái dĩa ký kiểu thời Lê Trịnh hay Thiệu Trị vẽ cực chi tiết, tuyệt đẹp, men lam Hồi xanh rưng rức chỉ vừa nung xong vài tháng trước ở một xưởng bên Cảnh Đức Trấn. Có bộ chung dĩa và ấm trà hình chú bé cưỡi trâu, là bộ đầy đủ nhất trong nhóm đồ cổ thời Ung Chính nhà Thanh chìm dưới biển Cà Mau. Chúng được làm nhái khá đẹp và giống, nghe đâu từ một người trong nước làm ra chứ không phải từ bên Trung quốc. Đến giờ, bộ chung dĩa trà Ung Chính với các kiểu khác nhau nghe đâu vẫn tiếp tục được làm giả và người Hoa Lục, Campuchia và Thái vẫn sang mua về bán lại hoặc để chơi vì đẹp và hoàn hảo không kém đồ thật.

Sự sung mãn của đường Lê Công Kiều có lẽ kéo dài khoảng gần chục năm, từ đầu năm 2000. Đợt sóng say mê khám phá thế giới đồ cổ của lớp người chơi mới ở giai đoạn đầu từ năm 1999 đến 2005 thật vui. Lúc đó, lần đầu tiên đồ sứ Giang Tây nổi tiếng đưa từ Trung quốc qua với nhiều hàng tuyển với hy vọng bán được ở thị trường Việt đã là bài học nhập môn cho người thích mỹ thuật và văn hóa cổ phương Đông, biết phân biệt và gọi tên từng loại đồ gốm sứ lớn nhỏ như chóe, bình, tô chiết yêu, mai bình v.v... Trên báo chí, sau khi Luật di sản được công bố năm 2001, lần lượt giới thiệu nhiều bộ sưu tập tư nhân được công nhận quyền sở hữu khiến nhiều người mê mẩn. Đó là những ngày vui ở đường Lê Công Kiều mỗi ngày thứ bảy, chủ nhật đủ mặt anh hào bàn tán, ngắm nghía đồ và sau đó rủ nhau đi uống bia, uống cà phê nói chuyện chơi đồ. Có người nhét túi cả mấy lượng vàng SJC bọc nhựa trong, đợi món đồ độc xuất hiện là chồng vàng luôn, mua mà không sợ lỗ sau này. Có ông bán cá ở chợ Hòa Bình, khá giả nhưng chỉ dùng tiền lẻ mua đồ sứt mẻ, hy vọng sau này đồ mẻ mà cổ cũng có giá. Một lần, tôi được một người bán cổ vật vỉa hè đề nghị giới thiệu một tiệm có bán nhiều những món tôi thích, nhưng phải cho anh ta một ít tiền. Anh ta dẫn tôi đến một tiệm nhỏ nép mình ở góc đường. Chủ tiệm đó sau này thành bạn thân nhất trong giới buôn bán cổ vật với tôi, cho đến bây giờ.

Dù sao, tuy luôn có những mánh lới làm ăn và gạt lừa như bất cứ thị trường đồ cổ nào trên thế giới, Lê Công Kiều là con đường từng mang đến nhiều niềm vui và sự háo hức cho nhiều người. Trong đôi mắt đam mê, họ hạnh phúc khi được ngắm những chung trà cổ tuyệt đẹp đậm dấu thời gian hơn trăm năm, mê mẩn với bức tranh vẽ đôi ba cô gái trên chiếc bình nhà Minh, trầm trồ với vẻ cổ kính của cái chóe lớn hoa văn viền miệng chóe và đôi rồng dữ dội trên thân. Những người Nhật thường lượn qua mỗi ngày tìm mua cánh cửa gỗ cũ có chạm khắc hay tượng Phật thếp vàng để về trang trí nhà hàng mới mở, những người Đài Loan hay Singapore lùng sục khay cẩn ốc xà cừ xưa, những người Trung quốc mua bất cứ món đồ cổ Trung Hoa nào không kể già hay non tuổi miễn là nguyên lành, trước thời kỳ "đả hổ diệt ruồi" bên đó. Họ biến mất dần theo sự thăng trầm của chuyện làm ăn nơi chính quốc. Con đường từng có tên Reims cũ kỹ này, với những người Ấn hay Ả Rập thuê nhà phố để làm ăn trong những ngày xưa khi chỉ là một con hẻm nhỏ cho đến 1920 mới thành đường. Có lúc những căn phố tầng trệt ở đường này thành dãy quán nhậu và giải trí cho đám quân Bắc Phi theo Tây tham chiến, ồn ào mỗi chiều cuối tuần loại nhạc nhảy lắc bụng của các kiều nữ Ả Rập. Ngay góc đường thông ra đường Hàm Nghi là một nhà hàng khiêu vũ có tiếng trống của nhạc sĩ Huỳnh Anh. Đường Lê Công Kiều có vẻ thích lưu giữ kỷ niệm, lưu giữ quá khứ hay những thứ gợi lại điều đó. Với những người có một thời lang thang trên con đường này vào dịp cuối tuần và dịp áp Tết gần hai mươi năm trước, Lê Công Kiều như một con đường trong giấc mơ, luôn thoảng mùi nhang trầm và gợi nhớ một thời Sài Gòn xưa cũ, với những thăng trầm của một đô thị thời thuộc địa, thời của hàng PX cung cấp những tiện nghi cho mỗi nhà và thời khó khăn sau 1975 với những món đồ quý lần lượt ra đi nuôi sống con người. Đó là cảm xúc lớn nhất mà đường Lê Công Kiều mang lại.

Phạm Công Luận

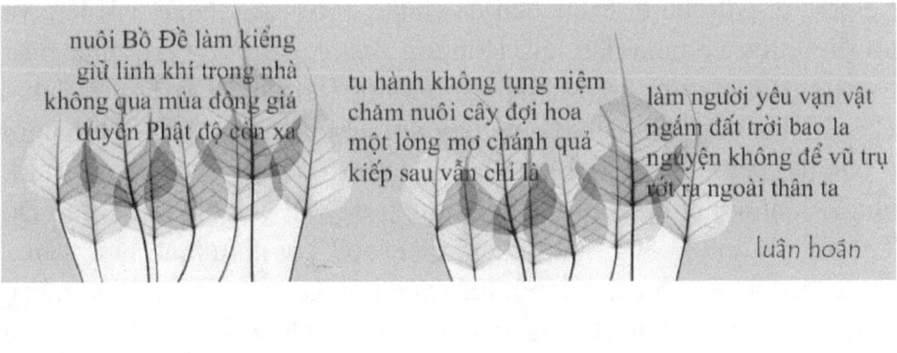

Người Đàn Bà Trong Đêm

ĐỖ TRƯỜNG

Mùa đông năm nay, châu Âu không có nhiều tuyết rơi, và những cơn gió lạnh thấu hồn người. Song cái rét cứ dùng dằng, dai dẳng. Gần hết tháng 4 rồi, dường như cái lạnh còn ủ ở đâu đó. Mặt trời đã lấp ló, vậy mà sân ga Leipzig vẫn còn vắng bóng người. Và bất chợt có những cơn gió rít lên từng hồi, như gió bấc nơi quê nhà vậy. Khi tôi đến, tàu Leipzig đi Nürnberg, München đã chuẩn bị rời bến. Nhảy vội lên, và tôi đi ngược về phía đầu tàu. Đến toa Bistro, tôi đứng lại, định mua ly café. Bất chợt có tiếng khẽ gọi, và hỏi: Trường! Đỗ Trường phải không? Tôi giật mình quay lại, thấy đôi vợ chồng già Việt- Đức ngồi ở bàn ăn, bên cửa sổ, với khuôn mặt lạ hoắc. Tôi gật đầu cười cười, nhưng mặt nghệt ra. Người đàn bà đứng dậy, đi về phía tôi: Đúng Đỗ Trường rồi, em không nhận ra chị thật sao? Tôi nhíu mắt, lặng yên... và lắc đầu. Chị vồn vã, nói một thôi một hồi: Giang, Vũ Lê Giang, bạn (nhà văn) Dương Thu Hương, chị của Dương Hoài Nam… Thời Đông Đức, các em đã từng đến thăm chị ở đội may 500 trên đồi…

Tôi sững người, bối rối: Vâng, em nhớ chị, nhà thơ Vũ Lê Giang… nhưng nhìn thấy khác lạ quá…

Như sực nhớ ra, và có lẽ bản tính thẳng ruột ngựa trở về, nên chị huỵch toẹt luôn: Giời đất ơi! Có tí tiền đâm rửng mỡ em ạ. Mặt mũi chị đã được sửa sang, tân trang lại đấy. Chứ để cái khuôn mặt cười tưởng khóc, khóc lại ngỡ cười của chị, ai nhìn vào cũng phải bỏ chạy, tủi thân phụ nữ, xấu hổ ban đại diện lắm.

Câu nói thành thật, pha một chút cay đắng ấy, làm tôi nghèn nghẹn, suýt bật ra tiếng cười, như ngày đầu gặp và quen chị, từ gần 40 năm trước…

Chiều cuối tuần, của năm đầu thập niên tám mươi, Dương Hoài Nam (Nam Võ) ra nhà rủ tôi về Bắc Ninh. Dường như gia đình hắn có cúng giỗ gì đó. Thời gian này, Nam Võ đang theo học trường Đại học văn hóa. Còn tôi chán nản, dẫn đến bỏ việc làm, nên đi cùng hắn ngay. Đám giỗ đông vui, khách khứa chủ yếu là các nhà văn, nhà thơ bạn của chị Dương Thu Hương.

Trời vào đêm, tôi và Nam Võ ra đầu hè, ngồi đàn ca khật khừ. Lúc đầu, các bác nhà văn, nhà thơ cùng hò hét khá xôm tụ. Trong đó, có một số bác tên tuổi cũng kha khá, đang theo học Trường viết văn Nguyễn Du. Về khuya, tôi và Nam Võ chuyển nhạc, thay nhau đàn hát những bản của Vũ Thành An, Phạm Duy, Trịnh Công Sơn, Vũ Đức Sao Biển… các bác tự nhiên biến mất. Lúc sau, có tiếng kéo ghế, tôi chợt ngẩng lên, và hơi bị giật mình, khi bắt gặp khuôn mặt kỳ dị của người đàn bà trong đêm. Có lẽ, cảm nhận được điều đó, nên chị thu người lại. Nam Võ vội giới thiệu: Đây là chị Giang, nhà thơ Vũ Lê Giang. Tôi dừng đàn. Và cầm bàn tay lạnh ngắt, khi chị chìa sang tôi. Chị cười, với khuôn mặt nhăn xoắn lại, méo mó. Gặp lần đầu, tôi ngỡ chị khóc. Rồi chị với ba chiếc cốc và nhấc chai rượu được bọc ủ khá kỹ, từ sau cửa:

-Đây là rượu quê chị, tuy không thể so sánh với Làng Vân, song có hương vị rất đặc biệt. Cạn phát cho khí thế nhé.

Có thể nói, thần kinh, tửu lượng của chị rất tốt. Sâu rượu như Nam Võ cũng phải bái phục chị. Rượu vào lời ra, chị quy tuốt tuồn tuột đại từ nhân xưng, sở hữu về một mối: Mày, tao cho đồng hạng. Chị bảo, thích nhất Bài Không Tên Số 4 của Vũ Thành An, với những câu từ: *"Triệu người quen có mấy người thân/ Khi lìa trần có mấy người đưa"*. Có lẽ, nó vận đời chị sau này. Khi nãy, ngồi ở trong nhà, nghe chúng tôi đàn hát, chị đã khóc. Rồi chị yêu cầu chúng tôi đàn lại bản nhạc này, cho chị hát cùng…

Trăng hạ huyền gầy cong như lưỡi liềm, đã mờ dần sau ngọn đa ở bên kia con phố nhỏ. Chị vẫn uống, và chị hát. Tiếng hát của chị như lạc vào cõi đêm. Nam Võ gật gù, vượt ngưỡng, hỏi:

- Đã hơn ba mươi mùa lá rụng, sao chị vẫn cô đơn như vậy?

Chị dừng hát, đôi mắt trắng hoang dại như rọi vào khoảng không trước mặt. Rồi bất ngờ, chị bá vai hai thằng tôi:

- Hai thằng có tin, đến nay chị mày vẫn còn là con gái không?

Nam Võ và tôi lặng người nhìn chị. Với linh cảm, có lẽ chị đã nhận ra sự cảm thông hiện lên từ ánh mắt rất gần của chúng tôi. Xoay người, chị cầm chai rượu, rồi bảo, "camfuchia" cho ba ly cuối cùng nhé! Chúng tôi chưa kịp trả lời, chị đã nói tiếp, mười lăm năm từng là thanh niên xung phong cho đến người lính, và trở thành nhà thơ, nhà văn, song tình yêu với chị là một sự hoàn toàn xa lạ. Bởi, cái gương mặt nhem nhuốc, dị dạng của chị. Sự xa lánh của mọi người, và cái bất hạnh đó, luôn làm cho chị tự ti, mặc cảm. Và nỗi cô đơn, giày vò ấy, đã ủ chín tâm hồn chị vào trong văn thơ. Rồi cũng chính văn thơ cho chị khát vọng. Chị thích và yêu bóng đêm. Dường như bóng tối cho chị sự đồng cảm và tự tin hơn chăng? Có những đêm thời chiến lang thang một mình giữa rừng sâu, hay sau này, lầm lũi trên con ngõ vắng, chị thầm mong, bị (hay được) một kẻ lưu manh, giang hồ xa lạ nào đó bắt giữ làm nhục, để trở thành người đàn bà một đêm…

Dứt lời, chị ngửa cổ, dốc ngược ly cuối cùng, rồi đứng dậy, vỗ vỗ vào vai chúng tôi: Đôi khi, có suy nghĩ điên rồ như vậy đấy chúng mày ạ!

Mắt tôi cay sè, ngước nhìn lên, không hiểu chị đang khóc, hay đang cười. Nhưng với âm giọng xúc động ấy của chị, dường như ít có người phụ nữ nào đủ can đảm nói thẳng tưng như vậy…

Thấy chúng tôi đứng chiêm bao, hầu đồng chắn lối đi trên tàu đã khá lâu, nên người bán hàng giục trả tiền café, làm tôi giật mình. Vừa lấy ly café, chị kéo ngay tôi về bàn của mình. Giới thiệu tôi với chồng, người đàn ông xứ Schwaben. Không biết tiếng Việt, song có lẽ, ông hiểu được sự việc qua thái độ, tâm trạng của chúng tôi. Vừa ngồi xuống, chị đã hỏi:

- Đỗ Trường đi đâu một mình thế này?

- Nürnberg. Bởi, Phương Thảo, con gái của Sinh Liên bạn em bị tai nạn Auto. Hôm nay 49 ngày của cháu.

Chị giật mình, ngạc nhiên, nhưng vẫn hỏi lại:

- Có phải Sinh, trước phiên dịch cho đội bóng đèn Auto ở Eisenach không?

- Đúng rồi.

- Vậy thì, chị biết vợ chồng Sinh Liên. Bởi, trước đây chị cũng ở Nürnberg, cạnh nhà nhau. Cách nay hai chục năm, chị chuyển về München, cháu Phương Thảo còn bé tí tẹo. Chị chưa thể thăm Sinh Liên ngay được. Em cho chị gửi lời chia buồn đến vợ chồng nó nhé.

Ra khỏi thành phố, tàu như lạc vào cánh đồng vàng màu hoa cải, trải dài theo những cánh quạt điện gió, và mặt trời. Bức tranh đồng quê ấy, dường như gợi lên thi hứng bất chợt, chị khẽ đọc. Không bật thành tiếng, song tôi cảm được mấy câu từ Trường Ca Tổ Quốc của tôi. Trong một lần cùng với Nam Võ đến thăm, rượu vào hăng tiết vịt, tôi đã đọc cho chị nghe, cách nay đã trên ba chục năm:

"... Mẹ là những cơn gió hè đưa con vào mùa gặt
Gọi nắng về làm cho thóc ai khô
Mẹ là những câu chuyện tình bất tử
Để đá Vọng Phu đứng đợi ai về..."

Tôi xúc động, cảm ơn chị có trí nhớ tuyệt vời, và luôn nhớ đến đàn em. Rồi hỏi, dạo này, chị còn hứng thú với thơ phú nữa không. Chị cười: Còn viết, nhưng không nhiều, bởi có lẽ, ngoài cảm hứng còn do tuổi tác nữa. Rồi chị ghé tai tôi: Hình như, sự đầy đủ, bình yên, ít nhiều đã làm rơi rụng đi cảm hứng viết, và mài mòn chí khí của nhà văn…

Tôi không thể chia sẻ, đồng cảm hết những suy nghĩ này của chị, nên đã cắt ngang lời:

- Đã mấy lần, em được Nam Võ kể cho nghe về nỗi đắng cay, u buồn của chị và gia đình. Nhiều đoạn không thật rõ ràng, và có chút mâu thuẫn, nhưng lần nào cũng vậy, luôn làm cho người nghe bị ám ảnh. Vài lần, em định hỏi chị, nhưng không tiện. Đến nay, thời gian đi qua đã rất lâu rồi, nếu được, chị có thể kể rõ hơn được không?

Chị không trả lời, mà với mắt nhìn khoảng không thoắt thoắt hiện qua ô cửa tàu. Rồi chị quay sang tôi, hai mắt ngân ngấn như có nước. Và câu chuyện của chị được bắt đầu như vậy…

Mới tám tuổi, song hình ảnh người cha bị mẹ xỉa xói, đấu tố cho đến chết, vẫn ám ảnh, day dứt, không thể xóa nhòa trong trí nhớ của chị. Cha chị là người nhân từ, phúc hậu, nhưng chị lại mang dáng vóc, khuôn mặt kỳ dị của mẹ. Không ai biết nguồn gốc, thân thế của mẹ chị. Chỉ biết, bà được người đánh dậm nhặt được ở bờ sông mang về nuôi dưỡng. Và từ đó Nhặt cũng là tên gọi của bà. Năm Nhặt lên mười, người đánh dậm bị bệnh qua đời. Nhặt quanh quẩn xin ăn ở nơi đình chùa, và chợ búa. Tuy nhiên, với khuôn mặt kỳ dị, người bẩn thỉu, nên Nhặt thường bị khinh miệt, xua đuổi. Thương tình, cụ Cửu Bình mang về nuôi, và sai vặt trong nhà. Cụ Cửu có người con trai duy nhất là Vũ Lê cũng đã có vợ con, nhưng thường phải đi làm ăn xa. Năm cụ Cửu qua đời, Vũ Lê mới về ở hẳn nhà. Vũ Lê vẫn để Nhặt giúp việc vặt. Khi Nhặt đến tuổi trưởng thành, Vũ Lê nhờ người mai mối, với của hồi môn kha khá. Nhưng gặp Nhặt một lần, không một ai đủ can đảm quay trở lại. Đến năm tuổi tròn ba mươi, Nhặt càng héo hắt. Đột nhiên, Vũ Lê tuyên bố, Nhặt sẽ là bà hai trong nhà. Mọi người ngơ ngác, cứ tưởng ông đùa. Thời gian sau, bụng Nhặt phình ra như cái rá úp. Lúc đó, mọi người mới tin là sự thật. Khi Nhặt đẻ con gái, Vũ Lê mừng lắm, đặt tên là Vũ Lê Giang. Và tự tay ông sửa mới ngôi nhà ngang cho mẹ con Nhặt. Vậy mà, không hiểu ăn phải cái bả gì, cải cách ruộng đất, Nhặt tố ngược lại ông Vũ Lê, và bà cả. Ông Vũ Lê bị xử tử, bà cả và con cái bị đuổi ra khỏi nhà.

Năm sau, đi mò hến, sông không sâu, không hiểu sao, Nhặt bị nước cuốn trôi, mấy ngày sau xác mới nổi lên. Dân làng bàn tán, đó là quả báo, do ăn ở thất đức của Nhặt. Mẹ chết, Vũ Lê Giang được bà cả đón về nuôi ăn học. Tuy khuôn mặt kỳ dị, nhưng Vũ Lê Giang học rất giỏi, có năm được nhảy cóc lớp. Tốt nghiệp (cấp ba) trung học, Vũ Lê Giang thừa điểm du học nước ngoài. Nhưng với cái lý lịch nhọ như đít chảo, tương lai của chị chỉ có thể lấy đít trâu làm thước ngắm. Do vậy, chính quyền có lần gợi ý: Mẹ chị ở đợ, bần cố, thành phần ưu tú của chế độ, trong cải cách có công tố cáo, đấu tranh giai cấp. Nếu chị khai lại lý lịch, từ bỏ mục bố là địa chủ Vũ Lê, như mẹ chị đã từng làm trước đây, có thể chính quyền sẽ xem xét cho học ở trong nước.

Vũ Lê Giang thẳng thừng từ chối, thà chết ngay, chứ không từ bỏ bố, từ bỏ gia đình, anh chị em, dù chỉ trên giấy tờ. Tính chị là vậy, sự chính trực, thẳng thắn, bất cần có ngay từ buổi đầu, khi chập chững vào đời.

Để giải thoát, năm 1966, vừa tròn 20, chị xung phong vào bộ đội. Vẫn cái vết đen lý lịch, chính quyền địa phương, cũng như tỉnh đội, tỉnh đoàn chỉ chấp nhận cho chị vào lực lượng thanh niên xung phong…

Đêm tháng 5 trời oi nồng, vậy mà cung đường qua núi Nấp màn đêm đổ xuống rất nhanh. Vũ Lê Giang siết và kiểm tra chiếc bu lông cuối cùng để phát lệnh thông tàu. Chợt có tiếng gầm rú, bầu trời bị xé toạc ở trên đầu, chị vội nằm úp mặt xuống đường rầy. Tiếng nổ, đất rung chuyển cắt phăng tiếng quát của ai đó: Chúng đánh bom tọa độ. Bị sức ép chị lộn mấy vòng, nằm ngửa mặt lên trời. Đất đá quyện với máu, thịt người tung lên rào rào, hất thẳng vào chị. Tai ù đặc, chị lịm dần….

Khi chị tỉnh dậy, dường như đã quá nửa đêm. Cố cựa quậy, sờ nắn thấy chân tay vẫn còn đầy đủ, chị định bò dậy, nhưng không được. Người đau nhừ, dù không có vết thương. Chị lấy ngón tay móc bùn đất còn dính chặt ở hai lỗ tai. Máu từ từ chảy dính bết xuống chân tóc. Im lặng, và ngột ngạt. Bên kia cầu Hàm Rồng, pháo sáng vẫn còn treo lơ lửng, rọi vào những vòng khói đen cuộn lên như tạc vào nền trời. Đến gần sáng, người của đơn vị, và dân làng mới tìm thấy chị, đưa về bệnh xá. Mới một năm ở trên cung đường này, chị đã thoát chết rất nhiều lần. Song có lẽ, 40 người chết và bị thương đêm đó, là trận bom khủng khiếp nhất.

Và những bài thơ, tùy bút đầu của chị được vắt ra bằng cảm xúc thực, từ nỗi đau bi thương ấy.

Tin một số văn nghệ sĩ trên đường trở lại chiến trường dừng chân ở núi Nấp, làm đơn vị chị rất phấn khởi. Đêm giao lưu ca hát, văn thơ diễn đơn giản, vui vẻ. Không ngờ những bài thơ của chị đọc lên được mọi người đồng cảm, và xúc động đến vậy. Ngay sau đó, nhà thơ Phạm Tiến Duật khen ngợi, và bảo chị, hãy chép tất cả những bài thơ đó lại, để anh gửi ra Tạp chí văn nghệ quân đội.

Lúc đầu chị không tự tin cho lắm, và cứ tưởng Phạm Tiến Duật khen cho vui vậy thôi. Nhưng không ngờ, mấy tháng sau, thơ chị không chỉ trên Văn nghệ Quân đội, mà Báo Văn nghệ của Hội nhà văn cũng đăng và giới thiệu mấy kỳ liền. Từ đó, trong đơn vị, từ sếp lớn đến người đầu bếp nuôi quân, ai cũng gọi chị là nhà thơ.

Kể đến đây, chị bật cười. Tiếng cười có vẻ sảng khoái lắm…

- Làm thế quái nào, đang là thanh niên xung phong chị trở thành bộ đội, rồi suýt nữa phải ngồi bóc lịch?

Thấy tôi hỏi tiếp, chị thôi cười, hai con mắt nhíu lại: Thì cũng từ thơ văn thôi. Ngày đó có thơ đăng báo, nhất là hai ông báo Văn nghệ và Tạp chí Quân đội, là oách xì dầu lắm. Và đương nhiên mình trở thành nhà văn, nhà thơ rồi còn gì nữa. Được bạn bè khen tặng, báo chí ngợi ca, đâm ra cái tính dở dở, ương ương gọi là nghệ sĩ đều lòi ra lúc nào cũng chẳng hay. Lúc đó, đơn vị chị đã chuyển vào gần Binh trạm 22. Trong người, tự nhiên cảm thấy bức bối, chật chội, chị xin chuyển vào phía trong, nhưng không được. Do vậy, nhân ngày nghỉ, rình đúng mấy gã lái xe quen mê thơ, chở hàng vào trong, chị xin đi nhờ. Đến Binh trạm 33, rất may gặp ngay nhà thơ Phạm Tiến Duật đang ở đó. Duật ngạc nhiên hỏi:

- Nhà thơ đi đâu thế này?

Chị kéo tuột Duật ra ngoài:

- Em xin chuyển vào trong này, nhưng không được, nên tự động chuồn vào đây. Anh có cách nào cho em ở lại Binh trạm.

Duật giãy nảy lên:

- Vô kỷ luật vậy là không được. Mà trong này nguy hiểm, ác liệt hơn ngoài đấy nhiều…

Ấn tập bản thảo thơ, tùy bút, truyện ngắn vào tay Duật:

- Anh xem, em viết như bổ củi thế này. Nếu không đi thẳng vào chiến trường thực tế, tìm tư liệu, thì làm sao viết.

Duật đọc lướt qua, và nghe chị nói có lý, nên gật gù:

- Thôi được, thôi được… có giấy tờ gì thì đưa đây, để anh trình bày với Binh trạm thế nào đã.

Chẳng hiểu Duật nói gì, hôm sau Trạm trưởng gọi chị vào. Đe nẹt, lên gân một hồi, rồi ông bảo:

- Binh trạm sẽ gửi công văn cho Tổng đội thanh niên xung phong, và đơn vị cũ. Em tạm thời về đại đội kho. Em viết hay lắm. Về đơn vị mới cố gắng viết thật nhiều nhé.

Sau này chị mới biết, lãnh đạo Binh trạm ông quái nào cũng khoái văn thơ. Nên với văn nghệ sĩ thường mắt nhắm mắt mở. Vì thế, chẳng riêng nhà thơ Phạm Tiến Duật, ông nhà văn, nhà thơ nào qua lại binh trạm cứ tự nhiên như ở nhà vậy.

Nằm sâu trong khu vực đèo Tha Mé, nhà kho nhìn chẳng khác gì lán trại. Lưng tựa vào vách núi, cửa thông với hang, ngách nhỏ. Không xa có những ngôi làng bỏ hoang của người Vân Kiều và Pa Cô. Khi Vũ Lê Giang đến chỉ còn hai người trông coi ở đó. Bom đạn ngày càng ác liệt. Kho trống trơn, có lẽ nơi đây là điểm đón tiếp thương bệnh binh thì đúng hơn. Tuy thiếu đói, bệnh tật cùng bom đạn trút xuống hàng ngày, nhưng công việc khá tự do, nên chị có nhiều tư liệu, cảm hứng viết lách. Văn thơ có tính thời sự của chị xuất hiện đều trên các trang báo lớn. Do vậy, không chỉ Binh trạm, mà cả Lãnh đạo Bộ tư lệnh cũng biết đến nhà thơ Vũ Lê Giang.

Mới chớm sang hè, vậy mà gió Lào đã quất cái nóng vào mặt người. Mảnh đất sặc mùi tử khí nơi đây như kéo hồn người đến gần hơn với cái chết. Cố gượng dậy sau mấy ngày nằm bẹp, Vũ Lê Giang men theo nương sắn ở bên kia con suối, hy vọng kiếm được nắm rau rừng, sau trận mưa của tuần trước. Được mấy bước, nghe có tiếng động nhẹ, chị vội nằm xuống quan sát. Rồi tiếng rên, tiếng thở khò khè nặng nhọc từ đó vẳng lên. Với kinh nghiệm, chị biết ngay có người bị thương và đang trong tình trạng sốt cao, kiệt sức. Chị bò lại, gặp người đàn ông nằm co quắp, mắt nhắm nghiền, tay nắm chặt gốc sắn đã bị mảnh bom phạt ngang thân. Với quần áo của người đi rừng bản địa, chị không thể biết ngay, hắn từ đâu đến… Mà vùng này làm chó gì còn người dân nào. Không lẽ là thám báo, hay B quay (bộ đội đào ngũ)? Do vậy, chị lật áo hắn, chỉ tìm thấy mấy vết thương ở phần mềm, nhiễm trùng rất nặng. Kiểu sắp (thở) hắt ra như thế này, có lẽ do mất máu nhiều và đói khát lâu ngày thôi. Nếu được cứu ngay, may ra sống. Sắp nghẻo, nằm hiền khô như thế này, còn đánh đấm, hận thù gì với nhau nữa, chị lẩm bẩm như vậy, rồi quay về tìm người cùng đưa hắn về kho. Chị rửa ráy vết thương, và chăm sóc cho hắn. Mấy ngày sau, vết thương bắt đầu khô miệng, da dẻ hồng hào trở lại, song hắn có vẻ còn li bì, chỉ có thể lắc, gật, khi hỏi chuyện. Vậy mà, sáng hôm sau tỉnh dậy, chị không thấy hắn đâu. Cứ ngỡ, hắn đã có thể tự đi vệ sinh cá nhân ở đâu đó. Lúc sau chị quay lại, và đi tìm không thấy… Vậy là hắn đã chuồn rồi.

Cứ tưởng vậy là xong, không ngờ mấy ngày sau người của Binh trạm và An ninh đến tìm, và hỏi chị về mối quan hệ với hắn. Lúc đó chị mới biết hắn là lính thám kích thuộc Quân đội Việt Nam Cộng Hòa. Sau đó, chị bị đưa về Binh trạm để điều tra. Trước sau chị khai đúng sự việc đã xảy ra, và chỉ nhận lỗi không báo cáo ngay sự việc lên các cấp chỉ huy. Với bảy năm ở chiến trường và là một nhà thơ khá nổi tiếng, nên sự việc của chị cứ như trái banh bị đẩy đi, đẩy lại mãi.

Năm sau, chị mới được chuyển ra Bắc, và làm văn nghệ địa phương. Rồi những năm bảy chín, tám mươi của thế kỷ trước cả nước đói. Nếu đi được, ai cũng muốn chuồn ra khỏi quê hương, tổ quốc mình. Và chị bỏ lại tất cả, khăn gói sung vào đội quân cày thuê, cuốc mướn ở Đức…

Dừng lại giây lát, rồi bất chợt chị giật giọng hỏi tôi, rồi kể tiếp: Em có biết không? Có một điều rất thú vị. Khi bức tường Berlin sụp đổ, chị chuồn sang Tây Đức, ngụ tại thành phố Nürnberg. Thời gian sau, chị vào làm ở nhà máy bia (brauerei). Một hôm, đang rửa vỏ chai, thấy có một gã người Việt cũng làm ở nhà máy, cứ đứng nhìn chị. Từ xưa đến nay, thằng đàn ông nào nhìn vào cái bản mặt chị, bảo đảm không quá một vài giây cũng phải bỏ chạy. Vậy mà, thằng cha này bị bệnh thần kinh hay sao, nên mới đủ dũng khí nhìn chị chằm chằm như vậy. Thôi kệ nó, không nghĩ ngợi nhiều cho đau đầu. Sáng hôm sau, chị vừa đến cổng nhà máy, thấy gã đã đứng đó từ bao giờ. Thấy gã ngập ngừng, chị trợn mắt. Tưởng hắn biến. Nhưng không. Hắn đến gần và hỏi:

- Có phải những năm đầu thập niên bảy mươi, chị là bộ đội đóng quân ở khu vực đèo Tha Mé không?

Chị giật mình, gật đầu:

- Đúng rồi, sao ông biết.

Hắn cười:

- Tôi là người sắp chết ở rẫy sắn, được chị cứu năm xưa đây.

Chị ngạc nhiên hỏi lại:

- Sao ông nhận ra tôi?

- Bởi cái khuôn mặt của chị, làm tôi ám ảnh. Hôm nay gặp được chị ở đây, dù thế nào đi chăng nữa, tôi cũng nói lời cảm ơn. Một lời tôi đã nợ chị rất lâu rồi.

Quá khứ hiện về, tự nhiên chị bật ra một câu, dường như vô thức:

- Đ. mẹ ông. Ông đi rồi, nó hành khổ tôi.

Thế rồi, ôm nhau cười chảy ra nước mắt.

Rồi chị quay sang ông chồng người Đức, bảo: Chồng chị là bạn đồng nghiệp của hắn. Và chính hắn là người mai mối cho chị. Hơn chục năm trước, vợ chồng hắn cứ thúc giục chị phải sửa sang lại khuôn mặt. Thấy chị lưỡng lự, chồng chị và vợ chồng hắn ép chị về bằng được Saigon. Bây giờ khuôn mặt của chị mới được như thế này, trách gì Đỗ Trường nhận không ra.

Tàu vào ga Nürnberg, tôi đứng dậy tạm biệt vợ chồng chị. Nắm tay tôi chị hỏi, theo Đỗ Trường, chị có nên làm tuyển tập không. Tôi trả lời, đã ở cái tuổi 73 và có bề dày của sự nghiệp văn chương, chị nên làm. Thế Đỗ Trường giúp chị lọc và biên tập cuốn này nhé. Vâng! Nhất định em sẽ giúp chị trong khả năng của mình.

Đỗ Trường
Leipzig, ngày 27-5-2019

TVN

Tin Văn Nghệ

MINH NGỌC

1/ Giải Pulitzer 2019:

Giải Pulitzer thường niên cho báo chí và văn học công bố ngày 14 tháng Tư 2019 (không kịp đi trong số Ngôn Ngữ tháng Năm). Ngoài các giải cho báo chí, các giải sáng tác trao cho:

- Tiểu thuyết: **The Overstory** (tạm dịch Tàn Cổ Thụ) của nhà văn **Richard Powers**, cũng đã được giải Grand Prix de Littérature Américaine 2018 và vào chung kết giải Man Booker 2018, chung kết giải Văn Bút Hoa Kỳ (PEN/Jean Stein) 2019, với chủ đề bảo vệ môi trường, xoay quanh số phận của chín nhân vật không hẹn mà gặp cùng đến Bắc California để cứu một cây đại hồng sam (giant redwood) cổ thụ sắp bị đốn bỏ.

- Kịch: **Fairview** của **Jackie Sibblies Drury**, với những tranh luận về chủng tộc trong bữa ăn một gia đình da đen. Kịch diễn tại Soho Repertory Theater (một nhà hát nhỏ Off-Broadway ở New York) mùa hè 2018, rồi tại Berkeley (California) mùa thu 2018 và sẽ trở lại New York ở Polonsky Shakespeare Center (Brooklyn) tháng 6/2019, dự định sẽ dựng ở sân khấu nhà hát Young Vic ở London vào tháng 11/2019.

- Thơ: **Be With** (tạm dịch Bên Nhau) của **Forrest Gander**. Nữ sĩ C. D. Wright, người tình chung sống hơn ba mươi năm với Forrest Gander, đột tử trong giấc ngủ năm 2016. Tập thơ sau cùng của bà xuất bản vào cuối năm đó, có lời đề tặng Gander: "*For Forrest / line, lank, and long, / be with*", Gander dùng làm tựa đề tập thơ tưởng niệm người yêu.

2/ Giải Man Booker International 2019:

Ngày 21 tháng Năm, giải Man Booker dành cho một tác phẩm văn học dịch sang Anh ngữ trao cho nữ văn sĩ người Oman **Jokha al-Harthi** với tiểu thuyết **Celestial Bodies** (Thiên Thể), chia giải thưởng 50.000 bảng Anh với dịch giả người Mỹ Marilyn Booth. Jokha al-Harthi sinh năm 1978 tại Oman, du học tại Anh, tốt nghiệp tiến sĩ văn chương cổ Ả Rập tại đại học Edinburgh. Hiện cô là giảng viên khoa tiếng Ả Rập tại đại học Sultan Qaboos (Muscat). Cô là tác giả Oman đầu tiên có tác phẩm dịch ra Anh ngữ và đây cũng là tác phẩm từ nguyên bản tiếng Ả Rập đầu tiên được giải Man Booker. Tiểu thuyết Celestial Bodies có chủ đề về số phận phụ nữ Trung Đông, lấy bối cảnh cuộc sống tù túng ở làng quê al-Awafi với ba chị em gái: Mayya gả vào một gia đình giàu có mang theo hận tình, Asma lấy chồng vì bổn phận, và Khawla chờ đợi tin người yêu đã di cư sang Canada.

Sau năm nay, giải không còn nằm trong tổ chức Man nữa, thay bằng quỹ từ thiện Crankstart và sẽ có tên là International Booker Prize.

3/ PEN World Voices 2019:

Khởi đầu năm 2005, chương trình hội thảo của các cây bút từ khắp thế giới do Văn Bút Hoa Kỳ tổ chức, diễn ra suốt một tuần ở New York với những chủ đề liên quan đến tự do sáng tác, tự do công luận. Năm nay, World Voices diễn ra từ 6-12 tháng Năm 2019 với nhiều tiếng nói từ các nước Á, Phi, Trung Đông, đặc biệt đông đảo diễn giả từ Trung Quốc hoặc gốc Trung Quốc, không có Việt Nam. Chương trình có phần kỷ niệm ba mươi năm sự kiện Thiên An Môn với những người trong cuộc như thi sĩ Liêu Diệc Vũ (Liao Yiwu), nhà văn Mã Kiến (Ma Jian) và các lãnh tụ sinh viên khác. Ngoài ra, chủ đề năm nay chú trọng chiến tranh, tị nạn, dân chủ dân quyền và nữ quyền.

4/ Đêm nhạc Nguyễn Đình Toàn:

Tối thứ bảy 13 tháng Tư 2019, đêm nhạc "*Một ngày sau chiến tranh*" của Nguyễn Đình Toàn tổ chức tại hội trường nhật báo Người Việt ở Westminster (California) thu hút khoảng hơn 500 khán giả. Đây là lần tái xuất hiếm hoi sau một thời gian ông sống "ẩn dật". Theo ý nguyện của ông, đêm nhạc không bán vé và tất cả đóng góp tự nguyện của khán giả dành để ủng hộ Viện Việt Học.

Nhà văn Nguyễn Đình Toàn là tác giả được yêu mến từ thập niên 60 ở miền Nam với thơ, tùy bút, truyện ngắn, truyện dài, là giọng nói ru hồn người của chương trình Nhạc Chủ Đề trên đài phát thanh. Sau 1975, ông bị đi tù cải tạo lao động tổng cộng mười năm vì những sáng tác trước đây và những sáng tác gửi chui ra hải ngoại, trong đó có nhạc phẩm "*Nước mắt cho Sài Gòn*" (*Sài Gòn niềm nhớ không tên*) mau chóng phổ biến rộng rãi trong thập niên 80. Năm 1999, ông định cư tại California, phụ trách chương trình phát thanh "*Đọc sách với Nguyễn Đình Toàn*" trên đài phát thanh Tiếng Nói Hoa Kỳ (VOA), viết tạp ghi văn nghệ, sáng tác và phổ biến ca khúc. Ở hải ngoại, ông đã xuất bản bộ "*Bông hồng tạ ơn*" gồm các bút ký văn nghệ và gần đây Người Việt đã xuất bản bộ sách Nguyễn Đình Toàn gồm các sáng tác từ trước 1975.

5/ Thi sĩ Tô Thùy Yên (1938 – 2019):

Tô Thùy Yên, tên thật Đinh Thành Tiên, sinh năm 1938 tại Gia Định. Ông đã có thơ đăng báo từ thập niên 50, và nổi bật trong nhóm Sáng Tạo là tiếng thơ miền Nam duy nhất mà rất độc đáo dù còn rất trẻ. Nhà văn Mai Thảo, người chủ trương nhóm Sáng Tạo, nhận xét: "Tô Thùy Yên trầm trọng, loắt choắt, mỗi lời thơ như một đạo bùa, còn là sự ngạc nhiên lớn của chúng tôi, gốc gác Bắc Kỳ, nghĩ thơ chỉ Bắc chỉ Trung, không ngờ phương Nam cũng sinh thành được một tài thơ tiền tiến" (Văn Học số 31 tháng 8/1988). Nhà văn Võ Phiến nhận xét: "Tô Thùy Yên là thi sĩ Nam có giọng Bắc. Ông không giống ai, không giống người Bắc nào; ông bắt kịp cái điêu luyện của ngôn ngữ Bắc, thế thôi". "Ông tiếp nhận cái dũng mãnh của miền này, lại thừa hưởng cái trau luyện của miền kia." (Hai Mươi Năm Văn Học Miền Nam). Mặc dù nổi tiếng với những bài trường thi như "*Chiều trên phá Tam Giang*", "*Trường Sa hành*", "*Ta về*"..., Tô Thùy Yên còn có truyện dài "*Hôn thụy*" đăng nhiều kỳ trên tạp chí Văn năm 1968-1969 (từ số 118 ngày 15-11-1968), nhiều truyện ngắn trên các tạp chí khác như Văn Nghệ, trong đó có truyện "*Mường Mán*" đã khiến một thi sĩ trẻ lúc ấy (sau trở nên nổi tiếng) cảm hứng lấy làm bút hiệu, và nhiều thơ văn trên Văn, Văn Học. Trước 1975, trong thời gian chung sống với nhà văn Nguyễn thị Thụy Vũ, ông chủ trương nhà xuất bản Kẻ Sĩ. Tập thơ cuối cùng ông xuất bản 2018 cũng dưới tên Kẻ Sĩ, chỉ để tặng thân hữu, không bán ra ngoài.

Sau 1975, ông bị đi tù cải tạo mười năm vì cấp bậc Thiếu tá trưởng phòng Văn nghệ Cục Tâm Lý Chiến, năm 1990 ông bị bắt trở lại thêm ba năm nữa vì một bài thơ lọt sang Pháp. Năm 1993 ông cùng gia đình định cư tại Hoa Kỳ, tiếp tục sinh hoạt văn học. Tháng Tư 2017, ông nhận lời mời đọc thơ tại đại học Yale nhân kỷ niệm chiến tranh Việt Nam dù sức khỏe suy yếu. Tháng Hai 2019 ông bị đột quỵ phải nhập viện. Ông mất đêm 21 tháng Năm 2019 tại Houston (Texas) vì một cơn đau tim.

6/ Nhà văn, Họa sĩ, Nhạc sĩ Hoàng Ngọc Biên (1938 – 2019):

Thật khó mà đặt một danh hiệu trước tên ông vì lãnh vực văn học nghệ thuật nào cũng có dấu ấn của ông. Hoàng Ngọc Biên sinh năm 1938 tại Quảng Trị, trưởng thành ở Sài Gòn, làm báo với nhóm Trình Bầy của nhà văn Thế Nguyên và GS. Nguyễn Văn Trung, vẽ tranh triển lãm, trang trí sách báo của nhiều nhà xuất bản trong nước, tuần báo The Salt Lake City Weekly, nhà xuất bản McGraw-Hill (Singapore), dịch sách, viết văn, làm thơ, viết nhạc. Ông định cư ở Hoa Kỳ từ năm 1991, mở lại nhà xuất bản Trình Bầy ở California. Ông mất ngày 16 tháng Năm 2019 tại San Jose (California).

Đã xuất bản: *Mười Nhà Văn Pháp Hiện Đại*, Trình bầy, 1969; *Đêm Ngủ Ở Tỉnh*, tập truyện ngắn, Cảo Thơm, Saigon, 1970; *Marcel Proust – Con Người Xã Hội*, Trình bầy, 1974; *Andrei Sinyavski: Thơ Pasternak*, trong *Boris Pasternak, Con Người Và Tác Phẩm*, Nxb. TP. Hồ Chí Minh, 1988; *Tĩnh Vật Và Những Bài Thơ Khác*, thơ Joseph Brodsky, Thuận Hóa, Huế, 1991; *Mối Tình Đầu*, truyện Samuel Beckett, Trình bầy, 1993; *Thơ Mới Ba Lan*, tập thơ, Trình bầy, 1993; *Marcel Proust*, tiểu luận Samuel Beckett, Trình bầy, 1995; *Uống Trà Sớm Mai*, thơ, Trình bầy, 1996; *Người Đạp Xe Vào Thành Phố Buổi Sáng*, truyện, Trình bầy, 1997; *Chuyến Xe*, truyện, Trình bầy, 1997; *Đất Và Người Và Thần Thoại Việt Nam*, thơ, Trình bầy, 1997; *Biển Ngày Đêm*, thơ, Trình bầy, 1999; *Thư Hà Nội,* của Jean Tardieu [dịch chung với Nguyễn Thu Hồng], Trình bầy, 2001; *Quê Hương, Người Về* [hai đoản văn viết theo một tấm tranh dán của Nguyễn Đăng Thường], Trình bầy, 2001; *Chuyến Đi Mùa Đông*, truyện Georges Perec, Trình bầy, 2003; *Chân Mây Cuối Trời*, thơ [in chung với thơ Đỗ Trung Quân và tranh Nguyễn Quỳnh], Trình bầy, 2003; *Djinn*, truyện Alain Robbe-Grillet, Trình bầy, 2003.

7/ Nhà thơ Nguyễn Phan Hách (1944 – 2019):

Tên thật Nguyễn Xuân Hách, sinh năm 1944 tại Bắc Ninh, xuất thân sư phạm, sau ông về Ty Văn hóa Hà Bắc nghiên cứu văn hóa dân gian, rồi làm cho tuần báo Văn Nghệ. Ông từng là giám đốc Nhà xuất bản Hội Nhà Văn và tổng biên tập Nhà xuất bản Dân Trí. Ông mất ngày 21 tháng Tư 2019 tại Hà Nội. Bài thơ *Làng Quan Họ* của ông được nhạc sĩ Nguyễn Trọng Tạo phổ nhạc. Nguyễn Trọng Tạo cũng vừa mất tháng Giêng 2019.

8/ Nhà văn Herman Wouk (1915 – 2019):

Herman Wouk sinh năm 1915 trong một gia đình di dân Do Thái ở Bronx, New York. Ông khởi sự viết văn khi còn theo học Columbia University khoa Văn và Triết. Trước Thế chiến II, ông viết kịch bản truyền thanh cho danh hài Fred Allen. Ông nhập ngũ Hải quân trong Thế chiến, kinh nghiệm sống trong Hải quân giúp ông thành công sau này với tiểu thuyết "*The Caine Mutiny*" được giải Pulitzer năm 1952 và dựng thành phim năm 1954 với dàn siêu sao điện ảnh Humphrey Bogart, José Ferrer, Van Johnson, Fred MacMurray, Robert Francis,

Lee Marvin… Cũng năm 1954, kịch "*The Caine Mutiny Court-Martial*" được đưa lên sân khấu Broadway. Hai cuốn tiểu thuyết khác, "*The Winds of War*" được ABC làm thành phim truyền hình nhiều tập với Robert Mitchum năm 1983, và "*War and Remembrance*" làm phim truyền hình năm 1988. Ông mất trong giấc ngủ ngày 17 tháng Năm 2019 ở Palm Springs, California chỉ mười ngày trước sinh nhật 104, đang viết dang dở một quyển sách mới.

Đã xuất bản: *Aurora Dawn* (1947), *City Boy: The Adventures of Herbie Bookbinder* (1948), *The Traitor* (1949 kịch), *The Caine Mutiny* (1951), *The Caine Mutiny Court-Martial* (1953, kịch), *Marjorie Morningstar* (1955), *Slattery's Hurricane* (1956), *Nature's Way* (1957, kịch), *This is My God: The Jewish Way of Life* (1959, viết lại 1973), *Youngblood Hawke* (1962), *Don't Stop the Carnival* (1965), *The Winds of War* (1971), *War and Remembrance* (1978), *Inside, Outside* (1985), *The Hope* (1993), *The Glory* (1994), *The Will to Live On: This is Our Heritage* (2000), *A Hole in Texas* (2004), *The Language God Talks: On Science and Religion* (2010), *The Lawgiver* (2012), *Sailor and Fiddler: Reflections of a 100-Year Old Author* (2015)

9/ Kiến trúc sư Ieoh Ming Pei (1917 – 2019):

Kiến trúc sư Bối Duật Minh sinh năm 1917 ở Quảng Châu, lớn lên ở Hương Cảng và Thượng Hải. Ông nhập cư Hoa Kỳ năm 1935, theo học khoa Kiến trúc đại học Pennsylvania nhưng bỏ ngang để chuyển qua Học viện Kỹ thuật Massachusetts (MIT). Sau khi tốt nghiệp MIT, ông theo học khoa Thiết Kế đại học Harvard. Năm 1948 ông bắt đầu làm việc cho William Zeckendorf với các công trình ở New York City. Năm 1955 ông lập doanh nghiệp kiến trúc của riêng mình I. M. Pei & Associates. Ông nghỉ hưu năm 1990, tiếp tục cố vấn cho doanh nghiệp kiến trúc của con trai. Ông mất ngày 15 tháng Năm 2019 tại New York City.

Các công trình nổi tiếng: Khu thí nghiệm Mesa của Trung tâm Nghiên cứu Khí quyển Quốc gia ở Colorado (1967), Thư viện John F. Kennedy ở Massachusetts (1979), Tòa Thị Chính Dallas (Texas), Khu phía Đông của Bảo tàng Nghệ thuật quốc gia (Washington, DC), Nhà hát Giao hưởng Morton H. Meyerson (Dallas), Trung Hoa Ngân hàng (Hongkong), kim tự tháp bằng kính trước Bảo tàng Louvre (Paris), Bảo tàng Miho (Shigaraki, Nhật), Bảo tàng Tô Châu (Tô Châu, Trung Quốc), Bảo tàng Nghệ thuật Hồi giáo (Qatar), Bảo tàng Nghệ thuật Hiện đại mang tên Đại Quận công Jean (Luxembourg).

Giải thưởng: huy chương vàng Học viện Kiến trúc Hoa Kỳ 1979, giải Hoàng triều Nhật về Kiến trúc 1989, giải Thành tựu sự nghiệp của Bảo tàng Thiết kế Quốc gia ở New York 2003. Năm 1983 ông được trao tặng giải Pritzker, vốn coi như giải Nobel cho Kiến trúc.

Minh Ngọc

Giới Thiệu Sách Mới

NGÔN NGỮ

Lời thưa dẫn đường:

Trước đây, gần như các tạp chí, nguyệt san... thường có mục giới thiệu sách mới. Mục này thực chất là quảng cáo những tác phẩm mới xuất bản, tác giả gởi tặng các tòa soạn với mục đích chào hàng. Tùy theo nhóm chủ trương, nội dung cách giới thiệu gọn nhẹ hoặc tỉ mỉ khác nhau. Đa phần tạp chí có dính đến từ văn chương, đều trân trọng thực hiện việc này qua sự nhận xét tổng quát tác phẩm, dĩ nhiên tòa soạn có sách trong tay, có tủ sách được tặng riêng.

Ngôn Ngữ không thực hiện được công việc này. Chúng tôi có mục này chỉ nhằm mục đích đưa tin, giúp tác giả quảng cáo không tốn phí khoản. Do vậy nội dung giới thiệu chỉ đơn giản nêu lên những điểm cụ thể của một tác phẩm, gồm:

Tên tác giả, tên tác phẩm, thể loại, danh xưng những người có góp mặt trong sách qua các việc vẽ bìa, trình bày, viết lời tựa hay bạt, góp ý. Liền theo đó là giá bán, địa chỉ mua sách.

Ngôn Ngữ chưa nhận được sách tặng, chưa có tủ sách chung, nhưng nhờ liên hệ mật thiết với nhà xuất bản Nhân Ảnh, nên chúng tôi tùy nghi thực hiện công việc này, chỉ nhằm mục đích thông tin một phần nào sự in ấn của sách báo Việt Nam tại hải ngoại, dĩ nhiên nếu chúng tôi có nhận được sách mới từ quốc nội gởi cho cũng rất vui vẻ đưa tin.

Trong kỳ này, chúng tôi chưng lên những tác phẩm mới in từ tháng 1 năm 2019 đến nay. Sẽ có một số tác phẩm của anh em trong gia đình Ngôn Ngữ, mong các bạn đừng nghĩ rằng chúng tôi làm lại công việc của một ông "tiên".

Cảm ơn quý tác giả. Kính thông tin đến bạn đọc

Ngôn Ngữ

QUÁN VĂN

chủ biên Nguyên Minh.
tiêu chí: Sáng tác, Tư liệu, Nghiên cứu văn học.
(không được phép ghi là tạp chí nhưng đúng là tạp chí)
Số 61 - Tuyển tập thơ văn tháng 01 năm 2019.
Sách dày 378 trang, khổ 13.5 x 20.5 cm, chủ đề Xuân Đinh Hợi - 2019 do Nhà xuất bản Hội Nhà Văn ấn hành.

* Hình thức:
- Bìa tranh màu của họa sĩ Nguyễn Sông Ba
- Trình bày tổng quát và trang trong trang nhã, nghệ thuật theo khuôn mẫu tạp chí văn học.
- Bìa sau:
. chân dung nhà văn Trương Văn Dân.
. danh sách tác giả trong tuyển tập.

* Nội dung:
gồm 7 phần:

1. Tản Văn, với các bài viết của:
Nguyên Minh - Đặng Tiến - Đình Quân - Phan Trang Hy - Lương Minh - Trần Thanh Cảnh - Trịnh Bửu Hoài - Ngô Thúy Nga - Huyền Chi - Đặng Châu Bảo Khuyên - Ban Mai - Quang Đặng - Bùi Kim Chi

2. Truyện ngắn, của:
Đoàn Văn Khánh - Nguyễn Văn Sâm - Trần Hữu Hội - Nguyễn Châu - Nguyễn An Bình - Vương Hoài Uyên

3. Thơ, của:
Ngô Thị Mỹ Lệ - Duyên - Nguyễn Thị Liên Tâm - Nhật Chiêu - Trần Hoàng Phố - Trương Đăng Dung - Nguyễn Dương Quang - Lê Phương Nguyên - Lê Triều Hồng Lĩnh - Nguyễn Hải Thảo - Mã Lam - Nguyễn Hàn Chung - Dung Thi Vân - Đoàn Thị Phú Yên - Nguyễn Thái Bình - Bùi Văn Mùi - NP Phan - Vi Huyền Vi - Bùi Tiến Sỹ - Nguyễn Thánh Ngã - Triều Giang - Tâm Nhiên - Mã Độc Hành - Lý Thừa Nghiệp - Bích Nhãn Hồ - Dao Lam - Huệ Dung - Nguyễn Ngọc Sơn - Lâm Khánh Võ Xuân Đào

4. Truyện dài: khởi đăng Đi Về Phía Mặt Trời của Trần Thị Trúc Hạ (còn tiếp)

5. Chân dung văn học: giới thiệu nhà văn Trương Văn Dân

gồm:

ảnh và tiểu sử tác giả - trích 10 bài viết của tác giả TVD - nhận xét, giới thiệu Trương Văn Dân viết bởi:

. Mang Viên Long . Hoài Huyền Thanh . Hoàng Kim Oanh . Phạm Xuân Nguyên . Nguyễn Lệ Uyên . Đặng Phú Phong

. Nguyễn Cẩn . Trần Hoài Anh . Đỗ Hồng Ngọc . Đặng Châu Long . Vũ Ngọc Tiến . Elena Pucillo Truong . Đỗ Trường . Nguyễn Thị Tịnh Thy . Nguyễn Phú Yên

6. Góc nhìn Văn Học - với các bài viết của
- Trương Trọng Nghĩa
- Phan Trường Nghị

7. Đọc sách - với các bài viết của:
Phan Xuân Dũng - Hồ Sỹ Bình

Nhìn chung tài liệu dồi dào, giá trị văn học cao.
Giá 100.000 đvn. (không thấy ghi địa chỉ liên lạc)

VĂN HỌC MỚI

Tạp chí - số 2 - tháng 3 năm 2019

tưởng niệm nhà thơ, nhà lý luận văn học Trần Văn Nam.

Chủ trương & trị sự: Hà Nguyên Du

sách dày 382 trang khổ lớn.

Nội dung:

* các bài tưởng niệm viết bởi:

- Nguyễn Vy Khanh: Trần Văn Nam (TVN), nhà thơ nhà lý luận văn học.

- Nguyễn Mạnh Trinh: Vĩnh biệt nhà thơ TVN

- thơ Trần Văn Nam: Lá Trắng Hoa Bay, thơ khắc trên mộ

- ảnh chụp bia mộ TVN

- Trần Việt Hải: TVN và chuyến bay cuối cùng của Saint Exupéry.

- Trần Việt Hải: Đỉnh Gió Hú của Emily Bronte qua Nhất Linh, Nguyễn Tường Thiết và Trần Văn Nam.

- Trần Hoài Thư: TVN văn chương tìm về viễn mơ hay hiện thực.

- Nguyên Sa: Đọc thơ TVN (trích bài tựa Tập Thơ năm 1991)

- Phạm Xuân Đài: Về một bài trường ca của TVN.

- ảnh hình bìa tác phẩm Trong Dòng Cảm Thức Văn Học Miền Nam của TVN, sách dày 556 trang.

- Đức Phổ: thơ tưởng nhớ TVN.

- Trần Văn Nam: thơ văn hải ngoại, viết về Hà Nguyên Du

- ảnh chụp bìa sách Tiếp Nối Dòng Cảm Thức Văn Học Sau Năm 1975 của Trần Văn Nam (556 trang)

- Nguyễn Văn Sâm: TVN nhà thơ chân đất tay níu quê hương.

- Những nhận định ngắn về TVN của: Viên Linh, Nguyễn Mạnh Trinh, Hoàng Mai Đạt, Trần Yên Hòa, Nguyên Sa, Đặng Tiến, Trần Dạ Từ, Nguyễn Vy Khanh, Võ Phiến

- Trần Văn Nam: Đọc những chủ trương và thơ gọi là triệt để cách tân

- Trần Văn Nam: Góp phần luận bàn về văn chương viễn mơ

- Trang hình ảnh về tác giả Trần Văn Nam

* Phần thơ, truyện biên khảo thường lệ, in xen kẽ trong phần tưởng niệm. Các tác giả góp mặt:

Phan Tấn Hải, Hoàng Xuân Sơn, Sa Lệ Chi, Hà Nguyên Du, Hạ Quốc Huy, Thái Tú Hạp, Ngô Tịnh Yên, Nguyễn Thị Khánh Minh, Nguyễn Đức Tùng, Nguyễn Lương Ba, Đỗ Quyên, Khê Kinh Kha, Phan Ni Tấn, Chu Thụy Nguyên, Nguyễn Thị Hồng Hải, Quỳnh Thi, Nguyễn Thị Thanh Bình, Xuân Thùy, Nguyễn An Bình, Khaly Chàm, Cổ Ngư, Mã Lam, Lê Hưng Tiến, Nguyễn Minh Triết, Nguyễn Hàn Chung, Hư Vô, Nguyễn Khôi Việt, Thu Thuyền, Hạ Du, Y Thi Nguyễn Lạc, Thành Lacey, Scott Nguyễn, Nguyễn Dinh Từ Lam, Nguyễn Thị Ánh Nguyệt, Quỳnh Nga, Nguyễn Quang Nhạc.

giá bán US$15.00.

Liên lạc: số 10291 Arundel Ave., Westminster, CA 92683 - 5821 USA - Điện thoại: 714 - 723.9852

hanguyendu@gmail.com | vanhocmoi68@gmail.com

PHIẾM 22

tác giả Song Thao
bìa tranh và trình bày: Khánh Trường
kỹ thuật: Tạ Quốc Quang
Nhân Ảnh (Hoa Kỳ) xuất bản
sách dày 344 trang.
nội dung gồm 26 bài viết, mang tên:

Đạp, Đọc, Đông, Du, Dược, Giấu, Giùm, Hài, Hiền, Hút, Nàng, Ngủm, Nguy, Nhớ, Nóng, Phở, Ráy, Rời, Tết, Thải, Thư, Trúng, Tuổi, Vong, Xét, #Youtoo.

Ngoài 26 câu chuyện phiếm vừa nêu tên, cuối sách, tác giả còn tặng thêm bạn đọc 34 trang, ông viết về một số tác phẩm mới xuất bản của bạn bè:

1. đọc Ngày Tháng Buồn Hiu của Ngọc Ánh trang 305
2. đọc Đứng Ngẩn Trông Vời của Hoàng Quân trang 331
(và vô cùng bất ngờ khi gõ xong dòng trên tôi mới biết ông)
3. đọc vội Tâm Chân Dung của Luân Hoán.

Giá sách: US$ 23.00 (Mỹ + Canada) | US$30.00 (Âu châu) | US$ 35.00 (Úc châu)

liên lạc qua địa chỉ:
Tạ Trung Sơn
7805 Claire Fauteux #1
Montréal Qc, H1K 5B6 Canada
điện thoại: 514. 354-5338
email: tatrungson@hotmail.com
tại Úc châu đặt mua tại Vũ Quang Dũng
10 Martell St., Broadmeadows, Vic 3047
đt (03) 93021326 | cell 0431 - 464-461 |
email: quangdvu42@optusnet.com.au

LIÊN HOA THI

thơ Luân Hoán
tựa Mang Viên Long
bạt Hồ Đình Nghiêm
cảm nhận Trần Thị Nguyệt Mai
bìa Trần Triết
trình bày Nguyễn Thành
Nhân Ảnh xuất bản, 2019
US$ 18.00
liên lạc tác giả: lebao_hoang@yahoo.com
11351 Armand Lavergne
Montréal Nord PQ
H1H 5W3, Canada

THỜI HẬU CHIẾN

tác giả Lê Thị Thấm Vân
bìa: Khánh Trường
trình bày: Lê Hân & Nguyễn Thành
kỹ thuật: Tạ Quốc Quang
Nhân Ảnh (Hoa Kỳ) xuất bản, 2019
sách dày 408 trang.
nội dung gồm 3 tiểu thuyết, mang tên:

Thất Lạc
Bóng Người Trên Thiên Đường
Mùa Trứng Rụng

Giá sách: US$ 25.00
liên lạc qua địa chỉ:
Lê Thị Thấm Vân:
lethithamvan@gmail.com

RADIO MÙA HÈ

tuyển tập thơ
tác giả Phan Nhiên Hạo
thiết kế bìa sách: Phan Quỳnh Mây
lời bạt: Phan Hải Đăng
Nhân Ảnh (Hoa Kỳ) xuất bản, 2019
sách dày 120 trang.
Giá sách: US$ 15
liên lạc qua địa chỉ:
Phan Nhiên Hao:
haonphan@yahoo.com

ĐUỔI BÓNG HOÀNG HÔN

tác giả: Trương Vũ
tranh bìa của tác giả
trình bày: Nguyễn Đồng & Nguyễn Thị Hợp
kỹ thuật: Lê Hân & Tạ Quốc Quang
biên tập: Trần Thị Nguyệt Mai
sách dày 208 trang.
Nhân Ảnh (Hoa Kỳ) xuất bản

nội dung:
gồm 19 bài tiểu luận:

1. ĐÊM ĐẠI DƯƠNG
2. NHỮNG CƠN MƯA NGÀY CŨ
3. NHÌN LẠI PHONG TRÀO VĂN NGHỆ PHẢN KHÁNG TẠI VIỆT NAM
4. MÙA ĐÔNG PRAGUE
5. NGƯỜI ĐỌC SÁCH VỚI CÁI THẬT, CÁI GIẢ TRONG VĂN
6. GIÁO DỤC VIỆT NAM: NHỮNG VẤN ĐỀ CĂN BẢN
7. CHIẾN TRANH VIỆT NAM, VĂN HỌC VIỆT NAM HẢI NGOẠI VÀ PHÍA BÊN KIA THIÊN ĐƯỜNG
8. NÓI VỚI CHÀNG SIÊU

9. NẮNG VÀNG TRONG RỪNG KHÔ
10. MƯA ƯỚT VỊ THÀNH
11. VỊ TRÍ CỦA SÁNG TẠO TRONG SỰ PHÁT TRIỂN VĂN HỌC MIỀN NAM SAU 1954
12. VÀI SUY NGHĨ VỀ TUYỂN TẬP "MÂY CHÓ" CỦA VÕ ĐÌNH
13. CUNG GIŨ NGUYÊN: TÁC GIẢ VÀ TÁC PHẨM
14. LỜI BẠT CHO CHỦ ĐỀ YÊU CỦA HỢP LƯU
15. HUY
16. PHÙNG
17. LÁ MÙA THU
18. ĐẤT CÒN THƠM MÃI MÙI HƯƠNG
19. VỀ LẠI SORRENTO

giá sách: US$29.00
trên internet, các bạn có thể mua sách ở AMAZON hoặc BARNES & NOBLE.
Muốn mua sách trực tiếp ở nhà xuất bản, xin liên lạc với
Lê Hân: han.le3359@gmail.com

Y SĨ TIỀN TUYẾN NGHIÊM SỸ TUẤN NGƯỜI ĐI TÌM MÙA XUÂN

tuyển tập 15 tác giả viết về
Y sĩ tiền tuyến Nghiêm Sỹ Tuấn
do Ngô Thế Vinh chủ biên

mẫu bìa: Vũ Nguyễn
dàn trang: Lê Giang Trần
kỹ thuật: Lê Hân & Tạ Quốc Quang
đọc bản thảo & sách dẫn: Trần Thị Nguyệt Mai

sách dày 454 trang.
xuất bản: Tập San Y Sĩ Việt Nam Canada
& Viet Ecology Press 2019

Nội dung gồm 2 phần:

Phần 1: gồm bài viết của 15 tác giả viết về Nghiêm Sỹ Tuấn:
Thân Trọng An - Ngô Thế Vinh - Trang Châu - Trần Xuân Dũng
Trần Đoàn - Nguyễn Thanh Giản - Bùi Khiết - Trần Mộng Lâm
Trần Đạt Minh - Lê Văn Tập - Trần Hoài Thư - Hà Ngọc Thuần
Vũ Văn Tùng - Trần Đức Tường - Đặng Vũ Vương

Phần 2: gồm tất cả các tác phẩm quý hiếm của Nghiêm Sỹ Tuấn do nhóm chủ biên sưu tầm.

Ngoài ra, còn có các bài ghi lại cảm tưởng khi đọc tuyển tập này của Trần Thị Nguyệt Mai, Trần Mộng Tú, Nguyễn Thanh Bình,Phan Tấn Hải, Phan Nhật Nam.

Cuối cùng là phần kết từ của Vũ Khắc Niệm.

giá sách: US$ 29.00
trên internet, các bạn có thể mua sách ở AMAZON

ĐỨNG TỰA BÊN ĐỜI

Thơ Hoài Ziang Duy

Hình bìa: L'Acrobat 18 Janvier 1930, Huile Sur Toile, Pablo Picasso.

Trình bày bìa: Nghiêu Minh

Kỹ thuật bài vở: Trần Thị Tụ, Ngự Uyên

Phụ bản: Nguyễn Tư Nghiêm, Đinh Cường, Đỗ Quang Em

Nhà xuất bản: Hiện Diện, 2019

Sách có 168 trang, gồm hơn 60 bài thơ

Đọc để thấy lại tâm tư người lính còn ở lại, người lính lưu vong trên xứ người và

Những góc nhỏ ở đời thường

Giá: $15 US

Liên lạc tác giả: hoaiziangduy@gmail.com, (571) 232-2989

Nhà xuất bản **MỞ NGUỒN**
Đã in và phát hành toàn cầu

Mua sách
han.le3359@gmail.com

www.ingramcontent.com/pod-product-compliance
Lightning Source LLC
LaVergne TN
LVHW100840071026
849525LV00025B/595
* 9 7 8 1 9 8 9 9 2 4 6 1 7 *